कृत्रिम बुद्धिमत्ता आणि समाजकार्य

समाजकार्याचा नवा अध्याय

योगेश संजय काकडे

प्रकाशकः नोशन प्रेस

२०२६

हक्क माहिती

कृत्रिम बुद्धिमत्ता आणि समाजकार्य (Artificial Intelligence and Social Work)

प्रकाशकः नोशन प्रेस

मुखपृष्ठ संकल्पनाः योगेश संजय काकडे

किंमतः ४१४

हे पुस्तक कोणासाठी?

- **शिक्षण क्षेत्रः** समाजकार्याचे विद्यार्थी, प्राध्यापक आणि संशोधक.
- **कार्यकर्तेः** प्रत्यक्ष क्षेत्रात काम करणारे सामाजिक कार्यकर्ते आणि NGO प्रतिनिधी.
- **धोरणकर्तेः** सामाजिक कल्याण आणि तंत्रज्ञान धोरण ठरवणारे प्रशासक.
- **जिज्ञासूः** तंत्रज्ञानाचा समाजावर होणारा परिणाम अभ्यासणारे सामान्य वाचक.
- **हक्क रक्षकः** डिजिटल नैतिकता आणि मानवी हक्कांसाठी लढणारे कार्यकर्ते.

अर्पण

"हे पुस्तक समाजकार्यात अहोरात्र कार्य करून समाजाला नवीन ओळख करून देणाऱ्या सर्व सेवाभावी समाजकार्यकर्त्यांना आणि तंत्रज्ञानाचा वापर करून सामाजिक जीवनाकडे नवीन दृष्टिकोनातून पाहणाऱ्या व न्याय मिळवून देणाऱ्या इच्छुक जिज्ञासू अभ्यासकांना सप्रेम अर्पण."

आभार

कोणतेही संशोधन किंवा शैक्षणिक लेखन हे केवळ एका व्यक्तीच्या प्रयत्नांचे फळ नसते, तर ते अनेक अनुभवी व्यक्तींचे मार्गदर्शन आणि स्नेहीजनांच्या सहकार्याचे प्रतिफल असते.

मी अत्यंत कृतज्ञतेने माझ्या सर्व गुरुजनांचे आणि मार्गदर्शकांचे आभार मानतो, ज्यांच्या बौद्धिक सहवासामुळे आणि अनुभवामुळे या पुस्तकाला वैचारिक सखोलता प्राप्त झाली. मी विशेषतः **डॉ. एम. एस. अली सर, डॉ. अरुण नन्हाई सर, डॉ. प्रशांत गावंडे सर, डॉ. एस. एस. खान सर, डॉ. अविनाश गेडाम सर, डॉ. हरीश साखरे सर, डॉ. अस्मिता ठोंबरे मॅम, डॉ. मेघा पाटील मॅम, प्रा. कृष्णा तेलंग्रे सर, प्रा. अर्जुन बोकडे सर आणि प्रा. संदीप मोठे सर** यांचा ऋणी आहे. आपणा सर्वांच्या निरंतर मार्गदर्शनामुळे, मोलाच्या सूचनांमुळे आणि शैक्षणिक प्रोत्साहनामुळेच "कृत्रिम बुद्धिमत्ता आणि समाजकार्य" यांसारख्या आधुनिक आणि जटिल विषयावर हे लेखन करणे मला शक्य झाले.

या पुस्तकाच्या निर्मिती प्रक्रियेत मला माझ्या मित्रांचे विशेष सहकार्य लाभले. मी माझे प्रिय मित्र— **श्री. गजानन लाघे, श्री. महेश खरात, श्री. कार्तिक थोरात, माधुरी खरात, कल्याणी काळे, श्री. उमेश सुरोशे आणि श्री. राम हिंगे** यांचा मनापासून धन्यवाद मानतो. संशोधन सामग्रीच्या संकलनापासून ते वैचारिक चर्चेपर्यंत प्रत्येक स्तरावर आपण दिलेली सक्रिय साथ ही या शैक्षणिक प्रवासातील माझी मोठी शक्ती ठरली आहे.

मी त्या सर्व प्रत्यक्ष आणि अप्रत्यक्ष सहकाऱ्यांचेही आभार मानतो, ज्यांनी आपल्या विचारांनी आणि प्रेरणेने या पुस्तकाला आकार देण्यास मदत केली. हे पुस्तक आपल्या सर्वांच्या सामूहिक प्रेरणेचे आणि सामाजिक वास्तवाप्रती असलेल्या आपल्या सामायिक आस्थेचे परिणाम आहे.

शेवटी, मी माझे माता-पिता **सौ. दुर्गा काकडे आणि श्री. संजय काकडे** तसेच त्या सर्व शुभचिंतकांचे आभार मानतो, ज्यांच्या संयम आणि विश्वासाने मला हे शैक्षणिक ध्येय पूर्ण करण्यासाठी निरंतर बळ दिले.

— योगेश संजय काकडे

प्रास्ताविक

मानवी समाजाचा इतिहास हा सततच्या परिवर्तनाचा आणि संघर्षाचा इतिहास आहे. समाजकार्य हा व्यवसाय मुळातच अशा परिवर्तनांच्या काळात निर्माण होणाऱ्या मानवी समस्यांचे निराकरण करण्यासाठी उभा राहिला. एकोणिसाव्या शतकात औद्योगिक क्रांतीमुळे जेव्हा कौटुंबिक आणि सामाजिक संरचना विस्कळीत झाली, तेव्हा 'चॅरिटी ऑर्गनायझेशन सोसायटी' आणि पुढे 'सेटलमेंट हाऊस' चळवळीतून आधुनिक समाजकार्याचा पाया रचला गेला. विसाव्या शतकात या व्यवसायाने केवळ सेवाच नव्हे, तर सामाजिक न्याय, धोरणनिर्मिती आणि मानवी हक्कांच्या संरक्षणाची व्यावसायिक चौकट स्वीकारली. आज एकविसाव्या शतकात आपण पुन्हा एकदा अशाच एका मोठ्या क्रांतीच्या उंबरठ्यावर उभे आहोत, जिला आपण 'डिजिटल क्रांती' किंवा 'कृत्रिम बुद्धिमत्तेचे युग' म्हणतो.

तंत्रज्ञानाचा समाजावर होणारा परिणाम हा कधीही एकतर्फी नसतो. ज्याप्रमाणे वाफेच्या इंजिनाने अंतर कमी केले आणि इंटरनेटने माहितीचा स्फोट घडवला, त्याचप्रमाणे कृत्रिम बुद्धिमत्तेने मानवी बुद्धिमत्तेसमोर एक नवे आव्हान उभे केले आहे. तंत्रज्ञानामुळे जगाची कार्यक्षमता वाढली असली तरी, त्याने 'डिजिटल दरी' (Digital Divide) सारख्या नवीन सामाजिक समस्यांनाही जन्म दिला आहे. विशेषतः भारतीय संदर्भात, जिथे जात, वर्ग आणि लिंगाधारित विषमता आधीच अस्तित्वात आहे, तिथे तंत्रज्ञान हे कधी प्रगतीचे साधन ठरते तर कधी शोषणाचे नवीन माध्यम. समाजकार्यकर्ता म्हणून आपल्याला या तंत्रज्ञानाच्या प्रभावाकडे केवळ तांत्रिक दृष्टीने नव्हे, तर सामाजिक न्यायाच्या दृष्टिकोनातून पाहणे अनिवार्य झाले आहे.

या पार्श्वभूमीवर, 'कृत्रिम बुद्धिमत्ता' (Artificial Intelligence - AI) म्हणजे नेमके काय, हे सोप्या भाषेत समजून घेणे गरजेचे आहे. सोप्या

शब्दात सांगायचे तर, एआय म्हणजे यंत्रांना मानवाप्रमाणे विचार करण्याची, शिकण्याची आणि निर्णय घेण्याची क्षमता देणे. ज्याप्रमाणे आपण अनुभवातून शिकतो, तसेच एआय प्रणाली प्रचंड माहितीचे (Data) विश्लेषण करून त्यातील नमुने ओळखते आणि भविष्यातील कृती ठरवते. मात्र, एआय ही कोणतीही जादू नाही किंवा ती सर्व समस्यांचे एकमेव उत्तरही नाही. हे मानवनिर्मित एक प्रगत साधन आहे, जे ज्या डेटावर आधारित असते, त्यातील मानवी पूर्वग्रहही ते आत्मसात करू शकते.

प्रस्तुत पुस्तक 'कृत्रिम बुद्धिमत्ता आणि समाजकार्य' या दोन भिन्न वाटांच्या एकत्र येण्याचा प्रवास आहे. समाजकार्य हे भावना, सहानुभूती आणि मानवी संबंधांवर आधारलेले आहे, तर एआय हे तर्क आणि आकडेवारीवर. या पुस्तकाच्या १० प्रकरणांमधून आपण हाच शोध घेण्याचा प्रयत्न केला आहे की, तंत्रज्ञानाचा हा थंड तर्क आणि समाजकार्याची मानवी ऊब एकत्र येऊन एक चांगला समाज कसा घडवू शकतात. एआयचा वापर आरोग्य, शिक्षण आणि आपत्ती व्यवस्थापनात करतानाच, त्यातील नैतिक धोके, डेटा गोपनीयता आणि डिजिटल दारिद्र्य यांवर आपण चिकित्सक भाष्य केले आहे. हे पुस्तक समाजकार्यकर्त्यांना भविष्यातील तांत्रिक बदलांसाठी सज्ज करतानाच, मानवी मूल्यांचे महत्त्व अधोरेखित करते. शेवटी, तंत्रज्ञान हे 'साधन' आहे आणि माणूस हे 'साध्य'; हाच विचार या पुस्तकाची मूळ भूमिका आहे.

अनुक्रमणिका

सारांश

"कृत्रिम बुद्धिमत्ता आणि समाजकार्य" हे पुस्तक तंत्रज्ञान आणि मानवी मूल्ये यांच्यातील गुंतागुंतीच्या संबंधांचे चिकित्सक विश्लेषण करते. पहिल्या प्रकरणापासून दहाव्या प्रकरणापर्यंतचा हा प्रवास तांत्रिक प्रगतीला सामाजिक उत्तरदायित्वाच्या चौकटीत पाहण्याचा प्रयत्न आहे. पुस्तकाच्या सुरुवातीला कृत्रिम बुद्धिमत्तेचा (AI) उगम आणि समाजकार्याच्या गाभा मूल्यांशी—विशेषतः मानवी प्रतिष्ठा आणि सामाजिक समता—त्याचा असलेला संबंध स्पष्ट करण्यात आला आहे. भारतीय समाजातील भाषिक आणि सांस्कृतिक विविधतेचा विचार करून तंत्रज्ञानाकडे बघण्याचा एक व्यापक दृष्टिकोन यात मांडला आहे.

पुस्तकाच्या मध्यभागात आरोग्य, शिक्षण, आपत्ती व्यवस्थापन आणि महिला-बाल विकासासारख्या क्षेत्रांत एआयचा प्रत्यक्ष वापर कसा होऊ शकतो, हे वास्तववादी उदाहरणांसह स्पष्ट केले आहे. यात तंत्रज्ञानाच्या मर्यादा मान्य करत, भारतीय ग्रामीण भागातील पायाभूत सुविधांचा अभाव आणि तांत्रिक साक्षरतेचे अडथळे यांवर विशेष भाष्य केले आहे. सातव्या आणि आठव्या प्रकरणांमध्ये एआयमधील नैतिक प्रश्न, डेटा गोपनीयता आणि अल्गोरिदमिक पूर्वग्रह (Bias) यांसारख्या गंभीर मुद्द्यांवर प्रकाश टाकून, तंत्रज्ञान हे देखरेखीचे किंवा शोषणाचे साधन बनू नये, असा इशारा दिला आहे.

पुस्तकाच्या समारोपात 'डिजिटल दारिद्र्य' ही नवी सामाजिक दरी बुजवण्यासाठी समावेशक धोरणांची गरज व्यक्त केली आहे. 'माणूस + मशीन' हे समीकरण मांडताना तंत्रज्ञान हे मानवाचा पर्याय नसून ते 'हायब्रिड मॉडेल' आणि 'मानवकेंद्रित एआय'च्या माध्यमातून एक सहाय्यक साधन म्हणून कसे वापरता येईल, याची धोरणात्मक दिशा स्पष्ट केली आहे. सारांशतः, जोपर्यंत कृत्रिम बुद्धिमत्ता ही मानवी करुणा आणि सामाजिक न्यायाच्या मूल्यांशी जोडली जात नाही, तोपर्यंत ती यशस्वी ठरू शकत नाही; हाच या पुस्तकाचा केंद्रबिंदू आहे.

प्रस्तावना

मानवी संस्कृतीच्या इतिहासात औद्योगिक क्रांतीपासून संगणक युगापर्यंत प्रत्येक तांत्रिक टप्प्याने समाजकार्यासमोर नवी आव्हाने उभी केली आहेत. आज आपण 'कृत्रिम बुद्धिमत्ता' (AI) या अशा वळणावर आहोत, जिथे यंत्रांची विश्लेषण क्षमता मानवी बुद्धिमत्तेला समांतर उभी आहे. समाजकार्य हे क्षेत्र मुळ्तः मानवी संवेदना आणि सामाजिक न्यायाशी निगडित असल्याने, या तांत्रिक बदलांचा अभ्यास करणे अनिवार्य झाले आहे. प्रस्तुत पुस्तक तंत्रज्ञान आणि समाजकार्य या दोन क्षेत्रांच्या चिकित्सक संबंधांचा वेध घेणारा एक शैक्षणिक प्रयत्न आहे.

भारतीय समाजात गरिबी, जात-पात आणि लिंगभेद यांसारख्या समस्या मुळाशी असताना, कृत्रिम बुद्धिमत्तेचे आगमन विकासाच्या संधींसोबतच शोषणाचे नवीन धोकेही निर्माण करत आहे. या पुस्तकात एआयच्या ऐतिहासिक पार्श्वभूमीपासून ते समाजकार्याच्या गाभा मूल्यांवर (सन्मान, स्वायत्तता आणि गोपनीयता) होणाऱ्या परिणामांपर्यंतचा सविस्तर ऊहापोह केला आहे. एआय हे कोणत्याही सामाजिक प्रश्नावरचे जादूचे उत्तर नसून ते केवळ एक सहाय्यक साधन आहे, हे वास्तव भारतीय ग्रामीण भागातील 'डिजिटल दरी' आणि भाषिक अडथळ्यांच्या संदर्भात येथे मांडले आहे.

पुस्तकाच्या केंद्रस्थानी नीतिशास्त्र (Ethics) हा विषय असून, एआयमधील तांत्रिक पक्षपातीपणा (Bias) उपेक्षित समुदायांवर कसा अन्याय करू शकतो,. याचे गंभीर विश्लेषण यात आढळते. डेटा गोपनीयता आणि देखरेखीखालील समाज यांमुळे मानवी स्वातंत्र्यावर येणाऱ्या मर्यादांची चर्चा करतानाच, समाजकार्यकर्त्याची भूमिका यंत्राचा केवळ वापरकर्ता म्हणून नव्हे, तर लोकांच्या हक्कांचा 'मानवी वकील' म्हणून अधोरेखित केली आहे. 'माणूस + मशीन' हे समीकरण तेव्हाच यशस्वी होईल जेव्हा त्याचे नियंत्रण मानवी मूल्यांकडे असेल.

तंत्रज्ञान युगात पाऊल टाकताना आपली सामाजिक बांधिलकी अधिक तीव्र करणे, हाच या लेखनाचा मुख्य उद्देश आहे.

डॉ. मेघा अशोक पाटील
संगणक विज्ञान व अभियांत्रिकी विभाग
अनुराधा अभियांत्रिकी व तंत्रज्ञान
महाविद्यालय, चिखली

प्रकरण १. परिचय – AI आणि समाजकार्य

कृत्रिम बुद्धिमत्तेची संकल्पना व व्याख्या

कृत्रिम बुद्धिमत्ता किंवा 'आर्टिफिशियल इंटेलिजन्स' (AI) ही संकल्पना विसाव्या शतकाच्या मध्यात उदयास आली असली, तरी तिची मुळे मानवी इतिहासातील यंत्रांद्वारे मानवी कामे सुलभ करण्याच्या पुरातन इच्छेत दडलेली आहेत. समाजकार्याच्या विद्यार्थ्यांसाठी ही संकल्पना केवळ संगणकीय तंत्रज्ञान नसून, ती मानवी व्यवहार, निर्णयप्रक्रिया आणि सामाजिक संरचनेवर प्रभाव टाकणारी एक नवीन शक्ती आहे हे समजून घेणे आवश्यक आहे. तांत्रिक भाषेत सांगायचे तर, कृत्रिम बुद्धिमत्ता म्हणजे संगणक विज्ञानाची अशी शाखा, जी यंत्रांना मानवाप्रमाणे विचार करण्याची, शिकण्याची आणि समस्या सोडवण्याची क्षमता प्रदान करण्याचा प्रयत्न करते. परंतु, समाजकार्याच्या चौकटीत विचार करताना, ही केवळ तांत्रिक प्रगती नसून ती माहितीच्या प्रक्रियेचे एक वेगळे स्वरूप आहे. मानवी बुद्धिमत्तेमध्ये भावना, नैतिकता, सामाजिक संदर्भ आणि अनुभवातून आलेली प्रगल्भता असते, तर कृत्रिम बुद्धिमत्ता ही प्रामुख्याने गणिताच्या सूत्रांवर, सांख्यिकीय माहितीवर आणि अल्गोरिदमवर आधारित असते. ही मूलभूत तफावत समजून घेणे हाच या विषयाच्या अभ्यासाचा पाया आहे.

कृत्रिम बुद्धिमत्तेची व्याख्या करताना अनेकदा तिला मानवी बुद्धिमत्तेची प्रतिकृती मानले जाते, पण ही व्याख्या अपूर्ण आहे. खऱ्या अर्थाने कृत्रिम बुद्धिमत्ता म्हणजे अशा प्रणाली, ज्या प्रचंड प्रमाणात उपलब्ध असलेल्या माहितीचे (Data) विश्लेषण करून त्यातील नमुने (Patterns) शोधतात आणि त्या आधारे भविष्यातील वर्तणुकीचा अंदाज वर्तवतात किंवा विशिष्ट निर्णय घेतात. समाजकार्याच्या संदर्भात, जेव्हा आपण एखाद्या वस्तीतील कुपोषणाचा प्रश्न सोडवू

इच्छितो, तेव्हा ऐतिहासिक माहितीच्या आधारे कोणती मुले अधिक जोखमीखाली आहेत हे ओळखण्यासाठी वापरले जाणारे सॉफ्टवेअर हे कृत्रिम बुद्धिमत्तेचे एक उदाहरण असू शकते. मात्र, येथे हे लक्षात ठेवणे गरजेचे आहे की, हे तंत्रज्ञान स्वतःहून काहीही करत नाही; त्याला दिलेल्या माहितीमध्ये जे पूर्वग्रह (Biases) असतात, तेच त्याच्या निर्णयात उमटण्याची मोठी शक्यता असते. त्यामुळेच कृत्रिम बुद्धिमत्ता ही 'बुद्धिमान' असली तरी ती 'विवेकपूर्ण' असेलच असे नाही.

भारतीय समाजरचनेचा विचार करता, कृत्रिम बुद्धिमत्तेची संकल्पना मांडताना येथील सामाजिक विषमता आणि 'डिजिटल दरी' (Digital Divide) यांचा संदर्भ घेणे अनिवार्य ठरते. आपल्या देशात जिथे आजही लोकसंख्येचा मोठा भाग मूलभूत सुविधांपासून वंचित आहे आणि इंटरनेटची उपलब्धता सर्वांना समान नाही, तिथे कृत्रिम बुद्धिमत्ता ही संकल्पना एक प्रकारची नवीन विषमता निर्माण करू शकते. समाजकार्य हे प्रामुख्याने उपेक्षित आणि शोषित घटकांसाठी काम करते. जर कृत्रिम बुद्धिमत्तेवर आधारित धोरणे केवळ शहरांमधील किंवा तांत्रिक साक्षर लोकांच्या माहितीवर आधारित असतील, तर ग्रामीण आणि दुर्गम भागातील प्रश्नांकडे दुर्लक्ष होण्याची भीती असते. त्यामुळे, कृत्रिम बुद्धिमत्तेची व्याख्या केवळ 'मशीन लर्निंग' किंवा 'डीप लर्निंग' या तांत्रिक शब्दांत न अडकता, ती 'सामाजिक न्यायाच्या' कसोटीवर घासून पाहणे आवश्यक आहे.

ऐतिहासिक दृष्टिकोनातून पाहिल्यास, कृत्रिम बुद्धिमत्तेचा विकास हा मानवी श्रमाचे ओझे कमी करण्यासाठी झाला होता, परंतु आज ती मानवी बुद्धिमत्तेची जागा घेईल की काय, अशी भीती व्यक्त केली जाते. समाजकार्याच्या क्षेत्रात मानवी स्पर्श (Human Touch) आणि सहसंवेदना (Empathy) या दोन अत्यंत महत्त्वाच्या बाबी आहेत. एखादा अल्गोरिदम एखाद्या व्यक्तीला किती मदत हवी आहे हे

गुणांच्या (Scores) स्वरूपात सांगू शकतो, पण त्या व्यक्तीच्या डोळ्यांतील वेदना किंवा तिच्या आवाजातील अगतिकता केवळ एक समाजकर्ताच समजू शकतो. कृत्रिम बुद्धिमत्तेच्या प्रगत व्याख्यांमध्ये 'तर्कसंगतता' (Rationality) यावर भर दिला जातो, पण समाजकार्यात तर्कशास्त्रापेक्षाही अनेकदा मानवी हक्क आणि सामाजिक मूल्यांना अधिक महत्त्व दिले जाते. यामुळेच कृत्रिम बुद्धिमत्ता ही समाजकार्यासाठी एक साधन (Tool) असू शकते, पण ती कधीही साध्य (Goal) किंवा समाजकर्त्याचा पर्याय असू शकत नाही.

कृत्रिम बुद्धिमत्तेच्या संकल्पनेमध्ये 'माहितीची गोपनीयता' (Data Privacy) हा एक अत्यंत कळीचा मुद्दा आहे. भारतीय संदर्भात, जिथे साक्षरतेचे प्रमाण आणि विशेषतः तांत्रिक साक्षरतेची कमतरता आहे, तिथे लोकांकडून संकलित केली जाणारी माहिती कशी वापरली जाते, हे त्यांना अनेकदा माहित नसते. समाजकार्य करताना आपण लाभार्थ्यांची वैयक्तिक आणि संवेदनशील माहिती गोळा करतो. जर ही माहिती कृत्रिम बुद्धिमत्तेच्या यंत्रणेत दिली गेली आणि त्या यंत्रणेत सुरक्षिततेच्या त्रुटी असतील, तर त्यातून संबंधित व्यक्तीच्या गोपनीयतेचा भंग होऊ शकतो. ही बाब समाजकार्याच्या नैतिक मूल्यांच्या विरोधात आहे. त्यामुळे कृत्रिम बुद्धिमत्तेचा अभ्यास करताना ती केवळ कार्यक्षमता वाढवणारे तंत्रज्ञान म्हणून न पाहता, ती मानवी सन्मान आणि हक्कांचे रक्षण करते का, याकडे डोळसपणे पाहणे आवश्यक आहे.

या तंत्रज्ञानातील 'अल्गोरिदमचा पूर्वग्रह' (Algorithmic Bias) ही संकल्पना समाजकार्याच्या दृष्टीने अत्यंत चिंताजनक आहे. कृत्रिम बुद्धिमत्ता ही तिला पुरवण्यात आलेल्या माहितीवरून शिकते. जर ऐतिहासिक माहितीमध्ये जात, धर्म, लिंग किंवा प्रदेशावरून भेदभाव असेल, तर कृत्रिम बुद्धिमत्ता त्याच भेदभावाला अधिक बळकट करते. उदाहरणार्थ, जर एखाद्या सॉफ्टवेअरला गुन्हेगारी रोखण्यासाठी

प्रशिक्षित केले गेले आणि त्यामध्ये ऐतिहासिक दृष्ट्या विशिष्ट समुदायाला अधिक लक्ष्य केले गेले असेल, तर ते सॉफ्टवेअर भविष्यातही त्याच समुदायाला 'संशयित' म्हणून चिन्हांकित करेल. भारतीय समाजातील जातीव्यवस्था आणि पितृसत्ताक पद्धतीचा विचार करता, कृत्रिम बुद्धिमत्तेचा असा वापर सामाजिक न्यायाच्या संकल्पनेला हरताळ फासणारा ठरू शकतो. म्हणूनच, कृत्रिम बुद्धिमत्तेकडे पाहताना एक चिकित्सक दृष्टिकोन ठेवणे गरजेचे आहे.

तंत्रज्ञान हे कधीही तटस्थ नसते; ते ज्यांच्या हातात असते आणि ज्यांच्या हितासाठी वापरले जाते, त्यानुसार त्याचे स्वरूप ठरते. कृत्रिम बुद्धिमत्तेच्या बाबतीतही हेच लागू होते. ती मोठ्या कॉर्पोरेट कंपन्यांच्या नफ्यासाठी वापरली जात आहे की, शेवटच्या घटकाच्या उत्थानासाठी, हा खरा प्रश्न आहे. समाजकार्यात आपण समुदाय विकासावर भर देतो. समुदाय विकासामध्ये लोकांचा सहभाग (People's Participation) महत्त्वाचा असतो. कृत्रिम बुद्धिमत्ता ही अनेकदा 'वरिष्ठ स्तरावरून' (Top-down approach) लादलेली प्रक्रिया वाटू शकते, जिथे निर्णय यंत्रांद्वारे घेतले जातात आणि लोकांचा त्यामध्ये कोणताही हस्तक्षेप नसतो. ही स्थिती लोकशाही आणि सहभागी समाजकार्याच्या मूल्यांना आव्हान देणारी आहे. त्यामुळे कृत्रिम बुद्धिमत्तेच्या व्याख्यांमध्ये 'पारदर्शकता' (Transparency) आणि 'उत्तरदायित्व' (Accountability) या घटकांचा समावेश करणे भारतीय समाजकार्याच्या संदर्भात अनिवार्य आहे.

समाजकार्यकर्त्याची भूमिका या बदलत्या काळात अधिक आव्हानात्मक होणार आहे. त्याला केवळ सामाजिक प्रश्नांची जाण असून चालणार नाही, तर तंत्रज्ञान कशा प्रकारे कार्य करते आणि त्याचे समाजावर काय परिणाम होतात, याचेही ज्ञान असणे आवश्यक आहे. कृत्रिम बुद्धिमत्ता ही एक दुधारी तलवार आहे. ती आरोग्य सुविधांच्या वितरणात मदत करू शकते, शिक्षणातील अडथळे दूर

करण्यासाठी वापरली जाऊ शकते, पण त्याच वेळी ती पाळत ठेवणे (Surveillance) आणि लोकांच्या स्वातंत्र्यावर गदा आणण्यासाठीही वापरली जाऊ शकते. भारतीय ग्रामीण भागात जिथे वीज आणि इंटरनेटच्या समस्या आहेत, तिथे एआय-आधारित उपाययोजना करताना त्या खरोखरच सर्वसमावेशक आहेत का, याची तपासणी समाजकार्यकर्त्याने केली पाहिजे. कृत्रिम बुद्धिमत्ता ही मानवी बुद्धिमत्तेला पर्याय नसून ती केवळ एक पूरक शक्ती आहे, हे आपण ठामपणे मांडले पाहिजे.

कृत्रिम बुद्धिमत्तेच्या विविध व्याख्यांमध्ये 'स्वयं-शिक्षण' (Self-learning) ही एक महत्त्वाची क्षमता मानली जाते. यंत्रे अनुभवातून शिकतात, पण यंत्रांना 'अनुभव' नसतो, त्यांच्याकडे फक्त 'डेटा' असतो. मानवी अनुभव हा संस्कृती, परंपरा, संघर्ष आणि संघर्षातून निर्माण होणाऱ्या जाणिवांनी बनलेला असतो. समाजकार्यात आपण व्यक्तीच्या सामाजिक पार्श्वभूमीचा विचार करतो. यंत्रांना ही पार्श्वभूमी केवळ आकड्यांच्या भाषेत समजते. त्यामुळेच समाजकार्यामध्ये कृत्रिम बुद्धिमत्तेचा वापर करताना एक अत्यंत सावध भूमिका घेणे आवश्यक आहे. आपण तंत्रज्ञानाच्या आहारी जाऊन सामाजिक प्रश्नांचे सुलभीकरण (Simplification) करता कामा नये. गरिबी, बेरोजगारी किंवा हिंसाचार हे प्रश्न केवळ गणिताच्या सूत्रांनी सुटणारे नसून, त्यासाठी खोलवर रुजलेल्या सामाजिक कारणांचा शोध घ्यावा लागतो, जो केवळ मानवी संवेदनांनीच शक्य आहे.

शेवटी, कृत्रिम बुद्धिमत्तेची संकल्पना स्पष्ट करताना हे नमूद करणे आवश्यक आहे की, हे तंत्रज्ञान अद्याप विकसनशील अवस्थेत आहे. ते परिपूर्ण नाही आणि त्याचे परिणाम अद्याप पूर्णपणे समोर आलेले नाहीत. समाजकार्याच्या मूल्यांशी बांधील राहून जेव्हा आपण या तंत्रज्ञानाचा विचार करतो, तेव्हा आपल्याला असे दिसून येते की, तंत्रज्ञान कितीही प्रगत झाले तरी समाजातील दुर्बल घटकांचे संरक्षण

आणि न्याय मिळवून देणे ही जबाबदारी अंतिमतः मानवाचीच राहते. कृत्रिम बुद्धिमत्तेने दिलेले निष्कर्ष हे अंतिम सत्य न मानता, ते केवळ एक संकेत (Indicators) म्हणून वापरले गेले पाहिजेत. अंतिम निर्णय हा समाजकार्याच्या नीतितत्वांना, मानवी हक्कांना आणि घटनात्मक मूल्यांना स्मरूनच घेतला गेला पाहिजे. या पार्श्वभूमीवर, कृत्रिम बुद्धिमत्ता आणि समाजकार्य यांचा संबंध हा केवळ तांत्रिक नसून तो नैतिक, राजकीय आणि सामाजिक स्वरूपाचा आहे, हे विद्यार्थ्यांने पक्के लक्षात ठेवले पाहिजे. या नवीन युगात समाजकार्यकर्त्याने तंत्रज्ञानाचे मालक होण्यापेक्षा त्याचे 'चिकित्सक पहारेकरी' होणे अधिक गरजेचे आहे, जेणेकरून तंत्रज्ञानाचा वापर विषमतेची दरी रुंदावण्यासाठी न होता, ती सांधण्यासाठी केला जाईल.

समाजकार्याची संकल्पना व व्याप्ती

समाजकार्याची संकल्पना आणि व्याप्ती समजून घेताना, प्रथम हे स्पष्ट करणे आवश्यक आहे की समाजकार्य हे केवळ सेवाभावी वृत्तीने केलेले कार्य किंवा केवळ 'दानधर्म' नाही. समाजकार्य हे एक प्रगत, शास्त्रशुद्ध आणि व्यावसायिक विद्याशाखा असून, तिचे मूळ मानवी हक्क, सामाजिक न्याय आणि लोकशाही मूल्यांमध्ये दडलेले आहे. भारतीय संदर्भात समाजकार्याचा उगम हा परंपरेने चालत आलेल्या परोपकाराच्या भावनेतून झाला असला तरी, विसाव्या शतकाच्या मध्यात त्याचे रूपांतर एका संघटित व्यावसायिक शिक्षणामध्ये झाले. समाजकार्य म्हणजे व्यक्ती, समूह आणि समुदाय यांना त्यांच्या समस्या सोडवण्यासाठी अशा प्रकारे सक्षम करणे, जेणेकरून ते स्वतःचे जीवन सन्मानाने जगू शकतील. ही प्रक्रिया केवळ तात्पुरती मदत देण्यापुरती मर्यादित नसून, ती सामाजिक संरचनेतील दोष शोधून त्यात बदल घडवून आणण्यावर भर देते. समाजकार्याची जागतिक व्याख्या पाहिल्यास असे लक्षात येते की, हे क्षेत्र सामाजिक परिवर्तन, सामाजिक विकास, सामाजिक एकता आणि लोकांचे सक्षमीकरण या

तत्त्वांना प्रोत्साहन देते. भारतीय समाजरचनेत जिथे जात, वर्ग, लिंग आणि धर्म यांमुळे निर्माण झालेली विषमता खोलवर रुजलेली आहे, तिथे समाजकार्याची भूमिका ही केवळ समस्या निवारणाची नसून ती व्यवस्थेत बदल घडवून आणणाऱ्या एका सक्रिय साधनाची आहे.

व्यावसायिक समाजकार्य हे मानवी वर्तणुकीचे आणि सामाजिक प्रणालींचे सखोल विश्लेषण करते. हे शास्त्र मानवाच्या केवळ आर्थिक गरजांचा विचार न करता, त्याच्या मानसिक, सामाजिक आणि राजकीय स्थितीचाही साकल्याने विचार करते. समाजकार्याच्या व्याप्तीमध्ये 'व्यक्ती' हा केंद्रबिंदू असला तरी, ती व्यक्ती ज्या समाजात वावरते, त्या समाजातील सत्तासंबंध आणि संसाधनांचे वाटप यावरही समाजकार्य भाष्य करते. उदाहरणार्थ, गरिबीचे निर्मूलन करताना समाजकार्यकर्ता केवळ अन्न किंवा वस्त्र पुरवण्यावर भर देत नाही, तर त्या व्यक्तीला रोजगाराच्या संधी का मिळत नाहीत, शिक्षणामध्ये काय अडथळे आहेत आणि सरकारी धोरणे तिच्यापर्यंत का पोहोचत नाहीत, याचा शोध घेतो. ही 'समस्या-निवारण' पद्धती वैज्ञानिक पायरीवर आधारलेली असते, ज्यामध्ये निरीक्षण, माहिती संकलन, विश्लेषण आणि नियोजित हस्तक्षेप या प्रक्रियांचा समावेश होतो. या प्रक्रियेत समाजकार्यकर्ता हा केवळ एक 'मदतनीस' नसून तो एक 'परिवर्तनाचा वाहक' (Change Agent) म्हणून कार्य करतो.

समाजकार्याची व्याप्ती अत्यंत विशाल असून ती जीवनाच्या प्रत्येक क्षेत्राला स्पर्श करते. प्राथमिक स्तरावर, यामध्ये 'वैयक्तिक समाजकार्य' (Social Case Work) येते, जिथे व्यक्तीच्या मानसिक आणि कौटुंबिक समस्यांवर लक्ष केंद्रित केले जाते. विशेषतः आजच्या धावपळीच्या युगात, जिथे मानसिक ताणतणाव आणि कौटुंबिक विखंडन वाढत आहे, तिथे समुपदेशन आणि मानसिक पुनर्वसन हे समाजकार्याचे महत्त्वाचे पैलू बनले आहेत. त्यानंतर 'गट समाजकार्य' (Social Group Work) येते, ज्यामध्ये समान समस्या असलेल्या

व्यक्तींना एकत्र आणून त्यांच्यातील परस्पर सहकार्यातून विकास साधला जातो. भारतीय ग्रामीण संदर्भात 'समुदाय संघटन' (Community Organization) हे समाजकार्याचे सर्वात प्रभावी अंग मानले जाते. ग्रामीण विकास, पाण्याचे प्रश्न, आरोग्य आणि स्वच्छता यांसारख्या प्रश्नांवर गावाला संघटित करून सामूहिक कृती (Collective Action) घडवून आणणे, ही समाजकार्याची मुख्य व्याप्ती आहे. यामध्ये केवळ विकासकामे करणे अपेक्षित नसून, लोकांमध्ये 'राजकीय आणि सामाजिक जाणीव' निर्माण करणे हा मुख्य उद्देश असतो.

समाजकार्याच्या व्याप्तीचा विचार करताना भारतीय समाजातील वंचित घटकांचा संदर्भ घेणे अपरिहार्य आहे. बाल कल्याण, महिला सक्षमीकरण, अनुसूचित जाती आणि जमातींचे प्रश्न, तसेच अपंग आणि वृद्धांचे पुनर्वसन हे या क्षेत्रातील कळीचे मुद्दे आहेत. बाल हक्कांच्या क्षेत्रात काम करताना समाजकार्यकर्त्याला कुपोषण, बालमजुरी आणि बाल तस्करी यांसारख्या गंभीर आव्हानांना तोंड द्यावे लागते. महिलांच्या संदर्भात, केवळ घरगुती हिंसाचारापासून संरक्षण देणे म्हणजे समाजकार्य नव्हे, तर महिलांना आर्थिकदृष्ट्या स्वावलंबी बनवणे आणि निर्णय प्रक्रियेत त्यांचा सहभाग वाढवणे ही खरी व्याप्ती आहे. दलित आणि आदिवासी समुदायांच्या हक्कांसाठी काम करताना, समाजकार्याला 'सामाजिक न्यायाचा' लढा द्यावा लागतो. भारतीय संविधानाने दिलेले हक्क प्रत्यक्षात तळागाळातील लोकांपर्यंत पोहोचवण्यासाठी धोरणात्मक हस्तक्षेप आणि कायदेशीर साक्षरता हे समाजकार्याचे अविभाज्य भाग आहेत.

आधुनिक काळामध्ये समाजकार्याची व्याप्ती 'सामाजिक धोरण आणि प्रशासन' (Social Policy and Administration) या क्षेत्रापर्यंत विस्तारली आहे. केवळ प्रत्यक्ष क्षेत्रीय काम (Field Work) न करता, सरकारला धोरणनिर्मितीमध्ये मदत करणे, सामाजिक प्रश्नांचे सखोल

संशोधन करणे आणि आंतरराष्ट्रीय स्तरावर मानवी हक्कांचे समर्थन करणे ही समाजकार्याची उच्चस्तरीय कार्ये आहेत. सामाजिक संशोधन हे समाजकार्याला वैज्ञानिक आधार देते. जोपर्यंत आपल्याकडे समाजातील वास्तव प्रश्नांची सांख्यिकीय आणि गुणात्मक माहिती नसते, तोपर्यंत प्रभावी योजना आखता येत नाहीत. समाजकार्य संशोधन हे केवळ सिद्धांतांसाठी नसून ते 'कृती' (Action) आणि 'परिवर्तन' (Change) यासाठी असते. आपत्ती व्यवस्थापन हा देखील समाजकार्याचा एक महत्त्वाचा आणि व्यापक विभाग बनला आहे. नैसर्गिक असो वा मानवनिर्मित, आपत्तीच्या काळात केवळ तात्काळ मदत करणे नव्हे, तर आपत्तीनंतरच्या काळात लोकांचे सामाजिक आणि आर्थिक पुनर्वसन करणे, ही जबाबदारी समाजकार्यकर्त्यांची असते.

समाजकार्याची ही संकल्पना आणि व्याप्ती आता एका नवीन वळणावर येऊन ठेपली आहे, जिथे तंत्रज्ञान आणि मानवी मूल्ये यांचा संघर्ष आणि संगम दोन्ही पाहायला मिळतात. कृत्रिम बुद्धिमत्तेच्या (AI) आगमनामुळे समाजकार्याची पारंपरिक पद्धत बदलण्याची शक्यता वर्तवली जात आहे. परंतु, समाजकार्याचा गाभा हा 'मानवी संबंधांवर' आधारित आहे. समाजकार्यात वापरली जाणारी 'सहसंवेदना' (Empathy) ही कोणत्याही अल्गोरिदमद्वारे निर्माण करता येत नाही. जेव्हा आपण म्हणतो की समाजकार्याची व्याप्ती वाढली आहे, तेव्हा त्याचा अर्थ असा की आता समाजकार्यकर्त्याला डिजिटल माध्यमांचा, माहिती तंत्रज्ञानाचा आणि कृत्रिम बुद्धिमत्तेचा वापर करणे भाग आहे. उदाहरणार्थ, एखादे आरोग्यविषयक धोरण ठरवताना जर कृत्रिम बुद्धिमत्ता डेटा विश्लेषण करून निष्कर्ष देत असेल, तर तो निष्कर्ष समाजकार्याच्या नीतिमत्तेला धरून आहे की नाही, हे तपासण्याचे काम समाजकार्यकर्त्याचे आहे. तंत्रज्ञान हे केवळ साधन आहे, साध्य नव्हे. समाजकार्याच्या व्याप्तीमध्ये आता 'डिजिटल अधिकार' आणि

'माहितीची गोपनीयता' यांसारख्या नवीन विषयांचा समावेश झाला आहे.

भारतीय परिस्थितीमध्ये डिजिटल दरी (Digital Divide) ही समाजकार्यासाठी एक मोठे आव्हान आहे. कृत्रिम बुद्धिमत्ता ही शहरांमधील उच्चभ्रू वर्गासाठी सोयीस्कर असू शकते, पण दुर्गम भागातील आदिवासी किंवा गरीब शेतकऱ्यासाठी ती अजूनही स्वप्नवत आहे. अशा वेळी, समाजकार्याची व्याप्ती केवळ तंत्रज्ञानाचा स्वीकार करण्यापुरती मर्यादित न ठेवता, तंत्रज्ञानामुळे समाजात नवीन विषमता निर्माण होऊ नये याची काळजी घेण्यापर्यंत विस्तारली पाहिजे. तंत्रज्ञानामुळे येणारे देखरेख (Surveillance) आणि नियंत्रण हे मानवी स्वातंत्र्याला बाधा आणू शकते. समाजकार्यकर्ता येथे एक 'वॉचडॉग' (Watchdog) म्हणून काम करतो, जो हे सुनिश्चित करतो की तंत्रज्ञानाचा वापर लोकांच्या कल्याणासाठी आणि सक्षमीकरणासाठी केला जावा, त्यांच्या शोषणासाठी नाही.

समाजकार्याची व्याप्ती ही केवळ स्वयंसेवी संस्था (NGOs) किंवा सरकारी योजनांपुरती मर्यादित नाही, तर ती कॉर्पोरेट क्षेत्रातील सामाजिक जबाबदारी (CSR), कामगार कल्याण आणि पर्यावरण रक्षण यांसारख्या क्षेत्रांतही पसरली आहे. हवामान बदलाचा (Climate Change) सर्वात मोठा फटका समाजातील गरीब घटकांना बसतो. त्यामुळे 'पर्यावरणीय समाजकार्य' (Environmental Social Work) ही एक नवीन आणि महत्त्वाची शाखा म्हणून उदयास येत आहे. शाश्वत विकास आणि नैसर्गिक संसाधनांचे न्याय्य वाटप हे समाजकार्याचे नवे उद्दिष्ट बनले आहे. एकूणच, समाजकार्य हे एक गतिमान क्षेत्र आहे, जे काळाप्रमाणे स्वतःला बदलत राहते. कृत्रिम बुद्धिमत्तेच्या युगात समाजकार्याची संकल्पना अधिक प्रगल्भ होणे आवश्यक आहे, जिथे तांत्रिक प्रगती आणि मानवी सन्मान यांचा योग्य समतोल साधला जाईल. समाजकार्याचा अभ्यासक्रम केवळ तांत्रिक कौशल्यांवर भर न

देता, विद्यार्थ्यांना सामाजिक वास्तवाची जाणीव करून देणारा आणि त्यांच्यात नैतिक विचार करण्याची क्षमता विकसित करणारा असणे गरजेचे आहे.

पुढील टप्प्यावर विचार करताना हे लक्षात येते की, समाजकार्यकर्त्याची भूमिका ही माहितीचे संकलन करण्यापेक्षा त्या माहितीचा मानवी दृष्टिकोनातून अर्थ लावण्यामध्ये आहे. कृत्रिम बुद्धिमत्ता कितीही प्रगत झाली तरी, एखादा वंचित माणूस आपल्या अस्तित्वासाठी जो संघर्ष करतो, त्या संघर्षाचे सौंदर्य आणि वेदना यंत्राला समजणार नाहीत. समाजकार्याची व्याप्ती ही या 'मानवी वेदनेच्या' मुळाशी जाऊन त्यावर 'सामाजिक न्यायाच्या' चौकटीत उपाय शोधण्याची आहे. भारतीय समाजरचनेत क्रांती घडवून आणण्यासाठी समाजकार्याला आंबेडकरी विचार, गांधीवादी मूल्ये आणि मार्क्सवादी विश्लेषणाची जोड देणे आवश्यक ठरते. कृत्रिम बुद्धिमत्तेचा वापर करताना देखील आपल्याला हे पहावे लागेल की, हा तंत्रज्ञानाचा वापर कोणाच्या हातातील सत्ता बळकट करत आहे. जर तंत्रज्ञान हे केवळ भांडवलदारांच्या नफ्यासाठी वापरले जात असेल आणि त्यामुळे गरिबांचे शोषण वाढत असेल, तर त्या तंत्रज्ञानाचा विरोध करणे किंवा त्यात सुधारणा सुचवणे हे समाजकार्याच्या व्याप्तीमध्ये येते.

समाजकार्य हे केवळ एक करिअर नसून ती एक सामाजिक बांधिलकी आहे. या क्षेत्रातील संकल्पनात्मक स्पष्टता ही विद्यार्थ्यांना प्रत्यक्ष कामात दिशा दाखवते. जेव्हा आपण 'सक्षमीकरण' म्हणतो, तेव्हा त्यामध्ये आर्थिक, राजकीय आणि तांत्रिक अशा तिन्ही सक्षमीकरणाचा समावेश होतो. कृत्रिम बुद्धिमत्ता आणि तंत्रज्ञानाच्या काळात समाजकार्याची व्याप्ती ही 'अन्यायकारक अल्गोरिदम' विरुद्धच्या लढाईपर्यंत पोहोचली आहे. अशा प्रकारे, समाजकार्य हे सातत्याने विकसित होणारे, चिकित्सक विचार करणारे आणि मानवी मूल्यांशी

बांधील असणारे एक महत्त्वाचे विद्याशाखा आहे. या शाखेचा अभ्यास करताना आपल्याला जुन्या परंपरांमधील चांगल्या गोष्टींचे जतन करायचे आहे आणि नवीन तंत्रज्ञानातील धोके ओळखून त्याचा लोककल्याणासाठी वापर करायचा आहे. हीच समाजकार्याची खऱ्या अर्थाने व्यापक आणि आधुनिक संकल्पना आहे, जी भविष्यातील आव्हानांना तोंड देण्यासाठी समाजकार्यकर्त्याला सज्ज करते.

समाजकार्याच्या क्षेत्रातील व्यावसायिक नीतितत्त्वे (Professional Ethics) हे व्याप्तीचे सर्वात महत्त्वाचे अंग आहे. तंत्रज्ञान कितीही प्रगत झाले तरी समाजकार्यकर्त्याला गोपनीयता, स्व-निर्णयाचा अधिकार आणि स्वीकृती या तत्त्वांचे पालन करावे लागते. कृत्रिम बुद्धिमत्तेच्या संदर्भात, जेव्हा विदा (Data) गोळा केला जातो, तेव्हा त्या व्यक्तीच्या संमतीचा विचार करणे ही नैतिक जबाबदारी आहे. भारतीय ग्रामीण भागात जिथे अशिक्षितपणामुळे लोकांच्या माहितीचा गैरवापर होण्याची भीती असते, तिथे समाजकार्यकर्ता संरक्षकाची भूमिका बजावतो. या सर्वांचा विचार करता, समाजकार्याची संकल्पना ही केवळ कागदावरची व्याख्या नसून ती एक जिवंत आणि प्रवाही प्रक्रिया आहे, जी सतत समाजाला अधिक चांगल्या आणि न्यायपूर्ण दिशेकडे नेण्याचा प्रयत्न करते.

AI आणि समाजकार्य यांचा परस्पर संबंध

कृत्रिम बुद्धिमत्ता (AI) आणि समाजकार्य या दोन क्षेत्रांचा परस्पर संबंध समजून घेणे ही आजच्या काळातील सर्वात मोठी शैक्षणिक आणि व्यावसायिक गरज आहे. समाजकार्य हे मानवी संवेदना, मूल्ये आणि सामाजिक न्यायावर आधारलेले शास्त्र आहे, तर कृत्रिम बुद्धिमत्ता हे गणिताच्या सूत्रांवर आणि सांख्यिकीय माहितीवर चालणारे तंत्रज्ञान आहे. सकृतदर्शनी ही दोन टोकाची क्षेत्रे वाटू शकतात, परंतु आधुनिक काळात माहितीचे वाढते प्रमाण आणि सामाजिक समस्यांचे गुंतागुंतीचे

स्वरूप पाहता या दोघांचा संबंध अपरिहार्य झाला आहे. समाजकार्याचा गाभा हा व्यक्ती आणि तिचे पर्यावरण यांच्यातील आंतरक्रिया सुधारणे हा आहे, आणि कृत्रिम बुद्धिमत्ता याच आंतरक्रियांचा डेटा (Data) विश्लेषणाद्वारे अर्थ लावण्याचा प्रयत्न करते. व्यावसायिक समाजकार्यामध्ये जेव्हा आपण एखाद्या समुदायाचा अभ्यास करतो, तेव्हा आपण केवळ वरवरच्या समस्या पाहत नाही, तर त्यामागील खोलवर रुजलेली सामाजिक, आर्थिक आणि राजकीय कारणे शोधतो. कृत्रिम बुद्धिमत्ता याच प्रक्रियेमध्ये एक तांत्रिक सहाय्यक म्हणून समोर येते, जी प्रचंड माहितीचे जलद विश्लेषण करून समाजकार्यकर्त्याला निर्णय प्रक्रियेत मदत करू शकते. मात्र, हा संबंध प्रस्थापित करताना तंत्रज्ञान हे मानवी हस्तक्षेपाचा पर्याय नसून ते केवळ एक साधन आहे, ही जाणीव ठेवणे अत्यंत महत्त्वाचे आहे.

समाजकार्य आणि कृत्रिम बुद्धिमत्ता यांच्यातील संबंधाचा उगम 'डेटा-चालित समाजकार्य' (Data-driven Social Work) या संकल्पनेत दडलेला आहे. ऐतिहासिकदृष्ट्या समाजकार्यात नोंदी ठेवणे, अहवाल तयार करणे आणि त्या आधारे धोरणे आखणे ही प्रक्रिया मानवी कष्टाने केली जात असे. आज कृत्रिम बुद्धिमत्तेच्या माध्यमातून आपण सामाजिक समस्यांचे पूर्वानुमान (Predictive Analysis) लावू शकतो. उदाहरणार्थ, एखाद्या विशिष्ट भौगोलिक क्षेत्रात बालविवाहाचे प्रमाण का वाढत आहे किंवा कुपोषणाची समस्या कोणत्या ऋतूत तीव्र होते, याचा अंदाज ऐतिहासिक डेटाच्या आधारे एआय वर्तवू शकते. भारतीय संदर्भात, जिथे संसाधने मर्यादित आहेत आणि गरजा प्रचंड आहेत, तिथे अशा प्रकारचे तंत्रज्ञान समाजकार्यकर्त्यांना त्यांच्या कामाची प्राथमिकता ठरवण्यासाठी मदत करू शकते. परंतु, येथेच एक मोठा धोकाही संभवतो. जर कृत्रिम बुद्धिमत्तेला दिलेली माहिती चुकीची किंवा पूर्वग्रहदूषित असेल, तर त्याचे निष्कर्षही चुकीचे निघू शकतात, ज्यामुळे समाजातील उपेक्षित घटकांवर अधिक अन्याय होऊ शकतो.

त्यामुळे या दोन क्षेत्रांचा संबंध हा केवळ तांत्रिक नसून तो पूर्णतः नैतिक (Ethical) पायावर उभा असणे गरजेचे आहे.

भारतीय समाजरचनेचा विचार करता, कृत्रिम बुद्धिमत्तेचा वापर हा गरिबी निर्मूलन आणि आरोग्य सुविधांच्या वितरणात महत्त्वपूर्ण ठरू शकतो. उदाहरणार्थ, सार्वजनिक वितरण प्रणालीमध्ये (PDS) एआयचा वापर करून पात्र लाभार्थ्यांची ओळख पटवणे आणि गळती रोखणे शक्य आहे. मात्र, येथेच 'डिजिटल दरी' (Digital Divide) हा मुद्दा प्रकर्षाने समोर येतो. भारतातील ग्रामीण भागातील अनेक लोक आजही साक्षरतेच्या आणि तंत्रज्ञानाच्या मुख्य प्रवाहापासून दूर आहेत. जर समाजकार्यात एआयचा वापर करताना केवळ डिजिटल डेटावरच अवलंबून राहिले, तर ज्यांची माहिती डिजिटल स्वरूपात उपलब्ध नाही (उदा. भटक्या जमाती किंवा दुर्गम भागातील रहिवासी), ते या प्रक्रियेतून पूर्णपणे बाद होण्याची भीती असते. अशा प्रकारे, एआय आणि समाजकार्य यांच्यातील संबंध हा केवळ कार्यक्षमता वाढवण्यासाठी नसून, तो तंत्रज्ञानामुळे निर्माण होणारी नवीन सामाजिक विषमता रोखण्यासाठी देखील असावा लागतो. समाजकार्यकर्त्याची भूमिका येथे केवळ तंत्रज्ञान वापरण्यापुरती मर्यादित नसून, ते तंत्रज्ञान सर्वसमावेशक आहे की नाही हे पाहण्याची असते.

आरोग्य क्षेत्रातील समाजकार्यात कृत्रिम बुद्धिमत्तेचा प्रवेश अत्यंत वेगाने होत आहे. विशेषतः ग्रामीण भारतात जिथे डॉक्टरांची कमतरता आहे, तिथे एआय-आधारित 'डायग्नोस्टिक टूल्स' समाजकार्यकर्त्यांना प्राथमिक आरोग्य तपासणीत मदत करू शकतात. एखादा समाजकार्यकर्ता एआय प्रणालीचा वापर करून गरोदर मातांमधील जोखमीचे घटक ओळखू शकतो आणि त्यांना वेळीच मोठ्या रुग्णालयात हलवण्याचा सल्ला देऊ शकतो. बालकांच्या मानसिक आरोग्यासाठी किंवा समुपदेशनासाठी एआय चॅटबॉट्सचा

(Chatbots) वापर करण्याचे प्रयोग सुरू आहेत. परंतु, येथे मानवी स्पर्शाचा अभाव ही एक मोठी मर्यादा आहे. मानसिक वेदना किंवा कौटुंबिक छळाचे प्रश्न सोडवताना पीडित व्यक्तीला यंत्रापेक्षा एका मानवी समाजकार्यकर्त्याची सहसंवेदना (Empathy) अधिक आधार देते. यंत्राला शब्दांचा अर्थ समजतो, पण त्या शब्दांमागील भावना समजण्याची क्षमता त्यात नसते. त्यामुळेच समाजकार्य आणि कृत्रिम बुद्धिमत्ता यांचा संबंध हा 'सहाय्यक-पूरक' असावा, 'पर्याय' असा असू नये.

आपत्ती व्यवस्थापनामध्ये (Disaster Management) या दोन्ही क्षेत्रांचा संबंध अत्यंत प्रभावी ठरू शकतो. भारतात येणारे पूर, चक्रीवादळे किंवा दुष्काळ यांसारख्या परिस्थितीत कृत्रिम बुद्धिमत्ता उपग्रहांच्या माहितीवरून आपत्तीच्या तीव्रतेचा अंदाज देऊ शकते. समाजकार्यकर्ते या माहितीचा वापर करून बचाव कार्याचे नियोजन करू शकतात, पुनर्वसनासाठी निधीचे वाटप करू शकतात आणि गरजूंना तातडीने मदत पोहोचवू शकतात. परंतु, प्रत्यक्ष जमिनीवर काम करताना अनेकदा अशा समस्या येतात ज्यांच्याबद्दल एआयकडे कोणताही डेटा नसतो. उदाहरणार्थ, आपत्तीच्या काळात महिलांची सुरक्षितता किंवा लहान मुलांचे शोषण यांसारख्या सामाजिक समस्या हाताळण्यासाठी समाजकार्यकर्त्याचे कौशल्य आणि अनुभवच कामी येतो. त्यामुळे तंत्रज्ञानाने दिलेला आकडा आणि प्रत्यक्षातील मानवी वास्तव यातील दरी सांधण्याचे काम समाजकार्य आणि एआयच्या संबंधात महत्त्वाचे ठरते.

नैतिकतेचा मुद्दा समाजकार्य आणि कृत्रिम बुद्धिमत्तेच्या संबंधात सर्वात महत्त्वाचा आहे. समाजकार्याची मूल्ये ही गोपनीयता (Confidentiality) आणि व्यक्तीच्या सन्मानावर (Dignity) आधारित आहेत. जेव्हा आपण लाभार्थ्यांची माहिती एआय प्रणालीला देतो, तेव्हा त्या माहितीच्या गोपनीयतेचा भंग होण्याची दाट शक्यता असते.

विशेषतः भारतातील 'डेटा प्रोटेक्शन' कायद्यांच्या अंमलबजावणीतील त्रुटी लक्षात घेता, उपेक्षित समुदायांची माहिती कॉर्पोरेट कंपन्यांच्या किंवा चुकीच्या लोकांच्या हातात पडू शकते. तसेच, 'अल्गोरिदममधील पूर्वग्रह' (Algorithmic Bias) हा देखील एक गंभीर विषय आहे. जर एखाद्या एआय मॉडेलला ऐतिहासिक माहितीच्या आधारे 'गुन्हेगारी प्रवण क्षेत्र' ओळखण्यास सांगितले, तर ते जातीच्या किंवा धर्माच्या आधारावर विशिष्ट वस्त्यांना लक्ष्य करू शकते. समाजकार्याचे ध्येय सामाजिक न्याय मिळवून देणे आहे, पण जर एआय प्रणालीच अन्यायाला तांत्रिक स्वरूप देत असेल, तर समाजकार्यकर्त्याला त्या तंत्रज्ञानाच्या विरोधात उभे राहावे लागेल. यामुळेच या दोघांच्या संबंधात चिकित्सक वृत्ती आणि नैतिक देखरेख अनिवार्य आहे.

समाजकार्यकर्त्याची भूमिका या तांत्रिक युगात अधिक गुंतागुंतीची आणि जबाबदारीची झाली आहे. आता समाजकार्यकर्त्याला केवळ सामाजिक सिद्धांतांची माहिती असून चालणार नाही, तर त्याला तंत्रज्ञानाच्या परिणामांचेही ज्ञान असणे आवश्यक आहे. समाजकार्यकर्ता हा समाजातील दुर्बल घटकांचा प्रतिनिधी असतो. जर तंत्रज्ञानामुळे रोजगाराच्या संधी कमी होत असतील किंवा डिजिटल साक्षरतेच्या अभावामुळे लोकांना त्यांच्या हक्कांपासून वंचित राहावे लागत असेल, तर समाजकार्यकर्त्याला या 'तांत्रिक अन्यायाविरुद्ध' लढावा लागेल. कृत्रिम बुद्धिमत्ता ही मानवी बुद्धिमत्तेला मदत करण्यासाठी आहे, तिचे नियंत्रण करण्यासाठी नाही, हे ठामपणे मांडण्याची जबाबदारी समाजकार्यकर्त्यावर आहे. समाजकार्यातील 'सबलीकरण' (Empowerment) या संकल्पनेत आता 'डिजिटल सबलीकरणाचा' समावेश करणे आवश्यक झाले आहे. लोकांना त्यांच्या डेटाचे अधिकार समजावून सांगणे आणि तंत्रज्ञानाचा वापर स्वतःच्या विकासासाठी कसा करावा, हे शिकवणे हे समाजकार्य आणि एआयच्या संबंधातील नवीन कार्यक्षेत्र आहे.

भारतीय ग्रामीण-शहरी दरीच्या संदर्भात कृत्रिम बुद्धिमत्तेचा वापर करताना एक मोठी अडचण म्हणजे भाषेचा अडथळा. बहुतांश एआय मॉडेल्स ही इंग्रजी किंवा काही निवडक जागतिक भाषांवर आधारित आहेत. भारतातील स्थानिक बोलीभाषा आणि प्रादेशिक संदर्भ यांमध्ये एआय अद्याप कच्चा आहे. समाजकार्य हे पूर्णपणे स्थानिक संदर्भात चालणारे कार्य आहे. एखादा समाजकार्यकर्ता जेव्हा महाराष्ट्रातील मेळघाटात किंवा गडचिरोलीत काम करतो, तेव्हा त्याला तिथल्या आदिवासींची भाषा, संस्कृती आणि परंपरा माहीत असणे गरजेचे असते. जर एआय प्रणाली या स्थानिक संदर्भांना समजून घेऊ शकली नाही, तर ती दिलेले उपाय निरुपयोगी ठरू शकतात. त्यामुळे तंत्रज्ञान आणि समाजकार्य यांच्या संबंधात 'स्थानिकीकरण' (Localization) हा एक कळीचा मुद्दा आहे. तंत्रज्ञानाने स्थानिक संस्कृतीचा आदर करणे आणि समाजकार्यकर्त्याने त्या तंत्रज्ञानाला स्थानिक गरजेनुसार वळवणे, हे या संबंधाचे यश आहे.

एआयच्या युगात समाजकार्याचे शिक्षण देणाऱ्या संस्थांनी (Social Work Schools) आपल्या अभ्यासक्रमात बदल करणे आवश्यक आहे. विद्यार्थ्यांना केवळ तांत्रिक बाबी न शिकवता, तंत्रज्ञानाचे सामाजिक परिणाम काय होतात आणि त्याचे मूल्यमापन कसे करावे, याचे प्रशिक्षण दिले पाहिजे. कृत्रिम बुद्धिमत्ता ही सर्व समस्यांचे उत्तर नाही, हे वास्तववादी भान विद्यार्थ्यांमध्ये रुजवणे गरजेचे आहे. समाजकार्य हे शेवटी 'माणसाने माणसासाठी' केलेले कार्य आहे. तंत्रज्ञान केवळ कामाचा वेग वाढवू शकते, पण ते कामाची 'आत्मा' किंवा 'नैतिकता' बदलू शकत नाही. समाजकार्य आणि एआय यांच्या परस्पर संबंधाचा विचार करताना आपल्याला नेहमी हे लक्षात ठेवावे लागेल की, तंत्रज्ञान हे लोकांच्या सेवेसाठी आहे, लोक तंत्रज्ञानाच्या सेवेसाठी नाहीत. कोणत्याही सरकारी किंवा निमसरकारी योजनेत एआयचा वापर करताना, त्यातून कोणीही वंचित राहणार नाही, हे पाहणे हे समाजकार्यकर्त्याचे मुख्य कर्तव्य आहे.

भविष्यात कृत्रिम बुद्धिमत्ता ही समाजकार्याच्या प्रशासकीय कामात मोठी मदत करू शकते. बजेट नियोजन, लाभार्थी निवड, आणि प्रकल्पांचे मूल्यमापन या गोष्टी एआयच्या साहाय्याने अधिक पारदर्शक आणि कार्यक्षमतेने करता येतील. परंतु, समाजकार्याची मूळ प्रेरणा ही सामाजिक परिवर्तनाची आहे, जी केवळ आकड्यांच्या पलीकडे असते. सामाजिक चळवळी, वंचितांचे संघटन आणि अन्यायाविरुद्धचा आवाज हे समाजकार्याचे अविभाज्य भाग आहेत, ज्यात एआय फारशी मदत करू शकत नाही. त्यामुळे, या दोन क्षेत्रांच्या संबंधात समाजकार्याचा वरचष्मा असणे गरजेचे आहे. तंत्रज्ञानाचा वापर कोणत्या मर्यादेपर्यंत करायचा आणि मानवी विवेक कुठे वापरायचा, याची सीमा आखणे हेच या शैक्षणिक पुस्तकाचे आणि समाजकार्याच्या विद्यार्थ्यांचे उद्दिष्ट असले पाहिजे. कृत्रिम बुद्धिमत्ता आणि समाजकार्य यांचा संबंध हा भविष्यातील एक अटळ सत्य आहे, पण तो संबंध 'मानव-केंद्रित' (Human-centric) ठेवणे हेच सर्वात मोठे आव्हान आहे.

समाजकार्य क्षेत्रात AI चा उदय

समाजकार्य क्षेत्राचा इतिहास हा सातत्याने परिवर्तनाचा आणि नवनवीन साधनांच्या स्वीकाराचा इतिहास राहिला आहे. विसाव्या शतकाच्या सुरुवातीला जेव्हा समाजकार्य हे केवळ परोपकार किंवा दानधर्माच्या स्वरूपात होते, तेव्हापासून ते आजच्या व्यावसायिक आणि वैज्ञानिक स्वरूपापर्यंत पोहोचताना तंत्रज्ञानाने नेहमीच महत्त्वाची भूमिका बजावली आहे. समाजकार्य क्षेत्रात कृत्रिम बुद्धिमत्तेचा (AI) उदय हा अपघाती नसून तो माहितीच्या वाढत्या साठ्याचे विश्लेषण करण्याच्या गरजेतून आणि सामाजिक समस्यांच्या वाढत्या गुंतागुंतीतून झाला आहे. पारंपारिक समाजकार्यामध्ये 'केस रेकॉर्ड्स' आणि 'अहवाल लेखन' हे प्रामुख्याने कागदपत्रांच्या स्वरूपात असायचे, परंतु संगणकीकरणाच्या लाटेनंतर या माहितीचे रूपांतर 'डिजिटल डेटा' मध्ये झाले. हाच डिजिटल डेटा कृत्रिम

बुद्धिमत्तेच्या उदयाचा पाया ठरला. आज जेव्हा आपण 'एआय' चा समाजकार्यातील प्रवेश म्हणतो, तेव्हा तो केवळ रोबोट्स किंवा स्वयंचलित यंत्रांपुरता मर्यादित नसून, तो प्रामुख्याने सामाजिक धोरणनिर्मिती, संसाधनांचे वाटप आणि गरजू लाभार्थ्यांची ओळख पटवण्याच्या प्रक्रियेत अधिक प्रभावीपणे समोर येत आहे. भारतीय समाजकार्याचा विचार करता, जिथे लोकसंख्या प्रचंड आहे आणि संसाधने मर्यादित आहेत, तिथे कार्यक्षमता वाढवण्यासाठी तंत्रज्ञानाचा आधार घेणे ही एक प्रशासकीय निकड बनली आहे.

कृत्रिम बुद्धिमत्तेचा उदय हा प्रामुख्याने 'भविष्यसूचक विश्लेषण' (Predictive Analytics) या संकल्पनेमुळे समाजकार्यात वेगाने झाला. सामाजिक संस्था आणि सरकारी यंत्रणांकडे वर्षानुवर्षांचा डेटा उपलब्ध असतो, मात्र या माहितीचा वापर करून भविष्यातील संकटांचा अंदाज लावणे मानवी बुद्धिमत्तेला एका विशिष्ट मर्यादेनंतर कठीण जाते. इथेच एआयने आपली जागा निर्माण केली. उदाहरणार्थ, बाल हक्कांच्या क्षेत्रात काम करताना, कोणत्या कुटुंबांमध्ये बालशोषणाची शक्यता अधिक आहे, हे ओळखण्यासाठी अमेरिकेसारख्या देशांत एआय मॉडेल्सचा वापर सुरू झाला. भारतातही, सार्वजनिक आरोग्य क्षेत्रात एआयचा उदय हा आशादायी पण आव्हानात्मक राहिला आहे. कुपोषणाची समस्या असो किंवा साथीच्या रोगांचा प्रसार, एआयच्या माध्यमातून कोणत्या भागात आरोग्य सुविधांची तातडीने गरज आहे, याचे नकाशे तयार करणे आता शक्य झाले आहे. मात्र, हा उदय केवळ तांत्रिक प्रगती म्हणून पाहणे समाजकार्याच्या विद्यार्थ्यासाठी घातक ठरू शकते. कारण, ज्या माहितीवर हे एआय मॉडेल्स आधारित असतात, ती माहितीच जर पूर्वग्रहदूषित असेल, तर त्याचे परिणाम समाजातील सर्वात दुर्बल घटकांसाठी अधिक जाचक ठरू शकतात.

भारतीय समाजरचनेत जातीव्यवस्था, पितृसत्ताक पद्धती आणि वर्गभेद हे घटक खोलवर रुजलेले आहेत. कृत्रिम बुद्धिमत्तेचा उदय होताना या सामाजिक वास्तवाकडे दुर्लक्ष करून चालणार नाही. जेव्हा आपण म्हणतो की एआय 'तटस्थ' आहे, तेव्हा आपण एका मोठ्या भ्रमात असतो. प्रत्यक्षात, एआयला प्रशिक्षित करण्यासाठी जो डेटा वापरला जातो, तो याच विषम समाजरचनेतून आलेला असतो. समाजकार्य क्षेत्रात एआयचा उदय होताना 'अल्गोरिदममधील पूर्वग्रह' (Algorithmic Bias) हा सर्वात मोठा धोका म्हणून समोर आला आहे. समजा, एखाद्या सरकारी योजनेसाठी लाभार्थी निवडण्याचे काम एआयला दिले आणि ऐतिहासिक डेटा असा सांगत असेल की विशिष्ट जातीच्या किंवा धर्माच्या वस्त्यांमध्ये गुन्हेगारी जास्त आहे किंवा कर्जाची परतफेड कमी आहे, तर एआय आपोआप त्या वस्त्यांमधील खऱ्या गरजू लोकांनाही बाद ठरवू शकते. अशा प्रकारे, ज्या सामाजिक अन्यायाविरुद्ध समाजकार्य लढते, त्याच अन्यायाला तंत्रज्ञान 'वैज्ञानिक' मुलामा देऊन पुन्हा प्रस्थापित करू शकते. त्यामुळेच एआयचा उदय हा सामाजिक न्यायाच्या कसोटीवर घासून पाहणे हे आजच्या समाजकार्यकर्त्यांचे मुख्य काम आहे.

समाजकार्याच्या क्षेत्रात एआयचा उदय होण्यामागे जागतिक पातळीवरील 'कार्यक्षमता आणि परिणामकारकता' (Efficiency and Effectiveness) वाढवण्याचा दबाव देखील कारणीभूत आहे. एनजीओ (NGO) क्षेत्राला आता मोठ्या प्रमाणावर देणगीदारांना उत्तर द्यावे लागते की त्यांच्या कामाचा नेमका 'इम्पॅक्ट' (Impact) काय झाला. हे मोजण्यासाठी मानवी निरीक्षणे अपुरी पडू शकतात, तिथे एआय-आधारित डॅशबोर्ड्स आणि टूल्सचा वापर वाढला आहे. ग्रामीण विकासामध्ये, जमिनीची सुपीकता तपासण्यासाठी किंवा जलसंधारणाच्या कामांचे मूल्यमापन करण्यासाठी एआयचा वापर करणारे ड्रोन आणि सेन्सर्स आता भारतातही दिसत आहेत. परंतु, या तांत्रिक उदयामुळे समाजकार्यातील 'मानवी संवाद' कमी होतोय का,

हा प्रश्न गंभीर आहे. समाजकार्य म्हणजे केवळ आकडेमोड नाही, तर तो दोन मानवांमधील जिवंत संवाद आहे. मेळघाटातील एखाद्या आदिवासी मातेशी संवाद साधून तिचे दुःख समजून घेणे आणि एआयने तिचे नाव 'हाय-रिस्क' यादीत टाकणे, या दोन वेगळ्या गोष्टी आहेत. तंत्रज्ञान यादी देऊ शकते, पण त्या मातेला आधार केवळ एक समाजकार्यकर्ताच देऊ शकतो.

भारतातील 'डिजिटल दरी' (Digital Divide) हा एआयच्या उदयातील सर्वात मोठा अडथळा आणि वास्तव आहे. शहरांमध्ये एआय-आधारित समुपदेशन ॲप्स लोकप्रिय होत असताना, ग्रामीण भागातील समाजकार्यकर्त्यांकडे आजही साध्या इंटरनेटची सोय नसते. एआयचा हा उदय केवळ शहरी आणि श्रीमंत वर्गाच्या सामाजिक समस्या पुरता मर्यादित राहिल्यास, ते समाजकार्याच्या सार्वत्रिक कल्याणाच्या (Universal Welfare) मूल्याला छेद देणारे ठरेल. तसेच, भाषेचा अडथळा हा देखील एक महत्त्वाचा मुद्दा आहे. बहुतांश एआय तंत्रज्ञान इंग्रजी भाषेतून विकसित झाले आहे. भारतीय ग्रामीण भागातील बोलीभाषा, सांस्कृतिक संदर्भ आणि तिथल्या समस्यांचे स्वरूप हे एआयला समजणे कठीण आहे. जेव्हा एखादा समाजकर्ता समुदायात जातो, तेव्हा तो केवळ भाषा समजत नाही, तर तो तिथल्या संस्कृतीचा आणि रीतीरिवाजांचाही विचार करतो. एआयकडे हे 'सांस्कृतिक शहाणपण' नसल्यामुळे, त्याच्या उदयामुळे सामाजिक हस्तक्षेपात (Social Intervention) यांत्रिकपणा येण्याची भीती आहे.

डेटा गोपनीयता (Data Privacy) हा एआयच्या उदयातील दुसरा महत्त्वाचा पैलू आहे. समाजकार्यात आपण लाभार्थ्यांची अत्यंत खाजगी माहिती गोळा करतो. यामध्ये त्यांचे आरोग्य, त्यांचे कौटुंबिक वाद, लैंगिक शोषण किंवा आर्थिक स्थिती यांसारख्या बाबी असतात. जेव्हा ही माहिती एआय प्रणालीमध्ये टाकली जाते, तेव्हा ती सुरक्षित

राहीलच याची खात्री देता येत नाही. अनेकदा कॉर्पोरेट कंपन्या या माहितीचा वापर आपल्या फायद्यासाठी किंवा देखरेख (Surveillance) करण्यासाठी करू शकतात. भारतीय संदर्भात, जिथे लोकांमध्ये आपल्या माहितीच्या अधिकारांबद्दल (Data Rights) जागरुकता कमी आहे, तिथे एआयचा हा उदय शोषणाचे एक नवीन माध्यम ठरू शकतो. गरिबांना मदतीच्या बदल्यात आपली माहिती द्यावी लागते, ही एक प्रकारची 'माहितीची गुलामगिरी' आहे. समाजकार्याने नेहमीच लोकांच्या गोपनीयतेच्या अधिकाराचा पुरस्कार केला आहे, परंतु एआयच्या काळात या मूल्याचे रक्षण करणे अधिक कठीण झाले आहे.

एआयच्या उदयामुळे समाजकार्यकर्त्याच्या भूमिकेतही आमूलाग्र बदल होत आहेत. पूर्वी समाजकार्यकर्त्याचे काम हे प्रामुख्याने माहिती गोळा करणे आणि ती फाईलमध्ये लावणे असे असायचे. आता हे काम एआय अधिक चांगल्या प्रकारे करू शकते. यामुळे समाजकार्यकर्त्याला अधिक वेळ 'प्रत्यक्ष क्षेत्रीय कामासाठी' (Field Work) मिळायला हवा, असा एक सकारात्मक युक्तिवाद केला जातो. परंतु वास्तव असे आहे की, तंत्रज्ञानाच्या दबावाखाली समाजकार्यकर्ता हा केवळ 'डेटा एंट्री ऑपरेटर' बनून राहण्याची भीती निर्माण झाली आहे. यंत्रांनी दिलेल्या सूचनांचे पालन करणे आणि त्या सूचना लाभार्थ्यांपर्यंत पोहोचवणे, इतकीच त्याची भूमिका उरली तर समाजकार्यातील 'सक्षमीकरण' (Empowerment) ही संकल्पना नष्ट होईल. समाजकार्याचा उदय हा अन्यायाविरुद्ध आवाज उठवण्यासाठी झाला होता, तंत्रज्ञानाचे मुके गुलाम होण्यासाठी नाही. त्यामुळेच एआयच्या उदयाकडे पाहताना समाजकार्यकर्त्याने आपले 'ॲडव्होकसी' (Advocacy) चे कौशल्य अधिक धारदार करणे आवश्यक आहे.

एआयच्या युगात समाजकार्य शिक्षणासमोर (Social Work Education) मोठे आव्हान उभे राहिले आहे. आता केवळ समाजशास्त्र आणि मानसशास्त्र शिकवून चालणार नाही, तर त्यांना तंत्रज्ञानाचे

सामाजिक परिमाण (Social Dimensions of Technology) देखील शिकवावे लागतील. एआय कशा प्रकारे कार्य करते, त्याचे धोके काय आहेत आणि त्याचा वापर करताना नैतिक मर्यादा कोणत्या असाव्यात, हे समजून घेणे अनिवार्य झाले आहे. भारतीय विद्यापीठांमध्ये एआयचा समावेश असलेल्या समाजकार्य अभ्यासक्रमांचा अभाव ही एक चिंतेची बाब आहे. तंत्रज्ञान हे आपल्या दाराशी येऊन ठेपले आहे, अशा वेळी त्याचा तिरस्कार करण्याऐवजी त्याला समजून घेऊन वठणीवर आणणे हे खऱ्या समाजकार्यकर्त्याचे लक्षण आहे. आपण एआयला जादू किंवा सर्व समस्यांचे उत्तर मानणे थांबवले पाहिजे आणि त्याला केवळ एक 'सांख्यिकीय साधन' म्हणून पाहिले पाहिजे.

भविष्यात एआयचा उदय हा सामाजिक सुरक्षा योजनांच्या अधिक प्रभावी अंमलबजावणीसाठी होऊ शकतो, जर तो मानवी हक्कांच्या चौकटीत राहिला तरच. उदाहरणार्थ, वृद्धावस्थेतील एकटेपणा दूर करण्यासाठी किंवा अपंगांना सहाय्यक तंत्रज्ञान (Assistive Technology) पुरवण्यासाठी एआय वरदान ठरू शकते. मात्र, हे तंत्रज्ञान महागडे राहिल्यास ते केवळ श्रीमंतांसाठीच राहील. समाजकार्याचे काम हे तंत्रज्ञानाचे लोकशाहीकरण (Democratization of Technology) करणे हे असायला हवे. तंत्रज्ञानाचा फायदा हा समाजातील शेवटच्या रांगेतील माणसाला व्हायला हवा, जो महात्मा गांधींच्या 'अंत्योदय' संकल्पनेशी सुसंगत आहे. जर एआयमुळे लोकांचे रोजगार जात असतील किंवा त्यांच्यावर पाळत ठेवली जात असेल, तर समाजकार्यकर्त्याला त्या तंत्रज्ञानाच्या विरोधात उभे राहावे लागेल.

अखेर, समाजकार्य क्षेत्रात एआयचा उदय हा आपण नाकारू शकत नाही, पण आपण त्याचे स्वरूप निश्चित करू शकतो. एआय हे केवळ गणिताचे सूत्र नसून ते सामाजिक सत्तेचे प्रतीक आहे. ज्यांच्याकडे डेटा आहे, त्यांच्याकडे सत्ता आहे. समाजकार्याने ही सत्ता लोकांच्या

हातात देण्यासाठी प्रयत्न केले पाहिजेत. एआयने दिलेले उत्तर हे अंतिम उत्तर न मानता, ते केवळ एक शक्यता म्हणून पाहिले पाहिजे. अंतिम निर्णय हा नेहमीच समाजकार्यकर्त्याचा, त्याच्या अनुभवाचा आणि त्याच्या मूल्यांचा असायला हवा. तंत्रज्ञान हे माणसाची जागा घेऊ शकत नाही, कारण माणसाकडे असणारी 'नैतिक जाणीव' आणि 'दुसऱ्याच्या दुःखात सहभागी होण्याची क्षमता' यंत्राकडे कधीच नसेल. एआयच्या या उदयाला समाजकार्याच्या नैतिक चौकटीत बसवणे, हेच या पिढीतील समाजकार्यकर्त्यांचे सर्वात मोठे शैक्षणिक आणि व्यावसायिक आव्हान आहे.

AI मुळे समाजकार्याच्या पद्धतींमध्ये झालेले बदल

समाजकार्याच्या व्यावसायिक पद्धतींचा विकास हा मानवी गरजा आणि सामाजिक परिवर्तनाच्या संदर्भात सातत्याने होत आला आहे. पारंपारिकपणे समाजकार्याच्या सहा प्रमुख पद्धती—व्यक्ती कार्य (Social Case Work), गट कार्य (Social Group Work), समुदाय संघटन (Community Organization), समाजकार्य संशोधन (Social Work Research), समाजकल्याण प्रशासन (Social Welfare Administration) आणि सामाजिक कृती (Social Action)—या मानवी हस्तक्षेपावर आणि प्रत्यक्ष संपर्कावर आधारित होत्या. मात्र, कृत्रिम बुद्धिमत्तेच्या (AI) आगमनामुळे या पद्धतींच्या अंमलबजावणीमध्ये मूलभूत बदल घडून येत आहेत. हे बदल केवळ तांत्रिक नसून ते समाजकार्यकर्त्याच्या विचार प्रक्रियेत आणि समस्या सोडवण्याच्या दृष्टिकोनातही बदल घडवून आणत आहेत. ऐतिहासिकदृष्ट्या, समाजकार्य हे अनुभवाधिष्ठित आणि गुणात्मक विश्लेषणावर आधारित राहिले आहे; मात्र एआयमुळे आता या क्षेत्रात सांख्यिकीय अचूकता आणि माहिती-आधारित पूर्वानुमानांचा (Predictive Analytics) समावेश होत आहे. हा बदल समजून घेताना समाजकार्याच्या गाभ्याशी असलेल्या मानवी संवेदना आणि तांत्रिक

कार्यक्षमता यांचा समतोल कसा साधला जात आहे, हे पाहणे अनिवार्य ठरते. भारतीय समाजरचनेत जिथे आजही अनेक समस्यांची मुळे जुन्या सामाजिक प्रथांमध्ये आहेत, तिथे तंत्रज्ञान या पद्धतींना अधिक धारदार बनवू शकते किंवा त्यांच्या मर्यादांमुळे नवीन समस्याही निर्माण करू शकते.

व्यक्ती कार्य किंवा 'सोशल केस वर्क' मध्ये एआयचा प्रवेश हा सर्वात लक्षणीय आहे. पारंपारिक पद्धतीत समाजकार्यकर्ता आणि लाभार्थी यांच्यातील संबंध हा मुलाखती, निरीक्षणे आणि गृहभेटींवर आधारित असतो. आता, कृत्रिम बुद्धिमत्तेच्या मदतीने समाजकार्यकर्त्यांना लाभार्थ्यांच्या वर्तणुकीचे आणि गरजांचे अधिक सखोल विश्लेषण करणे शक्य झाले आहे. उदाहरणार्थ, बाल हक्कांच्या क्षेत्रात काम करताना एआय-आधारित अल्गोरिदम हे जुन्या केस रेकॉर्ड्सवरून कोणत्या मुलांना अधिक धोका (High Risk) आहे, हे ओळखण्यास मदत करतात. अमेरिकेसारख्या प्रगत देशांत 'पिट्सबर्ग मॉडेल' सारखी एआय प्रणाली मुलांच्या सुरक्षेसाठी वापरली जात आहे, जिथे माहितीच्या आधारे कुटुंबातील संभाव्य हिंसेचा अंदाज लावला जातो. भारतीय संदर्भात, जिथे समाजकार्यकर्त्यांकडे प्रकरणांची संख्या (Case Load) प्रचंड असते, तिथे एआय हे प्राधान्यक्रम ठरवण्यासाठी एक उपयुक्त साधन ठरू शकते. परंतु, येथेच एक मोठा नैतिक धोका निर्माण होतो. जर समाजकार्यकर्ता केवळ यंत्राने दिलेल्या 'रिस्क स्कोअर' वर अवलंबून राहिला, तर मानवी परिस्थितीचे सूक्ष्म पदर निसटून जाण्याची शक्यता असते. वैयक्तिक समाजकार्यात 'रॅपर्ट बिल्डिंग' (Rapport Building) किंवा विश्वास संपादन करणे ही पायरी सर्वात महत्त्वाची असते, जी कोणतीही यंत्रणा करू शकत नाही. त्यामुळे एआय केवळ माहितीचे वर्गीकरण करू शकते, पण उपचारात्मक प्रक्रिया (Therapeutic Process) ही समाजकार्यकर्त्याच्या विवेकावरच आधारित राहते.

समूह कार्य किंवा 'सोशल ग्रुप वर्क' या पद्धतीतही एआय मुळे नवीन आयाम जोडले गेले आहेत. पारंपारिकपणे गट कार्य हे प्रत्यक्ष उपस्थिती आणि परस्पर संवादावर चालते. मात्र, आता डिजिटल प्लॅटफॉर्म्स आणि एआय मुळे 'व्हर्च्युअल ग्रुप्स' संकल्पना रूढ होत आहे. एआय अल्गोरिदम समान समस्या किंवा आवडी असणाऱ्या व्यक्तींना एकत्र आणून त्यांचे गट तयार करण्यास मदत करू शकतात. उदाहरणार्थ, व्यसनाधीनतेतून बाहेर पडू इच्छिणाऱ्या व्यक्तींसाठी किंवा कॅन्सरसारख्या दुर्धर आजारांशी लढणाऱ्या रुग्णांच्या नातेवाईकांसाठी एआय-चालित चॅटबॉट्स आणि समूह गट २४ तास उपलब्ध असू शकतात. हे गट केवळ संवाद साधण्याचे माध्यम नसून, एआय त्यांच्यातील संवादाचे विश्लेषण करून गटाची गतीशीलता (Group Dynamics) कशी बदलत आहे, हे समाजकार्यकर्त्याला कळवू शकते. मात्र, भारतीय ग्रामीण भागात जिथे इंटरनेटची उपलब्धता कमी आहे आणि डिजिटल साक्षरतेचा अभाव आहे, तिथे अशा पद्धतींचा वापर केवळ शहरी उच्चभ्रू वर्गापुरताच मर्यादित राहण्याची भीती आहे. समूह कार्यातील 'स्वीकृती' आणि 'परस्पर सहाय्य' ही तत्त्वे यांत्रिक स्वरूपात राबवताना त्यांच्यातील मानवी ऊब कमी होऊ नये, याची काळजी समाजकार्यकर्त्याला घ्यावी लागते.

समुदाय संघटन (Community Organization) या पद्धतीत एआयचा वापर भौगोलिक माहिती प्रणाली (GIS) आणि डेटा मॅपिंगशी जोडला गेला आहे. समुदायातील समस्यांचे निराकरण करण्यासाठी आधी त्या समस्यांचा व्याप्ती समजणे गरजेचे असते. एआयच्या माध्यमातून एखाद्या वस्तीतील गरिबी, बेरोजगारी, आरोग्य सुविधांचा अभाव आणि शिक्षणाची स्थिती यांचे अचूक नकाशे तयार करता येतात. भारतीय ग्रामीण विकासाच्या संदर्भात, जमिनीची सुपीकता, पाण्याची पातळी आणि हवामानाचा अंदाज यांचा वापर करून समुदायाला शेतीविषयक सल्ले देणारी एआय मॉडेल्स विकसित होत आहेत. यामुळे समुदाय

संघटकाला लोकांशी संवाद साधताना ठोस माहितीच्या आधारे संघटन बांधणे सोपे जाते. मात्र, समुदाय संघटन हे प्रामुख्याने 'सत्तेच्या संबंधांवर' (Power Relations) आधारित असते. एआय आपल्याला तांत्रिक माहिती देऊ शकते, पण समुदायातील अंतर्गत जातीभेद, गटबाजी आणि राजकीय दबाव तंत्र हाताळण्यासाठी लागणारे राजकीय शहाणपण एआयकडे नसते. त्यामुळे समुदायाची निर्णय प्रक्रिया केवळ डेटावर आधारित न ठेवता, ती लोकांच्या सहभागावर (People's Participation) आधारित असणे, हे समाजकार्याचे मूळ तत्व एआयच्या काळात टिकवून ठेवणे मोठे आव्हान आहे.

समाजकार्य संशोधन (Social Work Research) या क्षेत्रात तर एआयने क्रांतीच घडवून आणली आहे. पूर्वी संशोधन करण्यासाठी नमुन्याची निवड (Sampling), माहिती संकलन आणि सांख्यिकीय विश्लेषण करण्यासाठी अनेक महिने लागत असत. आता 'बिग डेटा' (Big Data) च्या माध्यमातून एआय लाखो लोकांच्या माहितीचे सेकंदात विश्लेषण करू शकते. समाजशास्त्रीय संशोधनात 'नॅचरल लँग्वेज प्रोसेसिंग' (NLP) चा वापर करून लोकांच्या सोशल मीडियावरील पोस्ट्स किंवा मुलाखतींच्या ट्रान्सक्रिप्ट्समधून त्यांच्या मानसिक स्थितीचे आणि सामाजिक प्रवृत्तींचे विश्लेषण करणे शक्य झाले आहे. यामुळे धोरणनिर्मितीसाठी आवश्यक असलेले पुरावे (Evidence-based Practice) अधिक प्रभावीपणे मांडता येतात. परंतु, संशोधनातील 'वस्तुनिष्ठता' आणि 'नैतिकता' येथे धोक्यात येऊ शकते. डेटा संकलन करताना लाभार्थ्यांची संमती घेतली आहे का, किंवा संशोधनात वापरले जाणारे अल्गोरिदम विशिष्ट वर्गाचेच प्रतिनिधित्व तर करत नाहीत ना, याकडे लक्ष देणे गरजेचे आहे. भारतीय संदर्भात, संशोधनातील डेटा हा अनेकदा शहरी भागाचाच असतो, ज्यामुळे ग्रामीण वास्तवाचे चुकीचे चित्रण संशोधनातून येण्याची शक्यता असते.

समाजकल्याण प्रशासन (Social Welfare Administration) या पद्धतीमध्ये एआयचा वापर 'कार्यक्षमता' आणि 'पारदर्शकता' वाढवण्यासाठी केला जात आहे. सरकारी योजनांचे वाटप करताना होणारी गळती रोखण्यासाठी आणि खऱ्या लाभार्थ्यांपर्यंत लाभ पोहोचवण्यासाठी एआय-आधारित ओळख प्रणाली (Biometrics) आणि पडताळणी तंत्रांचा वापर वाढला आहे. सार्वजनिक वितरण प्रणाली (PDS) किंवा 'थेट लाभ हस्तांतरण' (DBT) मध्ये एआयमुळे फसवणुकीचे प्रकार कमी होत आहेत. समाजकल्याण प्रशासक आता एआयच्या मदतीने संस्थात्मक संसाधनांचे अधिक चांगले नियोजन करू शकतात. मात्र, प्रशासनातील हा 'तांत्रिक' दृष्टीकोन अनेकदा मानवी चेहरा हरवून बसतो. उदाहरणार्थ, तांत्रिक त्रुटीमुळे किंवा इंटरनेट नसल्यामुळे जर एखाद्या गरीब वृद्धाला त्याचे पेन्शन नाकारले गेले, तर तो एक तांत्रिक बिघाड नसून तो त्या व्यक्तीच्या जगण्याच्या हक्कावर झालेला गदा असतो. समाजकार्यकर्त्याची भूमिका येथे केवळ प्रशासन चालवणे नसून, तंत्रज्ञानामुळे कोणीही योजनेतून वंचित राहणार नाही हे पाहण्याची आहे. प्रशासनातील 'एआय' हा केवळ आकडे जुळवण्यासाठी नसावा, तर तो सेवा वितरणातील मानवी अडथळे दूर करण्यासाठी असावा.

सामाजिक कृती (Social Action) आणि धोरणनिर्मितीमध्ये एआयचा वापर हा जनमत तयार करण्यासाठी आणि सत्तेला प्रश्न विचारण्यासाठी केला जाऊ शकतो. सोशल मीडिया अल्गोरिदमचा वापर करून अन्यायाविरुद्ध आवाज उठवणे, मोहिमा राबवणे आणि दबाव गट निर्माण करणे आता सोपे झाले आहे. मात्र, याच पद्धतीचा वापर करून 'फेक न्यूज' किंवा अपप्रचार करणेही सोपे झाले आहे, ज्यामुळे सामाजिक सौहार्द धोक्यात येऊ शकते. समाजकार्यकर्त्याला सामाजिक कृती करताना एआयच्या या 'विघातक' बाजूचा विचार करावा लागतो. धोरणकर्त्यांना एआय-आधारित मॉडेल्सच्या मदतीने एखाद्या धोरणाचे भविष्यात काय परिणाम होतील, याचे सिम्युलेशन

(Simulation) दाखवता येते. पण धोरणनिर्मिती ही शेवटी राजकीय प्रक्रिया आहे. एआय आपल्याला 'काय चांगले आहे' हे सांगू शकते, पण 'कोणासाठी चांगले आहे' हे ठरवताना सामाजिक न्यायाची आणि संविधानाची चौकटच वापरावी लागते. तंत्रज्ञान हे सत्तेचे साधन बनू नये, तर ते न्यायाचे माध्यम बनावे, यासाठी समाजकार्यकर्त्याला 'डिजिटल ॲडव्होकसी' शिकावी लागेल.

भारतीय समाजरचनेचा विचार करता, एआय मुळे समाजकार्याच्या पद्धतींमध्ये होणारे बदल हे 'डिजिटल दरी' (Digital Divide) च्या पार्श्वभूमीवर तपासून पहावे लागतात. आपल्याकडे आजही आरोग्य, शिक्षण आणि रोजगार या क्षेत्रांत मोठी विषमता आहे. एआयचा वापर या विषमतेवर उतारा ठरू शकतो की ती वाढवू शकतो, हा कळीचा प्रश्न आहे. जर समाजकार्याच्या पद्धती पूर्णपणे डिजिटल झाल्या, तर ज्यांच्याकडे स्मार्टफोन किंवा इंटरनेट नाही, असा मोठा गट (विशेषतः दलित, आदिवासी आणि ग्रामीण महिला) मुख्य प्रवाहातून बाहेर फेकले जातील. त्यामुळेच समाजकार्याच्या पद्धतींमध्ये एआयचा समावेश करताना 'हायब्रिड मॉडेल' (Hybrid Model) वापरणे आवश्यक आहे, जिथे तंत्रज्ञान हे केवळ प्रत्यक्ष कामाला मदत करेल, पण प्रत्यक्ष काम मात्र मानवी हस्तक्षेपानेच होईल. समाजकार्यकर्ता हा या प्रक्रियेतील 'अंतिम निर्णयकर्ता' असेल. एआयने दिलेला सल्ला किंवा डेटा हा केवळ एक पुरावा म्हणून ग्राह्य धरला पाहिजे, तो अंतिम आदेश असू शकत नाही.

एआय मुळे समाजकार्यकर्त्याच्या भूमिकेत 'देखरेख आणि मूल्यमापन' (Monitoring and Evaluation) या कामाला अधिक महत्त्व आले आहे. आता समाजकार्यकर्त्याला केवळ सेवा द्यायची नाही, तर ती सेवा ज्या तंत्रज्ञानाद्वारे दिली जात आहे, त्यातील त्रुटी आणि पूर्वग्रह (Bias) शोधायचे आहेत. उदाहरणार्थ, जर एखादे एआय मॉडेल गरीब वस्त्यांमधील गुन्हेगारीचा डेटा वापरून त्या वस्त्यांना

'धोकादायक' ठरवत असेल, तर समाजकार्यकर्त्याने त्या डेटामागील सामाजिक आणि ऐतिहासिक कारणांचे विश्लेषण करून त्या मॉडेलला आव्हान दिले पाहिजे. तंत्रज्ञान हे कधीही मूल्य-मुक्त नसते. ते ज्यांनी विकसित केले आहे, त्यांचे पूर्वग्रह त्यात उतरलेले असतात. समाजकार्याचे विद्यार्थी म्हणून आपल्याला हे समजून घेणे आवश्यक आहे की, तंत्रज्ञानाचा हा उदय आपल्याला अधिक जबाबदार बनवत आहे. आपल्याला आता 'अल्गोरिदममधील सामाजिक न्याय' (Algorithmic Social Justice) या संकल्पनेवर काम करावे लागेल.

शेवटी, समाजकार्याच्या पद्धतींमध्ये एआयचा समावेश करताना आपल्याला आपल्या मूळ नैतिक मूल्यांशी (Core Values) तडजोड करून चालणार नाही. गोपनीयता, स्वीकृती, स्वयंनिर्णयाचा अधिकार आणि व्यक्तीचा सन्मान ही मूल्ये तंत्रज्ञानाच्या युगात अधिक धोक्यात आहेत. जेव्हा आपण एआय वापरतो, तेव्हा लाभार्थ्यांच्या डेटाची सुरक्षितता राखणे ही समाजकार्यकर्त्याची सर्वात मोठी जबाबदारी बनते. एआय हे समाजकार्यासाठी एक उत्तम 'साहाय्यक' ठरू शकते, जे क्लिष्ट माहिती सोपी करून देऊ शकते, पण ते कधीही समाजकार्यकर्त्याची जागा घेऊ शकत नाही. कारण समाजकार्य हे केवळ मेंदूने करण्याचे काम नसून ते हृदयाने करण्याचे काम आहे. एआय कडे मेंदू असू शकतो, पण हृदय आणि त्यातून निर्माण होणारी सहसंवेदना (Empathy) कधीच नसेल. त्यामुळे, भविष्यातील समाजकार्य हे तंत्रज्ञान आणि माणुसकी यांचा एक असा संगम असेल, जिथे तंत्रज्ञान गती देईल आणि माणुसकी दिशा देईल. समाजकार्याच्या विद्यार्थ्याने या नवीन बदलत्या पद्धतींना समजून घेताना आपली सामाजिक बांधिलकी आणि चिकित्सक वृत्ती कायम ठेवली पाहिजे, तरच एआय खऱ्या अर्थाने समाज कल्याणासाठी उपयुक्त ठरेल.

AI व मानवकेंद्रित समाजकार्य

समाजकार्य या विद्याशाखेचा आत्मा हा 'मानव' आणि त्याच्या सभोवतालचे 'सामाजिक पर्यावरण' यांच्यातील जिवंत संबंधांमध्ये दडलेला आहे. व्यावसायिक समाजकार्याची व्याख्या करताना आपण नेहमीच मानवी हक्क, सामाजिक न्याय आणि सहसंवेदना (Empathy) या मूल्यांना केंद्रस्थानी ठेवतो. दुसरीकडे, कृत्रिम बुद्धिमत्ता (AI) हे पूर्णपणे तर्कशास्त्र, गणिती सूत्रे आणि सांख्यिकीय विदा (Data) यांवर आधारित तंत्रज्ञान आहे. जेव्हा आपण 'एआय व मानवकेंद्रित समाजकार्य' या विषयाचा विचार करतो, तेव्हा आपल्यासमोर सर्वात मोठे आव्हान हे असते की, यंत्राची गती आणि मानवी संवेदना यांचा मेळ कसा घालावा. मानवकेंद्रित समाजकार्य म्हणजे अशी पद्धत जिथे तंत्रज्ञान हे केवळ एक साधन म्हणून वापरले जाते, परंतु अंतिम निर्णय, नैतिक मूल्यमापन आणि भावनिक आधार देण्याचे काम केवळ मानवी समाजकार्यकर्ताच करतो. तंत्रज्ञानाचा विकास कितीही झाला तरी ते माणसाची जागा घेऊ शकत नाही, कारण समाजकार्य हे केवळ समस्या सोडवण्याचे तंत्र नसून ती एक मानवी ऊब देणारी प्रक्रिया आहे. भारतीय संदर्भात, जिथे सामाजिक संबंधांचे जाळे अत्यंत गुंतागुंतीचे आणि प्रवाही आहे, तिथे 'मानवकेंद्रित' दृष्टिकोनाचे महत्त्व अधिकच अधोरेखित होते.

कृत्रिम बुद्धिमत्तेचा उदय हा समाजकार्यात एक नवीन क्रांती म्हणून पाहिला जात असला तरी, त्यातील यांत्रिकपणा हा मानवकेंद्रित दृष्टिकोनाला सुरुंग लावू शकतो. समाजकार्यातील 'व्यक्ती कार्य' (Social Case Work) ही पद्धत पूर्णपणे दोन व्यक्तींमधील विश्वासावर आधारलेली असते. एखादा लाभार्थी जेव्हा त्याच्या जीवनातील सर्वात कठीण प्रसंगातून जात असतो, तेव्हा त्याला केवळ माहितीची किंवा उत्तराची गरज नसते, तर त्याला कुणीतरी आपले ऐकून घेते आहे, या भावनेची गरज असते. कृत्रिम बुद्धिमत्ता माहिती

देऊ शकते, पण ती 'ऐकून' घेऊ शकत नाही. एआय चॅटबॉट्स किंवा स्वयंचलित समुपदेशन प्रणाली (AI Counseling Systems) काही प्रमाणात मानसिक आधार देण्याचा दावा करत असल्या तरी, त्या मानवी आवाजातील चढ-उतार, डोळ्यांतील अश्रू किंवा चेहऱ्यावरील सूक्ष्म भाव समजू शकत नाहीत. मानवकेंद्रित समाजकार्यात 'गैर-निर्णयक्षम वृत्ती' (Non-judgmental attitude) आणि 'स्वीकृती' (Acceptance) या तत्त्वांना सर्वोच्च स्थान आहे. यंत्र केवळ त्याच्याकडे असलेल्या डेटाच्या आधारे निष्कर्ष काढते, जो अनेकदा कोरडा आणि वस्तुनिष्ठ असतो, परंतु मानवी आयुष्य हे केवळ वस्तुनिष्ठ आकड्यांमध्ये मांडता येत नाही.

भारतीय समाजरचनेत जातीव्यवस्था, गरिबी आणि लिंगभेद यांमुळे निर्माण झालेली विषमता ही केवळ तांत्रिक हस्तक्षेपाने दूर करता येणारी नाही. मानवकेंद्रित समाजकार्यामध्ये 'सक्षमीकरण' (Empowerment) या संकल्पनेचा अर्थ लोकांना त्यांच्या हक्कांची जाणीव करून देणे आणि त्यांना स्वतःचे निर्णय स्वतः घेण्यासाठी समर्थ करणे हा आहे. कृत्रिम बुद्धिमत्तेचा वापर करताना अनेकदा असे दिसून येते की, यंत्र हे मानवासाठी निर्णय घेऊ लागते, ज्याला आपण 'अल्गोरिदमची हुकूमशाही' म्हणू शकतो. उदाहरणार्थ, सरकारी योजनांचे लाभार्थी निवडताना जर एआय प्रणालीने एखाद्या व्यक्तीला केवळ कागदोपत्री त्रुटीमुळे किंवा विशिष्ट सांख्यिकीय निकषांमुळे 'अपात्र' ठरवले, तर तिथे समाजकार्यकर्त्याची भूमिका महत्त्वाची ठरते. समाजकार्यकर्ता त्या तांत्रिक निर्णयापलीकडे जाऊन त्या व्यक्तीची खरी परिस्थिती पाहतो. मानवकेंद्रित दृष्टिकोन हा यंत्राला 'अंतिम सत्य' मानण्याऐवजी मानवी गरजांना प्राधान्य देतो. तंत्रज्ञान हे माणसाचे गुलाम असले पाहिजे, माणूस तंत्रज्ञानाचा गुलाम होता कामा नये, हेच मानवकेंद्रित समाजकार्याचे मुख्य सूत्र आहे.

नैतिकतेचा विचार करताना कृत्रिम बुद्धिमत्तेमधील 'पूर्वग्रह' (Bias) हा मानवकेंद्रित समाजकार्यासाठी मोठा धोका ठरतो. एआयला शिकवण्यासाठी जो डेटा वापरला जातो, तो ऐतिहासिक दृष्ट्या दूषित असू शकतो. जर एखाद्या समुदायाला शेकडो वर्षे मुख्य प्रवाहातून बाहेर ठेवले गेले असेल, तर एआयचा डेटा त्याच समुदायाला 'गुन्हेगारी प्रवृत्तीचा' किंवा 'कमी उत्पादक' म्हणून दर्शवू शकतो. मानवकेंद्रित समाजकार्य हे अशा ऐतिहासिक अन्यायाची जाणीव ठेवून काम करते. समाजकार्यकर्ता हे जाणतो की, एखादी व्यक्ती गरीब किंवा गुन्हेगार का बनली, त्यामागील सामाजिक कारणे काय आहेत. परंतु एआय केवळ परिणामांवर लक्ष केंद्रित करते, कारणांवर नाही. यामुळे समाजात नवीन प्रकारची विषमता निर्माण होऊ शकते. भारतीय संदर्भात, जिथे दलित, आदिवासी आणि अल्पसंख्याक समुदायांना सातत्याने भेदभावाचा सामना करावा लागतो, तिथे एआयचा वापर करताना कमालीची सावधगिरी बाळगणे आवश्यक आहे. मानवकेंद्रित समाजकार्य हे या तांत्रिक अन्यायाविरुद्ध ढाल म्हणून काम करते, जिथे प्रत्येक डेटा पॉइंटच्या मागे एक जिवंत माणूस आहे, हे विसरले जात नाही.

डेटा गोपनीयता (Data Privacy) आणि देखरेख (Surveillance) या मुद्‌द्यांवर मानवकेंद्रित समाजकार्य अत्यंत गंभीर भूमिका घेते. आजच्या काळात 'डेटा' हे नवीन तेल मानले जाते, परंतु समाजकार्यात हा डेटा म्हणजे लोकांचे खाजगी आयुष्य असते. अनेकदा कल्याणकारी योजनांच्या नावाखाली लोकांची वैयक्तिक माहिती गोळा केली जाते आणि एआयच्या माध्यमातून त्यांच्यावर नियंत्रण ठेवले जाते. मानवकेंद्रित दृष्टिकोन हा व्यक्तीच्या 'स्वातंत्र्याचा' आणि 'गोपनीयतेचा' आदर करतो. समाजकार्यामध्ये 'स्व-निर्णयाचा अधिकार' (Right to Self-determination) हे एक महत्त्वाचे तत्त्व आहे. जर तंत्रज्ञान लोकांच्या प्रत्येक कृतीवर पाळत ठेवत असेल, तर ते त्यांचे स्वातंत्र्य हिरावून घेते. विशेषतः पीडित

महिला, एचआयव्ही बाधित रुग्ण किंवा लैंगिक अल्पसंख्याक यांच्या बाबतीत माहिती उघड होणे त्यांच्या जीवावर बेतू शकते. मानवकेंद्रित समाजकार्यात तंत्रज्ञानाचा वापर करताना या गोपनीयतेची जपणूक करणे ही सर्वोच्च व्यावसायिक जबाबदारी मानली जाते. तंत्रज्ञान हे पारदर्शक असावे, परंतु ते लोकांच्या खाजगी आयुष्यात हस्तक्षेप करणारे नसावे.

भारतीय ग्रामीण आणि शहरी भागातील 'डिजिटल दरी' (Digital Divide) लक्षात घेतल्यास, मानवकेंद्रित समाजकार्याची व्याप्ती अधिक स्पष्ट होते. एआय आधारित सुविधा या प्रामुख्याने ज्यांच्याकडे इंटरनेट आणि स्मार्टफोन आहे, त्यांच्यासाठीच उपलब्ध आहेत. परंतु ज्यांना समाजकार्याची सर्वात जास्त गरज आहे, ते लोक आजही तंत्रज्ञानापासून मैलोन्मैल दूर आहेत. अशा परिस्थितीत, तंत्रज्ञानाचा अंध-आशावाद हा त्या लोकांसाठी अन्यायकारक ठरू शकतो. मानवकेंद्रित समाजकार्य हे 'सर्वसमावेशकता' (Inclusivity) साध्य करण्याचा प्रयत्न करते. समाजकार्यकर्ता हा तंत्रज्ञान आणि सामान्य माणूस यांमधील दुवा बनतो. तो तंत्रज्ञानातील क्लिष्टता सोपी करून सांगतो आणि ज्यांच्यापर्यंत तंत्रज्ञान पोहोचलेले नाही, त्यांच्यासाठी प्रत्यक्ष जमिनीवर उतरून काम करतो. एआय हे सर्वांसाठी समान आहे, हा दावा खोटा आहे; ते केवळ संसाधनसंपन्न लोकांसाठीच सोपे आहे. त्यामुळेच समाजकार्यकर्त्याची भूमिका ही तंत्रज्ञानाचे 'लोकशाहीकरण' करण्याची आहे, जेणेकरून त्याचा फायदा शेवटच्या रांगेतील माणसाला मिळेल.

भविष्यात एआयमुळे समाजकार्यकर्त्याची भूमिका ही एक 'नैतिक निरीक्षक' (Ethical Overseer) म्हणून उत्क्रांत होणार आहे. यंत्रे माहितीवर प्रक्रिया करू शकतात, पण ती माहिती सामाजिक न्यायाच्या चौकटीत बसते का, हे पाहण्याचे काम माणसाचेच आहे. समाजकार्यकर्ता हा केवळ एआयने दिलेले निष्कर्ष वाचणारा नसावा,

तर त्या निष्कर्षांची चिकित्सा करणारा असावा. उदाहरणार्थ, जर एखादे एआय मॉडेल एखाद्या वस्तीमध्ये आरोग्य सुविधा देण्यापेक्षा तिथे पोलीस बंदोबस्त वाढवण्याचा सल्ला देत असेल, तर समाजकार्यकर्त्याने त्यामागचा सामाजिक संदर्भ ओळखून त्या तांत्रिक सल्ल्याला विरोध केला पाहिजे. मानवकेंद्रित समाजकार्य हे 'संभाव्य धोके' ओळखण्याचे काम करते. एआय उपयुक्त ठरू शकते, जर ते आरोग्य सेवांचा वेग वाढवण्यासाठी किंवा आपत्ती व्यवस्थापनात अचूक माहिती देण्यासाठी वापरले गेले तर. पण जर ते केवळ नियंत्रणासाठी आणि शोषणासाठी वापरले जात असेल, तर समाजकार्याच्या मूल्यांनुसार त्याला विरोध करणे अपरिहार्य आहे.

समाजकार्यातील मानवी स्पर्श (Human Touch) हा कोणत्याही तांत्रिक प्रगतीने बदलला जाऊ शकत नाही. आपत्तीच्या काळात, जेव्हा एखादे कुटुंब आपले सर्वस्व गमावते, तेव्हा एआय त्यांना सांख्यिकीय नुकसान भरपाईचे आकडे देऊ शकते, पण त्या कुटुंबातील लहान मुलाच्या डोक्यावर मायेने हात फिरवणारा समाजकार्यकर्ताच त्यांना पुन्हा जगण्याची उमेद देऊ शकतो. हे 'भावनिक श्रम' (Emotional Labor) कोणतेही अल्गोरिदम करू शकत नाही. मानवकेंद्रित समाजकार्य हे अशा अमूर्त गोष्टींवर आधारलेले आहे ज्यांचे मोजमाप कोणत्याही सॉफ्टवेअरमध्ये करता येत नाही. विश्वास, माया, आदर आणि माणुसकी ही समाजकार्याची खरी 'साधने' आहेत. कृत्रिम बुद्धिमत्ता ही समाजकार्यकर्त्याच्या हातातील एक साधन असू शकते, पण ती समाजकार्यकर्त्याची जागा कधीच घेऊ शकणार नाही. कारण समाजकार्य हे केवळ मेंदूने करण्याचे काम नसून ते हृदयाने करण्याचे काम आहे.

अखेर, मानवकेंद्रित समाजकार्य हे तंत्रज्ञानाला मानवी मूल्यांच्या अधीन ठेवण्याचे आवाहन करते. आपण अशा युगात प्रवेश करत आहोत जिथे कृत्रिम बुद्धिमत्ता आपल्या जगण्याचा अविभाज्य भाग

असेल. अशा वेळी समाजकार्यासारख्या संवेदनशील क्षेत्राने तंत्रज्ञानाचा तिरस्कार न करता त्याचा वापर मानवी सन्मान जपण्यासाठी कसा करता येईल, याचे आदर्श घालून दिले पाहिजेत. एआय हे एक दुधारी तलवार आहे; ते मानवाच्या उत्थानासाठी वापरले जाऊ शकते किंवा त्याच्या विनाशासाठीही. मानवकेंद्रित समाजकार्याची भूमिका ही या तलवारीची धार कायम लोकांच्या हितासाठी वळवण्याची आहे. जोपर्यंत समाजकार्यात मानवी हस्तक्षेपाला आणि विवेकाला अंतिम स्थान आहे, तोपर्यंतच हे क्षेत्र आपल्या उद्दिष्टांशी प्रामाणिक राहू शकेल. तंत्रज्ञान बदलत राहील, पण मानवी दुःखाची जाणीव आणि ते दूर करण्याची जिद्द ही केवळ मानवाकडेच राहील, आणि हेच मानवकेंद्रित समाजकार्याचे शाश्वत सत्य आहे.

अभ्यासाची गरज, उद्दिष्टे व व्याप्ती

समाजकार्य हे मानवी कल्याणासाठी वाहिलेले एक गतिमान आणि उपयोजित शास्त्र आहे, जे सातत्याने बदलत्या सामाजिक वास्तवाशी जुळवून घेत स्वतःला अद्ययावत करत असते. एकोणिसाव्या शतकातील समाजसुधारणा चळवळींपासून सुरू झालेला हा प्रवास आजच्या माहिती तंत्रज्ञानाच्या युगापर्यंत येऊन पोहोचला आहे. आधुनिक काळात कृत्रिम बुद्धिमत्ता (AI) हे केवळ एक तांत्रिक साधन उरलेले नसून, ते सामाजिक संरचना, मानवी व्यवहार आणि सेवा वितरण प्रणालीवर प्रभाव टाकणारे एक महत्त्वाचे घटक बनले आहे. व्यावसायिक समाजकार्याची व्याख्या केवळ दानधर्म किंवा सेवाभावी वृत्ती इतकी मर्यादित नसून, त्यात सामाजिक न्याय, मानवी हक्कांचे जतन, धोरणनिर्मिती आणि समुदाय विकास यांसारख्या गंभीर पैलूंचा समावेश होतो. या पार्श्वभूमीवर, कृत्रिम बुद्धिमत्ता आणि समाजकार्य यांच्यातील आंतरसंबंधांचा अभ्यास करणे ही केवळ शैक्षणिक गरज नसून ती एक व्यावसायिक अनिवार्यता बनली आहे. या अभ्यासाचा

उगम तंत्रज्ञानाच्या वेगामुळे निर्माण झालेली आव्हाने आणि सामाजिक क्षेत्रातील बदलांची व्याप्ती समजून घेण्याच्या गरजेतून झाला आहे. भारतीय समाजरचनेचा विचार करता, जिथे आजही जात, वर्ग आणि लिंगभेदासारख्या समस्या खोलवर रुजलेल्या आहेत, तिथे तंत्रज्ञानाचा हा नवा अवतार नेमकी कोणती भूमिका बजावेल, याचा अभ्यास करणे अत्यंत आवश्यक ठरते.

समाजकार्य क्षेत्रात कृत्रिम बुद्धिमत्तेच्या अभ्यासाची गरज प्रामुख्याने सामाजिक समस्यांच्या वाढत्या गुंतागुंतीमुळे निर्माण झाली आहे. आजच्या डिजिटल युगात प्रचंड प्रमाणात माहिती (Data) निर्माण होत आहे, आणि या माहितीचा वापर करून सामाजिक प्रश्नांची सोडवणूक करणे शक्य झाले आहे. मात्र, ही माहिती गोळा करणे आणि तिचे विश्लेषण करणे हे मानवी कक्षमतेच्या पलीकडे जात असताना, एआय एक सहाय्यक म्हणून समोर येते. भारतीय संदर्भात, जिथे कुपोषण, माता मृत्यू दर, बेरोजगारी आणि ग्रामीण भागातील आरोग्य सुविधांचा अभाव यांसारखे प्रश्न आजही उग्र आहेत, तिथे एआय आधारित प्रणालींद्वारे गरजूंची ओळख पटवणे आणि सेवांचे अचूक वाटप करणे सुलभ होऊ शकते. मात्र, याच वेळी तंत्रज्ञान हे मानवी हस्तक्षेपाचा पर्याय म्हणून मांडले जाण्याचा धोकाही संभवतो. जर समाजकार्यकर्त्याने तंत्रज्ञानाचे स्वरूप आणि मर्यादा समजून घेतल्या नाहीत, तर तो केवळ यंत्रांनी दिलेल्या आदेशांचा अंमलबजावणी करणारा घटक बनून राहील. त्यामुळे, समाजकार्याच्या मूल्यव्यवस्थेत तंत्रज्ञानाला कसे सामावून घ्यावे आणि त्याचे सामाजिक परिणाम काय होतील, हे तपासण्यासाठी या विषयाच्या अभ्यासाची निकड आहे. तंत्रज्ञान कधीही मूल्य-मुक्त नसते; ते ज्या सामाजिक आणि आर्थिक चौकटीत निर्माण होते, त्यातील पूर्वग्रह त्यात उतरलेले असतात, म्हणूनच या तांत्रिक 'ब्लॅक बॉक्स'चे सामाजिक विश्लेषण करणे गरजेचे आहे.

या अभ्यासाचे पहिले आणि महत्त्वाचे उद्दिष्ट म्हणजे कृत्रिम बुद्धिमत्ता आणि समाजकार्याची व्यावसायिक मूल्ये यांच्यातील सुसंगतता आणि विसंगती शोधणे हे आहे. समाजकार्य हे सहसंवेदना, व्यक्तीचा सन्मान आणि गोपनीयतेच्या तत्त्वावर चालते, तर एआय हे केवळ तर्क आणि सांख्यिकीवर आधारित असते. या दोघांमधील संघर्षाचे मुद्दे शोधून काढणे आणि तंत्रज्ञानाचा वापर करताना मानवी प्रतिष्ठा कशी राखता येईल, याची एक नैतिक चौकट विकसित करणे हे या अभ्यासाचे प्रमुख ध्येय आहे. दुसरे उद्दिष्ट हे आहे की, भारतातील 'डिजिटल दरी' (Digital Divide) लक्षात घेऊन एआयच्या वापरामुळे सामाजिक विषमता कमी होईल की वाढेल, याचे मूल्यमापन करणे. ग्रामीण भागातील निरक्षरता, भाषेचे अडथळे आणि तंत्रज्ञानाची अनुपलब्धता पाहता, एआय हे केवळ शहरी उच्चभ्रू वर्गाचे साधन बनू नये, हे सुनिश्चित करण्यासाठी धोरणात्मक दिशा सुचवणे आवश्यक आहे. तसेच, समाजकार्यकर्त्यांच्या कार्यपद्धतीत एआयमुळे होणारे बदल टिपणे आणि त्यांना या नवीन आव्हानांसाठी तांत्रिकदृष्ट्या साक्षर करण्याऐवजी 'सामाजिकदृष्ट्या जागरूक' करणे हे या अभ्यासाचे एक महत्त्वाचे उद्दिष्ट आहे.

अभ्यासाच्या उद्दिष्टांमध्ये आणखी एका महत्त्वाच्या पैलूचा समावेश होतो, तो म्हणजे एआय मधील 'अल्गोरिदमचा पूर्वग्रह' (Algorithmic Bias) आणि त्याचे दुर्बल घटकांवर होणारे परिणाम अभ्यासणे. ऐतिहासिकदृष्ट्या ज्या समुदायांवर अन्याय झाला आहे, त्यांचा डेटा जर एआय प्रशिक्षणासाठी वापरला गेला, तर ते तंत्रज्ञान त्याच अन्यायाला पुन्हा 'वैज्ञानिक' स्वरूप देऊ शकते. उदाहरणार्थ, सरकारी योजनांचे लाभार्थी निवडताना जर एआयने विशिष्ट वस्त्यांमधील लोकांना ऐतिहासिक माहितीच्या आधारे अपात्र ठरवले, तर तो सामाजिक न्यायाचा भंग ठरेल. अशा प्रकारच्या तांत्रिक शोषणाचे स्वरूप समजून घेणे आणि त्याविरुद्ध 'ॲडव्होकसी' (Advocacy) कशी करावी, याचे प्रशिक्षण समाजकार्य विद्यार्थ्यांना

देणे हे या अभ्यासाचे एक व्यावहारिक उद्दिष्ट आहे. एआय हे सर्व समस्यांचे उत्तर आहे हा भ्रम दूर करून, ते केवळ एक साधन आहे आणि अंतिम निर्णय हा नेहमीच मानवी विवेकाचा असावा, हे या अभ्यासाद्वारे ठामपणे मांडायचे आहे.

या अभ्यासाची व्याप्ती अत्यंत व्यापक असून ती समाजकार्याच्या सूक्ष्म (Micro), मध्यम (Mezzo) आणि स्थूल (Macro) अशा तिन्ही स्तरांवर पसरलेली आहे. सूक्ष्म स्तरावर, व्यक्ती कार्य (Case Work) आणि समुपदेशनामध्ये एआय चॅटबॉट्स आणि मानसिक आरोग्य साधनांचा वापर कसा होतो आणि त्यात मानवी स्पर्शाचा अभाव काय परिणाम घडवतो, याचा समावेश होतो. मध्यम स्तरावर, समुदाय संघटन आणि गट कार्यामध्ये माहितीच्या आधारे लोकांचे एकत्रीकरण करणे आणि त्यांच्या गरजांचे मॅपिंग करणे या विषयांचा अभ्यास केला जातो. स्थूल स्तरावर, सामाजिक धोरणनिर्मिती, प्रशासन आणि संशोधनामध्ये एआयचा वापर कसा केला जातो आणि त्यातून मोठ्या प्रमाणावर लोकसंख्येवर काय परिणाम होतात, याचा विचार या अभ्यासाच्या व्याप्तीत येतो. विशेषतः आपत्ती व्यवस्थापन, सार्वजनिक आरोग्य आणि शिक्षण या क्षेत्रांतील एआयचे उपयोजन भारतीय ग्रामीण आणि शहरी अशा दोन्ही संदर्भांत तपासले जाणे आवश्यक आहे. ही व्याप्ती केवळ सध्याच्या तांत्रिक वापरापुरती मर्यादित नसून, भविष्यात येणाऱ्या आव्हानांचा अंदाज घेण्यापर्यंत विस्तारलेली आहे.

व्याप्तीचा विचार करताना, नैतिक प्रश्न आणि कायदेशीर चौकटींचा समावेश करणे अनिवार्य आहे. डेटा गोपनीयता (Data Privacy) हा आजच्या काळातील सर्वात मोठा प्रश्न आहे. समाजकार्यात लाभार्थ्यांची गोळा केलेली अत्यंत वैयक्तिक माहिती एआयच्या प्रक्रियेत किती सुरक्षित आहे आणि त्या माहितीचा गैरवापर पाळत ठेवण्यासाठी (Surveillance) किंवा नियंत्रणासाठी केला जाऊ शकतो का, याचा सखोल अभ्यास या विषयाच्या कक्षेत येतो. भारतातील

ग्रामीण भागात जिथे लोकांमध्ये आपल्या डेटाच्या अधिकारांबद्दल जागरूकता शून्य आहे, तिथे समाजकार्यकर्त्याची भूमिका 'माहितीचा रक्षक' म्हणून कशी असेल, हे या व्याप्तीचा भाग आहे. तसेच, एआय मुळे निर्माण होणारी नवीन प्रकारची बेरोजगारी आणि सामाजिक विस्थापन या प्रश्नांनाही समाजकार्याच्या दृष्टिकोनातून या अभ्यासात स्थान दिलेले आहे. तंत्रज्ञान सर्वांसाठी समान आहे असा खोटा दावा करण्याऐवजी, ते असमानता कशी अधोरेखित करते, याचा चिकित्सक आढावा घेणे ही या पुस्तकाची व्याप्ती आहे.

समाजकार्यकर्त्याची बदलती भूमिका हा या अभ्यासाचा केंद्रबिंदू आहे. एआय मुळे समाजकार्यकर्ता निरुपयोगी होईल ही भीती निराधार आहे, परंतु त्याची भूमिका आता 'सेवा प्रदाता' (Service Provider) कडून 'तांत्रिक समीक्षक' (Technological Critic) कडे वळणे आवश्यक आहे. समाजकार्यकर्त्याला आता डेटाचे विश्लेषण करणे, अल्गोरिदममधील त्रुटी शोधणे आणि तंत्रज्ञानामुळे होणाऱ्या अन्यायाविरुद्ध आवाज उठवणे यांसारखी नवीन कौशल्ये आत्मसात करावी लागतील. या अभ्यासाच्या व्याप्तीमध्ये समाजकार्य शिक्षणाच्या (Social Work Education) पुनर्रचनेचाही समावेश आहे. एआयचे सामाजिक परिणाम हा विषय केवळ तांत्रिक माहिती म्हणून न येता, तो एक वैचारिक आणि नैतिक संघर्ष म्हणून आला पाहिजे. तंत्रज्ञानाचा वापर करताना आपली व्यावसायिक मूल्ये कशी टिकवून ठेवायची, याचे मार्गदर्शन करणे ही या अभ्यासाची व्याप्ती आहे.

भारतीय समाजरचना ही अत्यंत वैविध्यपूर्ण आणि विषमतापूर्ण आहे, त्यामुळे एआयचा उदय येथे जागतिक स्तरापेक्षा वेगळ्या पद्धतीने अनुभवला जात आहे. या अभ्यासात आपण हे पाहणार आहोत की, तंत्रज्ञान हे गरिबी निर्मूलन आणि आरोग्य क्षेत्रात वरदान ठरू शकते का, आणि जर ठरले तरी त्याचे फायदे कोणापर्यंत पोहोचतात. 'डिजिटल दरी' हा केवळ तांत्रिक प्रश्न नसून तो एक मानवी हक्कांचा

प्रश्न आहे. ज्यांच्याकडे इंटरनेट नाही, त्यांना सामाजिक लाभांपासून वंचित ठेवणे हे समाजकार्याच्या तत्त्वांच्या विरोधात आहे. त्यामुळेच, एआय आणि समाजकार्य यांच्यातील परस्पर संबंधांचा हा अभ्यास केवळ तांत्रिक प्रगतीची चर्चा न करता, सामाजिक न्यायाच्या पुनर्परिभाषेचा प्रयत्न करतो. तंत्रज्ञान उपयुक्त ठरण्यासाठी पारदर्शकता, उत्तरदायित्व आणि मानवी सहभागाच्या अटी कशा आवश्यक आहेत, हे स्पष्ट करणे हा या अभ्यासाचा गाभा आहे.

अखेर, एआय आणि समाजकार्य या विषयाचा हा अभ्यास आपल्याला भविष्यातील एका संतुलित आणि वास्तववादी भूमिकेकडे घेऊन जातो. एआय हे जादूचे साधन नाही की ज्यामुळे सर्व सामाजिक समस्या एका रात्रीत सुटतील. उलट, तंत्रज्ञानाच्या चुकीच्या वापरामुळे नवीन प्रकारचे सामाजिक पेच निर्माण होऊ शकतात. समाजकार्याच्या मूल्यव्यवस्थेशिवाय एआय हे केवळ आंधळे तंत्रज्ञान आहे आणि मानवी संवेदनांशिवाय ते समाजासाठी धोकादायक ठरू शकते. या अभ्यासाच्या व्याप्तीमध्ये या धोक्यांची जाणीव करून देणे आणि तंत्रज्ञानाला मानवी सन्मानासाठी वळवण्याचे मार्ग शोधणे याचा समावेश आहे. समाजकार्यकर्त्यांच्या बुद्धिमत्तेची जागा कोणतेही यंत्र घेऊ शकत नाही, कारण समाजकार्य हे केवळ मेंदूने नाही तर सहसंवेदना आणि नैतिक जाणिवेने केले जाते. तंत्रज्ञानाच्या या युगात समाजकार्याची शैक्षणिक आणि व्यावसायिक ओळख टिकवून ठेवण्यासाठी या अभ्यासाची गरज, उद्दिष्टे आणि व्याप्ती समजून घेणे हाच या पुस्तकाचा पाया आहे. या विवेचनातून आपण हे स्पष्ट करू इच्छितो की, भविष्यातील समाजकार्य हे तंत्रज्ञान-साक्षर आणि मानवता-निष्ठ अशा दोन्ही रूपांत समोर येणे काळाची गरज आहे.

प्रकरण २. कृत्रिम बुद्धिमत्ता – मित्र की धोका?

AI *चा ऐतिहासिक विकास*

कृत्रिम बुद्धिमत्ता अर्थात एआयच्या ऐतिहासिक विकासाचा मागोवा घेताना आपल्याला केवळ तंत्रज्ञानाच्या प्रगतीचा विचार करून चालणार नाही, तर त्यामागील मानवी आकांक्षा, सामाजिक गरजा आणि वैचारिक संघर्षांचाही अभ्यास करणे आवश्यक आहे. मानवी बुद्धिमत्तेची प्रतिकृती तयार करण्याची ओढ मानवाला अनादी काळापासून आहे, परंतु विसाव्या शतकाच्या मध्यात या कल्पनेला वैज्ञानिक आणि तांत्रिक स्वरूप प्राप्त झाले. समाजकार्याच्या विद्यार्थ्यांसाठी हा इतिहास समजून घेणे यासाठी महत्त्वाचे आहे की, तंत्रज्ञानाचा प्रत्येक टप्पा हा समाजातील सत्तासंबंध, आर्थिक धोरणे आणि मानवी हक्कांच्या व्याख्येशी जोडलेला असतो. कृत्रिम बुद्धिमत्तेचा उगम हा प्रामुख्याने दुसऱ्या महायुद्धानंतरच्या काळात झाला, जेव्हा गुंतागुंतीच्या गणिताची उत्तरे शोधण्यासाठी आणि युद्धातील व्यूहरचना आखण्यासाठी संगणकीय तर्कशास्त्राचा वापर वाढला. एलन ट्युरिंग या वैज्ञानिकाने १९५० मध्ये 'संगणक विचार करू शकतात का?' हा मूलभूत प्रश्न विचारून या क्षेत्राचा पाया घातला. त्यांनी मांडलेली 'ट्युरिंग टेस्ट' ही मानवी आणि कृत्रिम बुद्धिमत्तेमधील फरक मोजण्याचा पहिला प्रयत्न होता. याच काळात समाजकार्य हे क्षेत्र देखील जागतिक स्तरावर एक स्वतंत्र व्यावसायिक विद्याशाखा म्हणून आकार घेत होते आणि दोन्ही क्षेत्रांचे उद्दिष्ट मानवी समस्यांचे निराकरण करणे हेच होते, जरी त्यांच्या पद्धती पूर्णपणे भिन्न होत्या.

१९५६ मध्ये डार्टमाउथ कॉलेज येथे भरलेली कार्यशाळा ही कृत्रिम बुद्धिमत्तेच्या इतिहासातील 'पायाभरणीचा क्षण' मानली जाते, जिथे 'आर्टिफिशियल इंटेलिजन्स' ही संज्ञा अधिकृतपणे वापरण्यात आली. जॉन मॅकार्थी, मार्विन मिन्स्की आणि हबर्ट ड्रेफस यांसारख्या संशोधकांनी असा विश्वास व्यक्त केला की, मानवी मेंदूच्या प्रत्येक पैलूचे इतके अचूक वर्णन केले जाऊ शकते की त्याची प्रतिकृती तयार करणे यंत्राला शक्य होईल. हा सुरुवातीचा काळ अत्यंत 'अंध-आशावादाचा' होता. संशोधकांना वाटले की, काही दशकांतच यंत्रे माणसांप्रमाणे सर्व कामे करू लागतील. परंतु, हा काळ समाजकार्याच्या दृष्टीने पाहिला तर असे लक्षात येते की, पाश्चात्य जगात 'वेलफेअर स्टेट' (कल्याणकारी राज्य) ही संकल्पना रुजत होती आणि भारतात स्वातंत्र्योत्तर काळात सामाजिक संस्थांची उभारणी होत होती. तंत्रज्ञानाचा हा विकास सुरुवातीला केवळ गणिती आणि तांत्रिक होता, त्याचा थेट संबंध सामान्य माणसाच्या सामाजिक प्रश्नांशी किंवा गरिबी निर्मूलनाशी जोडला गेला नव्हता. यंत्रांना तर्कशास्त्र समजले, पण त्यांना मानवी समाज, त्यातील विषमता आणि भावनांचे गुंतागुंतीचे पदर समजणे तेव्हाही अशक्य होते आणि आजही ते एक मोठे आव्हान आहे.

१९६० आणि ७० च्या दशकात एआयच्या क्षेत्रात 'सिम्बॉलिक एआय' किंवा 'तर्क-आधारित' प्रणालींचा उदय झाला. याद्वारे मानवी बुद्धीला नियमांच्या चौकटीत बसवण्याचा प्रयत्न केला गेला. याच काळात 'एलिझा' (ELIZA) नावाचा पहिला चॅटबॉट तयार झाला, जो एका थेरपिस्टप्रमाणे संवाद साधण्याचा प्रयत्न करायचा. समाजकार्याच्या दृष्टीने हे एक महत्त्वाचे उदाहरण आहे, कारण तिथे प्रथमच मानवी संवाद आणि यंत्राचा संबंध आला. मात्र, या प्रणालीमध्ये सहसंवेदना (Empathy) पूर्णपणे शून्य होती. यंत्र केवळ शब्दांची जुळवाजुळव करत होते. समाजकार्याची व्याख्या ही केवळ 'समस्या आणि त्याचे उत्तर' अशी नसून, त्यात सामाजिक न्याय, धोरणनिर्मिती आणि

पीडितांचे पुनर्वसन यांचा समावेश होतो. एआयच्या या सुरुवातीच्या काळात केवळ 'तार्किक बुद्धिमत्ता' (Logical Intelligence) वाढवण्यावर भर होता, ज्यामुळे सामाजिक संदर्भांकडे दुर्लक्ष झाले. भारतात याच सुमारास सामाजिक कार्याचा भर हा समुदाय विकासावर (Community Development) आणि ग्रामीण विकासावर होता, जिथे तंत्रज्ञानाचा शिरकाव नगण्य होता.

ऐतिहासिक विकासात १९७० च्या उत्तरार्धात आणि १९८० च्या सुरुवातीला 'एआय विंटर' (AI Winter) नावाचा काळ आला. या काळात संशोधकांनी दिलेली आश्वासने पूर्ण न झाल्यामुळे सरकारी निधी आणि लोकांचा विश्वास कमी झाला. हा टप्पा अत्यंत बोधप्रद आहे कारण तो तंत्रज्ञानाच्या मर्यादा स्पष्ट करतो. यंत्रांना साधी माहिती ओळखणे शक्य होते, परंतु 'सामान्य ज्ञान' (Common Sense) आणि 'सामाजिक विवेक' (Social Judgment) विकसित करणे कठीण होते. समाजकार्य क्षेत्रात याच काळात असे जाणवले की, सामाजिक प्रश्न हे केवळ प्रशासकीय आकडेमोडीने सुटत नाहीत, तर त्यासाठी लोकांचा सहभाग आणि मानवी हस्तक्षेपाची गरज असते. एआयच्या अपयशाचा हा इतिहास आपल्याला हे शिकवतो की, मानवी बुद्धिमत्तेची जागा घेणे यंत्राला सोपे नाही. सामाजिक वास्तवात जेव्हा आपण काम करतो, तेव्हा परिस्थितीनुसार निर्णय घेण्याची क्षमता लागते, जी त्याकाळी एआयमध्ये अजिबात नव्हती.

१९९० च्या दशकात जेव्हा संगणकाची कार्यक्षमता वाढली आणि 'डेटा' (Data) संकलित करणे सोपे झाले, तेव्हा एआयचा दुसरा उदय झाला. 'एक्सपर्ट सिस्टम्स' (Expert Systems) च्या माध्यमातून विशिष्ट क्षेत्रातील ज्ञान यंत्रांना दिले गेले. उदाहरणादाखल, आरोग्य सेवा किंवा आर्थिक नियोजनात यंत्रांचा वापर वाढू लागला. भारतीय संदर्भात, १९९० च्या उदारीकरणानंतर माहिती तंत्रज्ञान क्षेत्रात मोठी क्रांती झाली, परंतु समाजकार्याच्या क्षेत्रात त्याचा परिणाम संथ होता.

सरकारी रेकॉर्ड्स आणि एनजीओचे काम हळूहळू कागदावरून संगणकाकडे वळू लागले. या टप्प्यावर एआयचा विकास हा प्रामुख्याने 'डेटा प्रोसेसिंग' पुरता मर्यादित होता. समाजकार्यकर्त्यांना असे वाटू लागले की तंत्रज्ञानामुळे केवळ प्रशासकीय कामाचा ताण कमी होईल. मात्र, याच काळात एआयमध्ये 'मशिन लर्निंग' (Machine Learning) या संकल्पनेचा उगम झाला, ज्यामुळे यंत्रे केवळ दिलेल्या नियमांवर न चालता, स्वतः माहितीवरून शिकू लागली. हे वळण समाजकार्यासाठी सर्वात कठीण ठरले, कारण यंत्रांनी स्वतःची 'तर्क पद्धती' विकसित करायला सुरुवात केली, जी अनेकदा मानवी नियंत्रणाबाहेर जाऊ लागली.

एकविसाव्या शतकाच्या सुरुवातीला, विशेषतः २०१० नंतर, 'बिग डेटा' (Big Data) आणि 'डीप लर्निंग' (Deep Learning) मुळे एआयने मानवी जीवनाच्या सर्वच क्षेत्रांत प्रवेश केला. आजचा एआय हा केवळ गणिती प्रक्रिया नाही, तर तो मानवी वर्तणुकीचा अंदाज घेणारा एक शक्तिशाली घटक बनला आहे. समाजकार्य क्षेत्रात याचा वापर गरिबीचे मॅपिंग करणे, आपत्ती व्यवस्थापनात मदत करणे किंवा बाल हक्कांच्या रक्षणासाठी डेटा विश्लेषण करणे यासाठी केला जात आहे. परंतु, ऐतिहासिकदृष्ट्या पाहिल्यास असे दिसते की, या तंत्रज्ञानाचा उदय हा प्रामुख्याने नफा कमावणाऱ्या कॉर्पोरेट कंपन्यांनी केला आहे, सामाजिक कल्याणाच्या संस्थांनी नाही. त्यामुळे एआयच्या मूळ रचनेतच सामाजिक न्यायापेक्षा व्यावसायिक हितसंबंध जास्त आहेत. समाजकार्याची मूल्ये जसे की मानवी प्रतिष्ठा, समता आणि गोपनीयता, ही एआयच्या या वेगवान विकासाच्या ओघात कुठेतरी मागे पडली आहेत. भारतातील ग्रामीण आणि शहरी भागातील डिजिटल दरी (Digital Divide) या इतिहासाचा एक अविभाज्य भाग आहे. तंत्रज्ञान आले, पण ते सर्वांपर्यंत समान पद्धतीने पोहोचले नाही.

एआयच्या विकासात 'माहितीची गोपनीयता' (Data Privacy) हा विषय सुरुवातीला दुय्यम होता, पण आज तो सर्वात मोठा नैतिक प्रश्न बनला आहे. ऐतिहासिकदृष्ट्या, समाजकार्याने नेहमीच लाभार्थ्यांच्या गोपनीयतेचे रक्षण केले आहे. परंतु एआयच्या उदयानंतर, लोकांची माहिती हा एक बाजारू पदार्थ बनला आहे. भारतीय समाजात जिथे आजही साक्षरतेचे प्रमाण कमी आहे, तिथे लोकांची डिजिटल माहिती गोळा करून त्यांच्यावर नियंत्रण मिळवणे किंवा त्यांचे शोषण करणे सोपे झाले आहे. हा केवळ तंत्रज्ञानाचा विकास नसून, ते 'डिजिटल देखरेखीचे' (Digital Surveillance) एक नवीन अस्त्र बनले आहे. समाजकार्यकर्त्यांनी या इतिहासातून हे शिकले पाहिजे की, तंत्रज्ञान कधीही पूर्णपणे निर्दोष नसते. प्रत्येक तांत्रिक प्रगतीसोबत शोषणाचे नवीन मार्गही निर्माण होतात. एआयचा इतिहास हा केवळ यशोगाथा नसून, तो मानवी हक्कांच्या उल्लंघनाचा आणि पक्षपाती अल्गोरिदमचा देखील इतिहास आहे.

भारतीय परिस्थितीमध्ये एआयचा ऐतिहासिक प्रवास हा पाश्चात्य जगापेक्षा वेगळा राहिला आहे. आपल्याकडे तंत्रज्ञानाचा स्वीकार हा सामाजिक विषमतेच्या पार्श्वभूमीवर झाला आहे. जेव्हा आधार (Aadhaar) सारख्या प्रणालीद्वारे एआयचा वापर सार्वजनिक वितरण प्रणालीत (PDS) सुरू झाला, तेव्हा अनेक ठिकाणी तांत्रिक त्रुटींमुळे गरिबांना अन्नधान्यापासून वंचित राहावे लागले. हा तंत्रज्ञानाचा पराभव होता, जो समाजकार्याच्या दृष्टीने अत्यंत गंभीर आहे. एआयला 'जादू' मानणाऱ्या अंध-आशावादाने अनेकदा जमिनीवरील वास्तवाकडे दुर्लक्ष केले. समाजकार्याचा इतिहास आपल्याला सांगतो की, जेव्हा आपण एखाद्या समुदायाचा विकास करू इच्छितो, तेव्हा केवळ तंत्रज्ञान पुरवून चालत नाही, तर तिथल्या सामाजिक, सांस्कृतिक आणि राजकीय परिस्थितीचा विचार करावा लागतो. एआयच्या इतिहासात या सामाजिक अंगाचा विचार फार उशिरा सुरू झाला, आणि आजही तो पुरेसा नाही.

समाजकार्यकर्त्याची भूमिका या ऐतिहासिक प्रवासात बदलत गेली आहे. सुरुवातीला समाजकार्यकर्ता तंत्रज्ञानापासून दूर होता, त्यानंतर तो तंत्रज्ञानाचा केवळ वापरकर्ता बनला, आणि आज त्याला तंत्रज्ञानाचा 'समीक्षक' बनावे लागत आहे. एआयच्या ऐतिहासिक विकासाने आपल्याला हे दाखवून दिले आहे की, यंत्रे कितीही बुद्धीमान झाली तरी ती 'समाजकार्यकर्ता' बनू शकत नाहीत. कारण समाजकार्य हे केवळ मेंदूचे काम नाही, तर ते हृदयाचे काम आहे. यंत्राकडे संवेदना (Compassion) नसते, जी समाजकार्याचा मूळ आधार आहे. बाल शोषणाचे प्रश्न असोत किंवा महिलांवरील अत्याचार, हे प्रश्न सोडवण्यासाठी लागणारी मानवी सहसंवेदना कोणतीही ऐतिहासिक तांत्रिक क्रांती निर्माण करू शकलेली नाही. त्यामुळेच समाजकार्यात एआय हा केवळ एक साहाय्यक (Assistant) म्हणून राहिला पाहिजे, तो अंतिम निर्णय घेणारा (Decision Maker) बनू नये.

या विकासाचा सखोल अभ्यास केल्यावर असे लक्षात येते की, एआयचा प्रवास हा मानवी नियंत्रणाकडून स्वायत्ततेकडे (Autonomy) चाललेला आहे. ही स्वायत्तता सामाजिक कल्याणासाठी घातक ठरू शकते जर तिला समाजकार्याच्या मूल्यांची जोड नसेल. एआय मधील 'बायस' (Bias) किंवा पूर्वग्रह हा त्याच्या इतिहासातच दडलेला आहे, कारण तो डेटा मानवी समाजातील विषमतेतूनच आलेला आहे. जर आपण ऐतिहासिक अन्यायाचा डेटा यंत्राला दिला, तर यंत्र त्या अन्यायालाच 'न्याय' समजून त्याची अंमलबजावणी करेल. समाजकार्याच्या विद्यार्थ्याने या इतिहासाकडे चिकित्सक दृष्टीने पाहिले पाहिजे. तंत्रज्ञानाचे स्तोम न माजवता, त्यातील फोलपणा आणि धोके स्पष्टपणे मांडले पाहिजेत. भविष्यातील समाजकार्य हे तंत्रज्ञानाला नाकारणारे नसेल, पण तंत्रज्ञानाच्या अधिपत्याखाली दबणारेही नसेल. ते तंत्रज्ञानाला सामाजिक न्यायाच्या चौकटीत बसवणारे असेल.

अखेर, एआयचा ऐतिहासिक विकास हा आपल्याला एका अशा टप्प्यावर घेऊन आला आहे, जिथे माणुसकी आणि यंत्र यांच्यातील सीमा पुसट होत चालल्या आहेत. समाजकार्याचे मूळ उद्दिष्ट हे माणसाला केंद्रस्थानी ठेवणे हे आहे. तंत्रज्ञानाच्या इतिहासात नेहमीच सत्तेची आणि पैशाची बाजू वरचढ राहिली आहे, परंतु समाजकार्याला नेहमीच वंचितांची बाजू मांडावी लागते. त्यामुळेच एआयचा हा प्रवास समजून घेताना, तो कोणासाठी फायदेशीर ठरला आणि कोणाला त्याने परिघाबाहेर फेकले, हे तपासणे गरजेचे आहे. डिजिटल साक्षरतेचा अभाव असलेल्या ग्रामीण भागातील माणसासाठी हा इतिहास केवळ एका नवीन प्रकारच्या विस्थापनाचा इतिहास असू शकतो. समाजकार्यकर्त्याला या तांत्रिक इतिहासाची पुनर्रचना करावी लागेल, जिथे तंत्रज्ञान हे शोषणाचे नाही तर मुक्तीचे साधन बनेल. एआय हे 'मित्र' आहे की 'धोका', हे केवळ त्या तंत्रज्ञानावर अवलंबून नसून, ते वापरणारा समाजकार्यकर्ता कोणत्या मूल्यांना धरून आहे, यावर अवलंबून आहे.

AI चे प्रकार (Narrow, General, Predictive)

कृत्रिम बुद्धिमत्तेच्या तांत्रिक आणि सामाजिक आयामांचा विचार करताना तिचे वर्गीकरण समजून घेणे ही केवळ तांत्रिक गरज नसून ती समाजकार्य प्रक्रियेतील एक वैचारिक स्पष्टता देणारी बाब आहे. कृत्रिम बुद्धिमत्ता ही संज्ञा आपण सर्रासपणे वापरत असलो तरी, ती एक एकसंध संकल्पना नाही. तिच्या विविध प्रकारांनुसार तिची कार्यक्षमता, सामाजिक परिणाम आणि त्यातून निर्माण होणारे नैतिक पेच बदलत जातात. समाजकार्य क्षेत्रात काम करणाऱ्या व्यावसायिकासाठी हे प्रकार समजून घेणे यासाठी आवश्यक आहे कारण प्रत्येक प्रकाराचा समाजातील दुर्बल घटकांवर होणारा प्रभाव भिन्न असतो. प्रामुख्याने कृत्रिम बुद्धिमत्तेचे वर्गीकरण तिच्या क्षमतेनुसार 'संकुचित' (Narrow), 'सामान्य' (General) आणि

तिच्या कार्यपद्धतीनुसार 'भविष्यसूचक' (Predictive) अशा तीन महत्त्वाच्या स्तरांवर केले जाते. भारतीय समाजरचनेमध्ये, जिथे आपण आजही गरिबी, आरोग्य आणि शिक्षणाच्या मूलभूत प्रश्नांशी लढत आहोत, तिथे हे एआयचे प्रकार मदतीचा हात म्हणून येऊ शकतात की विस्थापनाचे कारण ठरू शकतात, याचा चिकित्सक आढावा घेणे अत्यंत महत्त्वाचे आहे. तंत्रज्ञानाचा हा आवाका केवळ माहितीवर प्रक्रिया करण्यापुरता मर्यादित नसून तो मानवी संबंधांच्या पुनर्परिभाषेशी जोडलेला आहे.

संकुचित कृत्रिम बुद्धिमत्ता (Narrow AI or Weak AI) हा एआयचा असा प्रकार आहे जो केवळ एका विशिष्ट कार्यासाठी किंवा क्षेत्रासाठी डिझाइन केलेला असतो. याला 'संकुचित' म्हणण्याचे कारण असे की, हे तंत्रज्ञान एखाद्या ठराविक चौकटीबाहेर विचार करू शकत नाही. उदाहरणार्थ, जर आपण बाल आरोग्यासाठी एखादा चॅटबॉट विकसित केला, तर तो केवळ बाल आरोग्याशी संबंधित प्रश्नांची उत्तरे देऊ शकतो; तो कौटुंबिक वादात समुपदेशन करू शकत नाही. समाजकार्य क्षेत्रात सध्या याच प्रकारच्या एआयचा वापर सर्वाधिक होताना दिसतो. भारतीय संदर्भात बोलायचे झाले तर, अनेक सामाजिक संस्था आणि सरकारी यंत्रणांनी लाभार्थ्यांना माहिती देण्यासाठी किंवा त्यांच्या तक्रारींची नोंद करण्यासाठी संकुचित एआयचा वापर सुरू केला आहे. समजा, एखाद्या ग्रामीण भागातील महिलेला सरकारी पेन्शन योजनेची माहिती हवी असेल, तर एक संकुचित एआय प्रणाली तिला तिच्या मातृभाषेत ही माहिती देऊ शकते. हे तंत्रज्ञान गती आणि अचूकता देऊ शकते, परंतु त्यात 'सापेक्षता' नसते. संकुचित एआय केवळ त्याला दिलेल्या डेटावर प्रक्रिया करतो, तो मानवी भावभावना किंवा सामाजिक गुंतागुंत समजू शकत नाही. समाजकार्यकर्त्यासाठी ही एक महत्त्वाची मर्यादा आहे, कारण सामाजिक समस्या या कधीही एकांगी नसतात. एखाद्या कुटुंबातील दारिद्र्य हे केवळ आर्थिक नसते, तर त्याला जात, धर्म

आणि भौगोलिक स्थानाचे पदर असतात, जे समजून घेण्यास संकुचित एआय अपुरे पडते.

संकुचित एआयच्या वापरामुळे समाजकार्यात 'कार्यक्षमता' वाढली आहे, असा दावा वारंवार केला जातो. परंतु, ही कार्यक्षमता केवळ प्रशासकीय स्तरावर असते. जेव्हा प्रत्यक्ष क्षेत्रीय कामाचा (Field Work) प्रश्न येतो, तेव्हा संकुचित एआयचे तोटे स्पष्टपणे जाणवतात. उदाहरणार्थ, एखादी एआय आधारित प्रणाली जर केवळ आकडेवारीच्या आधारे लाभार्थ्यांची निवड करत असेल, तर ती प्रणाली त्या लाभार्थ्याच्या घरातील प्रत्यक्ष परिस्थिती, त्याचे मानसिक स्वास्थ्य किंवा त्याला समाजातून मिळणारी वागणूक यांकडे दुर्लक्ष करते. भारतीय ग्रामीण भागात जिथे कागदपत्रांची कमतरता असते, तिथे संकुचित एआय प्रणाली तांत्रिक निकषांवर अनेक खऱ्या गरजूंना बाद ठरवू शकते. हे तंत्रज्ञान 'कोडिंग' केलेल्या नियमांवर चालते आणि समाजकार्य हे 'अपवादांवर' आणि 'मानवतेवर' चालते. त्यामुळे संकुचित एआय हे समाजकार्यकर्त्याचे साधन असू शकते, पण ते कधीही त्याचा पर्याय ठरू शकत नाही. जर आपण संकुचित एआयवर अतिअवलंबित्व ठेवले, तर समाजकार्य ही प्रक्रिया यांत्रिक होण्याची भीती आहे, जिथे लोकांच्या जीवनाकडे केवळ 'डेटा पॉईंट्स' म्हणून पाहिले जाईल.

दुसरा महत्त्वाचा प्रकार म्हणजे सामान्य कृत्रिम बुद्धिमत्ता (General AI or Strong AI). ही एक काल्पनिक आणि सैद्धांतिक संकल्पना आहे, जिथे यंत्राकडे मानवी मेंदूप्रमाणे कोणत्याही प्रकारची समस्या सोडवण्याची आणि कोणत्याही क्षेत्रात विचार करण्याची क्षमता असेल. सध्याच्या घडीला असा कोणताही एआय अस्तित्वात नाही जो मानवी बुद्धिमत्तेची सर्वतोपरी बरोबरी करू शकेल. समाजकार्याच्या संदर्भात 'सामान्य एआय' हा मुद्दा अत्यंत वादाचा आणि चिंतेचा विषय आहे. जर भविष्यात यंत्राकडे मानवासारखी जाणीव आणि विवेक विकसित

झाला, तर समाजकार्यकर्त्याच्या अस्तित्वावरच प्रश्नचिन्ह निर्माण होईल का, असा प्रश्न विचारला जातो. परंतु, समाजकार्य हे केवळ तर्कावर चालत नाही, तर ते 'सहसंवेदना' (Empathy) आणि 'नैतिक विवेकावर' चालते. यंत्र कितीही प्रगत झाले तरी ते मानवी दुःखाची जाणीव किंवा अन्यायाविरुद्धची चीड अनुभवू शकत नाही. सामान्य एआयची कल्पना ही तंत्रज्ञान क्षेत्रात रंजक असली तरी, सामाजिक क्षेत्रासाठी ती आव्हानात्मक आहे. जर यंत्रांनी मानवी निर्णयांची पूर्णतः जागा घेतली, तर सामाजिक न्यायाची व्याख्या संपुष्टात येईल, कारण न्याय हा नेहमीच परिस्थितीसापेक्ष असतो, तो केवळ अल्गोरिदमवर आधारित नसतो.

समाजकार्याच्या दृष्टीने तिसरा आणि सर्वात महत्त्वाचा, परंतु तितकाच वादग्रस्त प्रकार म्हणजे भविष्यसूचक कृत्रिम बुद्धिमत्ता (Predictive AI). हा एआय ऐतिहासिक डेटाचे विश्लेषण करून भविष्यात काय घडू शकते, याचा अंदाज देतो. समाजकार्य क्षेत्रात याचा वापर 'रिस्क असेसमेंट' (Risk Assessment) करण्यासाठी केला जातो. उदाहरणार्थ, बाल हक्कांच्या क्षेत्रात, कोणत्या वस्तीमध्ये बालविवाह किंवा बालशोषणाच्या घटना घडण्याची शक्यता जास्त आहे, हे ओळखण्यासाठी भविष्यसूचक एआयचा वापर केला जातो. भारतातील सार्वजनिक आरोग्य यंत्रणेत साथीच्या रोगांचा प्रसार कुठे होऊ शकतो, याचा अंदाज लावण्यासाठी या तंत्रज्ञानाचा वापर होतो आहे. वरकरणी हे तंत्रज्ञान खूप उपयुक्त वाटते, कारण यामुळे आपण प्रतिबंधात्मक (Preventive) उपाययोजना करू शकतो. मात्र, या तंत्रज्ञानामुळे निर्माण होणारा 'पूर्वग्रह' (Bias) हा समाजकार्याच्या मूलभूत मूल्यांना छेद देणारा आहे. जर एखादा डेटा असे सांगत असेल की ऐतिहासिकदृष्ट्या विशिष्ट जातीच्या किंवा धर्माच्या वस्त्यांमध्ये गुन्हेगारी जास्त आहे, तर भविष्यसूचक एआय त्या वस्त्यांमधील निष्पाप लोकांनाही संशयाच्या भोवऱ्यात उभे करेल. हे 'प्रोफायलिंग' सामाजिक न्यायाच्या विरोधात आहे.

भविष्यसूचक एआयमुळे समाजातील दुर्बल घटकांवर होणारे अन्यायकारक परिणाम हा समाजकार्यातील एक अत्यंत गंभीर नैतिक प्रश्न आहे. जेव्हा यंत्र एखाद्या व्यक्तीला 'हाय रिस्क' म्हणून लेबल लावते, तेव्हा त्या व्यक्तीकडे पाहण्याचा सामाजिक दृष्टिकोन बदलतो. भारतीय संदर्भात, जिथे पोलिसांकडून किंवा प्रशासनाकडून आधीच विविक्षित समुदायांना लक्ष्य केले जाते, तिथे भविष्यसूचक एआय हे शोषणाचे नवीन हत्यार ठरू शकते. समाजकार्यकर्त्याचे काम हे अशा शोषणाविरुद्ध उभे राहणे आहे, यंत्राने दिलेल्या अंदाजावर डोळे झाकून विश्वास ठेवणे नव्हे. भविष्यसूचक एआय हे केवळ 'शक्यता' सांगू शकते, ते 'सत्य' सांगू शकत नाही. जर या अंदाजांचा वापर करून एखाद्या गरीब कुटुंबाचे मूल त्यांच्याकडून हिरावून घेतले गेले किंवा एखाद्या व्यक्तीला तांत्रिक पुराव्यावरून नोकरी नाकारली गेली, तर ते समाजकार्याचे अपयश असेल. हे तंत्रज्ञान 'प्रोजेक्शन' करते, पण ते 'प्रोग्रेशन' (प्रगती) करू शकत नाही कारण ते केवळ भूतकाळातील चुकांच्या माहितीवर आधारित असते.

भारतीय समाजरचनेतील 'डिजिटल दरी' (Digital Divide) लक्षात घेता एआयचे हे तिन्ही प्रकार सर्वांसाठी समान परिणामकारक नाहीत. ग्रामीण भागातील लोकांसाठी एआय हे आजही एका 'अदृश्य' शक्तीसारखे आहे, ज्याचे परिणाम त्यांना भोगावे लागतात पण ज्यावर त्यांचे नियंत्रण नसते. संकुचित एआयमुळे सेवांमध्ये सुसूत्रता येत असली तरी, भाषेचे आणि साक्षरतेचे अडथळे आजही कायम आहेत. भविष्यसूचक एआयचा वापर प्रामुख्याने प्रशासकीय नियंत्रणासाठी केला जाण्याची भीती आहे, मदतीसाठी नाही. समाजकार्यकर्त्याची भूमिका येथे एक 'समीक्षक' आणि 'मानवी संरक्षक' म्हणून महत्त्वाची ठरते. त्याला हे समजून घ्यावे लागेल की, डेटा हा कधीही तटस्थ नसतो. तो समाजातल्या विषमतेचे प्रतिबिंब असतो. त्यामुळे एआयच्या प्रकारांचा अभ्यास करताना समाजकार्यकर्त्याने हे नेहमी लक्षात ठेवले पाहिजे की, यंत्राला 'काय' (What) समजते, पण त्याला 'का' (Why)

समजत नाही. एखादी आई कुपोषित मुलाची माहिती लपवत असेल, तर एआय तिला 'माहिती लपवणारी' ठरवेल, पण समाजकार्यकर्ता तिची त्यामागची भीती आणि सामाजिक दबाव समजून घेईल.

एआयच्या या प्रकारांमुळे समाजकार्यकर्त्याचे कौशल्य आणि जबाबदारी दोन्ही वाढल्या आहेत. आता समाजकार्यकर्त्याला केवळ लोकांच्या समस्या सोडवायच्या नाहीत, तर तंत्रज्ञानामुळे त्यांच्यावर होणारा अन्यायही रोखायचा आहे. एआय हे 'मित्र' असू शकते जर ते समाजकार्यकर्त्याला तांत्रिक माहिती देऊन त्याचा वेळ वाचवत असेल, जेणेकरून तो अधिक काळ लोकांशी प्रत्यक्ष संवाद साधू शकेल. परंतु, जर एआय हे समाजकार्यकर्त्याच्या निर्णयांची जागा घेऊ लागले, तर ते समाजासाठी 'धोका' बनेल. समाजकार्यातील मानवी स्पर्श (Human Touch) हा अमूल्य आहे. जेव्हा एखादा समाजकार्यकर्ता एखाद्या पीडितेच्या डोळ्यांत पाहून तिला धीर देतो, तेव्हा जे परिवर्तन घडते, ते जगातील कोणतेही सामान्य किंवा भविष्यसूचक एआय करू शकत नाही. एआय हे केवळ गणिताचे सूत्र आहे, तर समाजकार्य हे मानवी संवेदनांचे शास्त्र आहे.

अखेर, एआयचे प्रकार समजून घेताना समाजकार्याच्या विद्यार्थ्यांनी वास्तववादी दृष्टिकोन ठेवणे गरजेचे आहे. तंत्रज्ञान हे जादू नाही की ज्यामुळे गरिबी किंवा बेरोजगारी एका रात्रीत नष्ट होईल. उलट, तंत्रज्ञानाच्या गैरवापरामुळे किंवा अज्ञानामुळे नवीन प्रकारचे सामाजिक पेच निर्माण होऊ शकतात. संकुचित एआयचा वापर पारदर्शक प्रशासनासाठी, तर भविष्यसूचक एआयचा वापर संसाधनांच्या नियोजनासाठी मर्यादित स्वरूपात केला जावा, पण अंतिम निर्णय नेहमी मानवी हस्तक्षेपानेच व्हावा. समाजकार्याच्या मूल्यांशी तडजोड करून मिळवलेली तांत्रिक प्रगती ही समाजासाठी घातकच ठरते. म्हणूनच, भविष्यातील समाजकार्यकर्त्याला एआयच्या या प्रकारांची

तांत्रिक माहिती असण्यासोबतच, त्यांची सामाजिक चिकित्सा करण्याची क्षमता विकसित करणे अनिवार्य आहे.

AI *चे फायदे*

कृत्रिम बुद्धिमत्ता आणि समाजकार्य यांच्यातील सहसंबंधांचा विचार करताना 'फायदे' हा मुद्दा अत्यंत सावधगिरीने आणि व्यावहारिक भूमिकेतून समजून घेणे आवश्यक आहे. समाजकार्य हे क्षेत्र मुळातच मर्यादित संसाधने आणि अमर्याद मानवी समस्या यांच्यातील संघर्षावर आधारलेले आहे. विशेषतः भारतासारख्या विकसनशील देशामध्ये, जिथे लोकसंख्येच्या तुलनेत व्यावसायिक समाजकार्यकर्त्यांची संख्या अत्यंत अल्प आहे, तिथे तंत्रज्ञान हे एक 'क्षमता वृद्धिंगत करणारे साधन' (Force Multiplier) म्हणून महत्त्वपूर्ण भूमिका बजावू शकते. एआयचे फायदे केवळ तांत्रिक गतीपुरते मर्यादित नसून, ते सामाजिक सेवांच्या वितरणात अचूकता आणणे, मानवी चुका कमी करणे आणि धोरणनिर्मितीसाठी पुराव्यांवर आधारित आधार प्रदान करणे या स्तरावर विस्तारलेले आहेत. समाजकार्याची व्याप्ती केवळ वैयक्तिक मदतीपुरती मर्यादित नसून ती सामाजिक न्याय, समुदाय विकास आणि धोरणात्मक बदलांपर्यंत पोहोचते; या सर्व स्तरांवर एआय कशा प्रकारे उपयुक्त ठरू शकतो, याचा अभ्यास करणे अनिवार्य आहे. तथापि, हे फायदे सांगताना आपण तंत्रज्ञानाच्या मर्यादांचे भान ठेवणे आणि त्याला मानवी संवेदनांचा पर्याय न मानता केवळ एक सहाय्यक म्हणून पाहणे हीच अभ्यासाची खरी शैक्षणिक दिशा आहे.

समाजकल्याण प्रशासनाच्या (Social Welfare Administration) दृष्टिकोनातून विचार केल्यास, एआयचा सर्वात मोठा फायदा म्हणजे प्रशासकीय कार्यक्षमता आणि पारदर्शकता वाढवणे हा होय. भारतीय सरकारी यंत्रणेमध्ये आणि मोठ्या स्वयंसेवी संस्थांमध्ये (NGOs) कागदोपत्री कामाचा आणि डेटा व्यवस्थापनाचा मोठा बोजा

समाजकार्यकर्त्यांवर असतो. यामुळे प्रत्यक्ष क्षेत्रीय कामासाठी (Field Work) मिळणारा वेळ कमी होतो. एआय-आधारित प्रणाली लाभार्थ्यांची नोंदणी, पात्रता तपासणी आणि निधीचे वाटप या प्रक्रिया स्वयंचलित करू शकतात. उदाहरणार्थ, 'थेट लाभ हस्तांतरण' (Direct Benefit Transfer - DBT) सारख्या योजनांमध्ये एआयचा वापर करून बोगस लाभार्थी ओळखणे आणि खऱ्या गरजूंपर्यंत मदत पोहोचवणे सोपे झाले आहे. यामुळे भ्रष्टाचाराला आळा बसतो आणि संसाधनांची गळती थांबते. समाजकार्यकर्ता म्हणून जेव्हा आपण सामाजिक न्यायाची भाषा करतो, तेव्हा संसाधनांचे न्याय्य वाटप होणे हा त्याचा पाया असतो; एआय हे वाटप अधिक अचूक करण्यास मदत करते, हा एक मोठा तांत्रिक विजय मानला पाहिजे.

आरोग्य आणि कुपोषण यांसारख्या गंभीर सामाजिक प्रश्नांच्या संदर्भात एआयचे 'भविष्यसूचक विश्लेषण' (Predictive Analytics) हे वरदान ठरू शकते. महाराष्ट्रातील मेळघाट किंवा नंदुरबार यांसारख्या आदिवासी बहुल भागांमध्ये कुपोषणाची समस्या आजही तीव्र आहे. पारंपारिक पद्धतीत मुलांचे वजन आणि उंची मोजून त्याचे अहवाल तयार होईपर्यंत बराच वेळ निघून जातो. मात्र, एआय-आधारित ॲप्स केवळ फोटोंच्या किंवा प्राथमिक माहितीच्या आधारे कुपोषणाची तीव्रता आणि भविष्यातील जोखीम यांचा अंदाज देऊ शकतात. यामुळे आरोग्य क्षेत्रातील समाजकार्यकर्त्यांना (Medical Social Workers) कोणत्या बालकाकडे तातडीने लक्ष देणे गरजेचे आहे, हे समजते. अशा प्रकारचे प्रतिबंधात्मक हस्तक्षेप (Preventive Interventions) केवळ जीव वाचवत नाहीत, तर सरकारी आरोग्य यंत्रणेवरील ताणही कमी करतात. येथे एआय हे केवळ आकडे मोजण्याचे यंत्र नसून ते जीव वाचवणारे एक संरक्षक साधन म्हणून समोर येते.

शिक्षण आणि बालहक्क या क्षेत्रांतही एआयचे फायदे लक्षणीय आहेत. 'डिजिटल दरी' असली तरी, जिथे तंत्रज्ञान पोहोचले आहे तिथे एआय

वैयक्तिक शिक्षणासाठी (Personalized Learning) मदत करू शकते. ग्रामीण भागातील शाळांमध्ये शिक्षकांची कमतरता असताना, एआय-आधारित सॉफ्टवेअर विद्यार्थ्यांच्या शिकण्याच्या गतीनुसार त्यांना अभ्यासक्रम उपलब्ध करून देऊ शकतात. समाजकार्यकर्त्यांसाठी 'शाळाबाह्य मुले' (Out-of-school children) शोधणे हे एक मोठे आव्हान असते. एआयच्या माध्यमातून विविध सरकारी डेटाबेसचे एकत्रीकरण करून कोणत्या भागातून मुले शाळा सोडत आहेत, याचे मॅपिंग करणे शक्य झाले आहे. तसेच, हरवलेल्या मुलांचा शोध घेण्यासाठी 'फेस रिकग्निशन' (चेहरा ओळखणे) तंत्रज्ञानाचा वापर पोलिसांनी आणि सामाजिक संस्थांनी यशस्वीपणे केला आहे. हे तंत्रज्ञान मानवी प्रयत्नांना गती देते आणि अत्यंत कमी वेळात कुटुंबाची ताटातूट थांबवण्यास मदत करते, जे समाजकार्याच्या 'पुनर्वसन' या उद्दिष्टाशी थेट जोडलेले आहे.

मानसिक आरोग्य आणि समुपदेशन (Counseling) या क्षेत्रात एआयचा वापर हा एक अत्यंत संवेदनशील पण फायदेशीर मुद्दा आहे. भारतासारख्या देशात मानसिक आजारांशी निगडित सामाजिक कलंक (Social Stigma) मोठा आहे. अनेक लोक प्रत्यक्ष समुपदेशकाकडे जाण्यास कचरतात. अशा परिस्थितीत एआय-चालित चॅटबॉट्स (Chatbots) प्राथमिक स्तरावर लोकांशी संवाद साधून त्यांना मानसिक आधार देऊ शकतात. हे बॉट्स २४ तास उपलब्ध असतात आणि निनावीपणा जपत असल्याने लोक आपली मने मोकळी करू शकतात. जरी हे बॉट्स मानवी समुपदेशकाची जागा घेऊ शकत नसले, तरी ते 'क्रायसिस इंटरव्हेंशन' (आणीबाणीच्या काळातील हस्तक्षेप) मध्ये उपयुक्त ठरतात. उदाहरणार्थ, एखाद्या व्यक्तीच्या बोलण्यातील आत्महत्येचे संकेत ओळखून एआय यंत्रणा तातडीने जवळच्या समाजकार्यकर्त्याला किंवा हेल्पलाइनला सूचित करू शकते. तंत्रज्ञानाचा हा फायदा मानवी जीव वाचवण्यासाठी

अत्यंत मोलाचा ठरतो, विशेषतः अशा भागात जिथे मानवी तज्ज्ञ उपलब्ध नाहीत.

अपंगत्व आणि सक्षमीकरण (Disability and Empowerment) या समाजकार्याच्या महत्त्वाच्या विभागात एआयने क्रांती घडवून आणली आहे. सहाय्यक तंत्रज्ञान (Assistive Technology) हे आता एआयमुळे अधिक प्रगत झाले आहे. अंध व्यक्तींसाठी मजकूर वाचून दाखवणारी यंत्रे, मूक-बधिरांसाठी हातांच्या हालचालींचे भाषेत रूपांतर करणारे अल्गोरिदम किंवा शारीरिक अपंगत्व असलेल्या व्यक्तींसाठी एआय-चलित व्हीलचेअर्स, या सर्व गोष्टींमुळे या घटकांचे परावलंबित्व कमी झाले आहे. समाजकार्याचे एक मुख्य तत्व म्हणजे 'सामान्यीकरण' (Normalization), म्हणजेच अपंग व्यक्तींना समाजाच्या मुख्य प्रवाहात सन्मानाने जगता यावे. एआय या तत्वाचा पुरस्कार करण्यास प्रत्यक्ष मदत करते. यामुळे या व्यक्तींचे केवळ सक्षमीकरण होत नाही, तर त्यांच्या मानवी हक्कांचे खऱ्या अर्थाने रक्षण होते. तंत्रज्ञानाचा हा मानवी चेहरा समाजकार्यकर्त्यांना त्यांच्या कार्यात अधिक बळ देणारा आहे.

आपत्ती व्यवस्थापन (Disaster Management) आणि समुदाय संघटनामध्ये एआयचा वापर हा वेळेची बचत करणारा आणि अचूकता आणणारा आहे. महाराष्ट्रात येणारे पूर किंवा चक्रीवादळे यांसारख्या नैसर्गिक आपत्तींच्या वेळी मदतकार्य कोठे पोहोचवणे आवश्यक आहे, याचे नियोजन एआय-आधारित उपग्रह प्रतिमांद्वारे केले जाऊ शकते. समाजकार्यकर्ते या माहितीचा वापर करून समुदायांना सतर्क करू शकतात आणि संसाधनांचे योग्य वाटप करू शकतात. तसेच, समुदाय संघटनामध्ये (Community Organization) लोकांच्या गरजांचे सर्वेक्षण करण्यासाठी एआय-आधारित टूल्सचा वापर केल्यास अधिक व्यापक आणि अचूक माहिती मिळते. यामुळे समुदायासाठी राबवायच्या योजना केवळ वरवरच्या न राहता त्या लोकांच्या

वास्तविक गरजांवर आधारित (Need-based) असतात. माहितीचे हे सखोल विश्लेषण समाजकार्यकर्त्याला अधिक प्रभावीपणे 'ॲडव्होकसी' (Advocacy) करण्यास मदत करते.

एआयचा एक महत्त्वाचा फायदा समाजकार्य संशोधनामध्ये (Social Work Research) दिसून येतो. समाजकार्यातील अनेक धोरणे ही संशोधनावर आधारित असतात. मोठ्या प्रमाणावर उपलब्ध असलेल्या सामाजिक विदेचे (Social Data) विश्लेषण करणे मानवी कक्षमतेसाठी वेळखाऊ असते. एआयच्या माध्यमातून आपण सामाजिक बदलांचे कल (Trends) ओळखू शकतो. उदाहरणार्थ, एखाद्या विशिष्ट भागात गुन्हेगारी का वाढत आहे किंवा महिलांवरील अत्याचारांच्या घटनांमध्ये कोणत्या प्रकारचे साम्य आहे, याचे विश्लेषण एआय सेकंदात करू शकते. हे संशोधन केवळ शैक्षणिक न राहता ते प्रत्यक्ष धोरणनिर्मितीसाठी (Policy Making) वापरता येते. जेव्हा समाजकार्यकर्ता शासनाला एखादा बदल सुचवतो, तेव्हा त्याच्याकडे एआय-आधारित भक्कम पुरावे असतात, ज्यामुळे त्याच्या शब्दाला अधिक वजन प्राप्त होते.

तथापि, हे सर्व फायदे सांगत असताना 'डिजिटल दरी' (Digital Divide) या वास्तवाकडे दुर्लक्ष करून चालणार नाही. एआयचे फायदे प्रामुख्याने ज्यांच्याकडे डिजिटल साधने आहेत अशाच वर्गाला मिळण्याची शक्यता जास्त असते. ग्रामीण भारतातील दलित, आदिवासी आणि कष्टकरी वर्गापर्यंत हे फायदे पोहोचवण्यासाठी समाजकार्यकर्त्याला मोठी कसरत करावी लागते. तंत्रज्ञान हे सर्वांसाठी समान संधी निर्माण करणारे असावे, हे समाजकार्याचे मूल्य आहे. जर एआय केवळ श्रीमंत किंवा शहरी भागापुरतेच मर्यादित राहिले, तर ते फायद्याऐवजी 'सामाजिक दरी' वाढवण्याचे काम करेल. त्यामुळेच, एआयचा फायदा हा केवळ तांत्रिक प्रगती म्हणून न पाहता, तो शेवटच्या माणसापर्यंत पोहोचवण्याचे आव्हान

समाजकार्यकर्त्याला स्वीकारावे लागेल. तंत्रज्ञान हे लोकांचे अधिकार हिरावून घेणारे नसावे, तर ते त्यांना सक्षम करणारे असावे, हे भान ठेवणे गरजेचे आहे.

एआयच्या फायद्यांचा विचार करताना 'नैतिकता' आणि 'मानवी विवेक' हे दोन महत्त्वाचे अडथळे किंवा दिशादर्शक आहेत. एआय माहिती देऊ शकते, गती देऊ शकते, पण ते 'सल्ला' देऊ शकत नाही जो मानवी परिस्थितीच्या सर्व छटा लक्षात घेतो. भारतीय समाजात कौटुंबिक संबंध, जातीचे राजकारण आणि स्थानिक संस्कृती यांचा मोठा प्रभाव असतो. एआयला या गोष्टींचे आकलन होणे कठीण आहे. त्यामुळे, एआयचा फायदा हा समाजकार्यकर्त्याच्या बुद्धिमत्तेला पूरक (Supplementary) असावा, पर्यायी (Substitutive) नसावा. जेव्हा एआय एखादा निष्कर्ष काढते, तेव्हा तो निष्कर्ष समाजकार्याच्या मूल्यांच्या—जसे की समता आणि बंधुता—कसौटीवर उतरतो का, हे तपासण्याची जबाबदारी समाजकार्यकर्त्याचीच असते. तंत्रज्ञानाचा वापर करताना कोणाचीही प्रायव्हसी (गोपनीयता) धोक्यात येणार नाही, हे पाहणेही तितकेच महत्त्वाचे आहे.

शेवटी, कृत्रिम बुद्धिमत्ता ही समाजकार्य क्षेत्रासाठी एक अशी संधी आहे, जिने आपल्या कामाची पद्धत बदलण्याची क्षमता ठेवली आहे. ही संधी आपल्याला अधिक कार्यक्षम बनवू शकते, आपला वेळ वाचवू शकते आणि आपल्याला अधिक व्यापक प्रभाव पाडण्यास मदत करू शकते. पण हे सर्व करताना आपण हे विसरता कामा नये की, समाजकार्य हे मानवी संबंधांवर आधारलेले शास्त्र आहे. एआय आपल्याला 'डेटा' देऊ शकतो, पण 'दिलासा' देऊ शकत नाही. ते आपल्याला 'नकाशा' देऊ शकते, पण प्रत्यक्ष 'प्रवास' लोकांसोबत करावा लागतो. एआयचा फायदा हा समाजकार्याच्या उद्दिष्टांना साध्य करण्यासाठी वापरला जाणारा एक रस्ता असावा, तो रस्ताच उद्दिष्ट असता कामा नये. जेव्हा आपण तंत्रज्ञानाला माणुसकीची जोड देतो,

तेव्हाच त्याचे फायदे खऱ्या अर्थाने समाजाच्या कल्याणासाठी उपयोगी ठरतात. या संतुलित दृष्टिकोनातूनच समाजकार्याच्या विद्यार्थ्यांनी एआयच्या फायद्यांकडे पाहिले पाहिजे, जिथे तंत्रज्ञान हे केवळ एक साधन आहे आणि माणूस हे त्याचे साध्य आहे.

AI *चे धोके व मर्यादा*

कृत्रिम बुद्धिमत्ता जेव्हा समाजकार्याच्या क्षेत्रात पाऊल ठेवते, तेव्हा तिचे स्वागत केवळ एक तांत्रिक सुधारणा म्हणून केले जाते, पण तिच्या अंतर्निहित धोक्यांकडे आणि मर्यादांकडे दुर्लक्ष करणे ही एक मोठी व्यावसायिक चूक ठरू शकते. समाजकार्य हे क्षेत्र मुळातच मानवी हक्क, सामाजिक न्याय आणि व्यक्तीच्या प्रतिष्ठेवर आधारलेले आहे, तर कृत्रिम बुद्धिमत्ता ही नफा, कार्यक्षमता आणि सांख्यिकीय तर्कावर चालते. या दोन परस्परविरोधी विचारसरणी जेव्हा एकत्र येतात, तेव्हा तंत्रज्ञानाचे धोके अधिक प्रकर्षाने जाणवू लागतात. 'एआय'ला सर्व समस्यांचे उत्तर मानणे हा एक प्रकारचा 'अंध-आशावाद' आहे, जो जमिनीवरील वास्तवापासून आपल्याला दूर नेतो. समाजकार्याच्या विद्यार्थ्यांसाठी हे समजून घेणे अत्यंत आवश्यक आहे की, तंत्रज्ञान हे कधीही तटस्थ नसते; ते ज्यांच्याकडून विकसित केले जाते आणि ज्या माहितीवर (Data) ते आधारित असते, त्यातील सर्व दोष, पूर्वग्रह आणि मर्यादा यंत्रांमध्ये उतरतात. भारतीय समाजरचनेचा विचार करता, जिथे आजही जात, वर्ग आणि लिंगभेदाच्या भिंती भक्कम आहेत, तिथे एआयचा वापर या भिंती अधिक उंच करण्याचे काम करू शकतो. एआयचे धोके हे केवळ तांत्रिक बिघाड नसून ते सामाजिक शोषणाचे नवीन मार्ग ठरू शकतात, ज्याचा परिणाम समाजातील सर्वात दुर्बल घटकांवर होतो.

एआयमधील सर्वात मोठा आणि गंभीर धोका म्हणजे 'अल्गोरिदममधील पूर्वग्रह' (Algorithmic Bias) होय. कृत्रिम बुद्धिमत्ता ही भूतकाळातील

माहितीवरून शिकते. जर ही माहिती ऐतिहासिकदृष्ट्या विषमतेने भरलेली असेल, तर एआय तीच विषमता भविष्यातही कायम ठेवते. भारतीय संदर्भात याचे उदाहरण घ्यायचे झाल्यास, जर एखाद्या सरकारी योजनेचे लाभार्थी निवडण्यासाठी एआय प्रणाली वापरली गेली आणि त्या प्रणालीला गेल्या दहा वर्षांचा डेटा दिला गेला, तर ती प्रणाली ऐतिहासिकदृष्ट्या वंचित असलेल्या समुदायांना (उदा. दलित, आदिवासी किंवा दुर्गम भागातील लोक) आपोआपच 'कमी पात्र' ठरवू शकते. हे यासाठी घडते कारण त्या समुदायांना पूर्वी कधीही मुख्य प्रवाहात येण्याची संधीच मिळालेली नसते. यंत्राला हे समजत नाही की ही माणसे गरीब का राहिली; यंत्र केवळ आकडे पाहते आणि पूर्वग्रहावर आधारित निष्कर्ष काढते. यामुळे 'सामाजिक न्याय' या समाजकार्याच्या मूळ तत्त्वाला हरताळ फासला जातो. अशा वेळी समाजकार्यकर्ता यंत्राच्या निर्णयावर विसंबून राहिला, तर तो कळत-नकळत अन्यायकारक प्रक्रियेचा भाग बनतो. एआय हे 'विज्ञानाचे' लेबल लावून पक्षपातीपणाला अधिकृत स्वरूप देऊ शकते, जो एक अत्यंत छुपा आणि भयानक धोका आहे.

दुसरा महत्त्वाचा मुद्दा म्हणजे मानवी संवेदनेचा अभाव आणि 'अमानवीकरण' (Dehumanization). समाजकार्य हे दोन व्यक्तींमधील जिवंत संवाद आणि सहसंवेदनेवर (Empathy) आधारलेले असते. जेव्हा आपण समुपदेशन किंवा पुनर्वसनाचे काम करतो, तेव्हा लाभार्थीच्या शब्दांपेक्षा त्याच्या डोळ्यांतील भाव, त्याच्या आवाजातील थरकाप आणि त्याच्या परिस्थितीची गुंतागुंत समजून घेणे महत्त्वाचे असते. एआय चॅटबॉट्स किंवा स्वयंचलित समुपदेशन प्रणाली कितीही प्रगत झाल्या तरी त्या मानवी स्पर्शाची जागा घेऊ शकत नाहीत. एखाद्या घरगुती हिंसाचारातून वाचलेल्या महिलेला जेव्हा मदतीची गरज असते, तेव्हा तिला तांत्रिक उत्तरापेक्षा एका मानवी आधाराची आणि सुरक्षिततेच्या भावनेची गरज असते. एआय हे केवळ प्रोग्राम केलेल्या उत्तरांच्या पलीकडे जाऊ शकत नाही. जर

समाजकार्य क्षेत्रात एआयचा वापर मानवी हस्तक्षेप कमी करण्यासाठी केला गेला, तर लाभार्थ्यांकडे केवळ एक 'केस नंबर' किंवा 'डेटा पॉईंट' म्हणून पाहिले जाईल. यामुळे समाजकार्यातील मानवी मूल्ये संपून हे क्षेत्र केवळ एक कोरडे प्रशासकीय काम बनून राहील. यंत्राला दुःखाची जाणीव नसते, त्यामुळे ते केवळ 'उपाय' सुचवू शकते, 'निवारण' करू शकत नाही.

माहितीची गोपनीयता (Data Privacy) आणि देखरेख (Surveillance) हा एआयच्या वापरातील आणखी एक मोठा धोका आहे. समाजकार्यामध्ये लाभार्थ्यांची गोपनीय माहिती (उदा. आजारपण, कौटुंबिक कलह, लैंगिक अत्याचार किंवा आर्थिक स्थिती) अत्यंत जपून ठेवावी लागते. परंतु एआय प्रणाली चालवण्यासाठी ही माहिती क्लाउड सर्व्हरवर किंवा मोठ्या कंपन्यांच्या डेटाबेसमध्ये साठवली जाते. भारतामध्ये डेटा सुरक्षेचे कायदे अद्याप अत्यंत प्राथमिक अवस्थेत आहेत. अशा वेळी, लाभार्थ्यांच्या अत्यंत खाजगी माहितीचा वापर जाहिरातींसाठी, राजकीय फायद्यासाठी किंवा त्यांच्यावर पाळत ठेवण्यासाठी केला जाण्याची दाट शक्यता असते. विशेषतः शोषित समुदायांच्या बाबतीत, ही माहिती त्यांच्या विरोधात शस्त्र म्हणून वापरली जाऊ शकते. सरकारी यंत्रणा एआयचा वापर करून लोकांच्या प्रत्येक कृतीवर नियंत्रण मिळवण्याचा प्रयत्न करू शकतात, ज्यामुळे लोकांचे स्वातंत्र्य आणि स्वायत्तता धोक्यात येते. 'देखरेख ठेवणे' हे समाजकार्याचे काम नसून 'सक्षमीकरण' करणे हे काम आहे; परंतु एआयमुळे या दोन्हीमधील रेषा धूसर होत चालली आहे.

भारतीय परिस्थितीतील 'डिजिटल दरी' (Digital Divide) हा एआयच्या मर्यादांचा एक स्पष्ट पुरावा आहे. आपण जेव्हा एआय-आधारित समाजकार्याची चर्चा करतो, तेव्हा आपण हे विसरतो की आजही भारतातील ग्रामीण भागातील कोट्यवधी लोकांकडे साधे

इंटरनेट किंवा वीज नाही. ज्यांना समाजकार्याची आणि कल्याणकारी योजनांची सर्वाधिक गरज आहे, तोच वर्ग तंत्रज्ञानापासून सर्वाधिक दूर आहे. अशा परिस्थितीत, जर सर्व सेवा एआय-आधारित केल्या गेल्या, तर हा मोठा वर्ग आपोआपच व्यवस्थेतून बाहेर फेकला जाईल. भाषेचे अडथळे हा देखील एक मोठा प्रश्न आहे. एआय प्रामुख्याने इंग्रजी किंवा काही मोठ्या जागतिक भाषांमध्ये उत्तम काम करते. भारतीय ग्रामीण भागातील बोलीभाषा, लहेजा आणि सांस्कृतिक संदर्भ समजून घेण्यास एआय पूर्णपणे असमर्थ आहे. उदाहरणार्थ, एखादा शेतकरी आपली समस्या स्थानिक भाषेत सांगताना जे शब्द वापरतो, त्यांचा अर्थ एआयला कदाचित कळणार नाही किंवा त्याचा चुकीचा अर्थ लावला जाईल. तंत्रज्ञान सर्वांसाठी समान आहे असा दावा करणे हे वास्तव नाकारण्यासारखे आहे; उलट तंत्रज्ञान अस्तित्वात असलेली दरी अधिक रुंदावण्याचे काम करते.

एआयची 'उत्तरदायित्वातील कमतरता' (Lack of Accountability) हा एक तांत्रिक आणि कायदेशीर पेच आहे. समाजकार्यात जेव्हा एखादा समाजकार्यकर्ता चुकीचा निर्णय घेतो, तेव्हा त्याला आपल्या संस्थेला किंवा कायद्याला उत्तर द्यावे लागते. परंतु, जर एखाद्या एआय प्रणालीने चुकीचा निष्कर्ष काढला आणि त्यामुळे एखाद्या लाभार्थ्याचे नुकसान झाले, तर त्याला जबाबदार कोणाला धरायचे? सॉफ्टवेअर बनवणाऱ्या कंपनीला, ते वापरणाऱ्या संस्थेला की तो डेटा पुरवणाऱ्या यंत्रणेला? एआय ही एक 'ब्लॅक बॉक्स' (Black Box) प्रणाली आहे, म्हणजेच यंत्राने एखादा निर्णय नेमका का घेतला, हे अनेकदा तज्ज्ञांनाही सांगता येत नाही. पारदर्शकतेचा हा अभाव लोकशाही मूल्यांच्या विरोधात आहे. विशेषतः धोरणनिर्मितीमध्ये जेव्हा एआयचा वापर होतो, तेव्हा चुकीच्या माहितीमुळे लाखो लोकांचे आयुष्य प्रभावित होऊ शकते. समाजकार्यकर्ता हा अंतिम निर्णय घेणारा असावा लागतो कारण तो आपल्या निर्णयाची जबाबदारी घेऊ शकतो; यंत्र हे केवळ एक साधन आहे, ते जबाबदारी घेऊ शकत नाही.

तंत्रज्ञानावरील अतिअवलंबित्व (Over-dependency) हे समाजकार्यकर्त्यांच्या व्यावसायिक कौशल्यांच्या ऱ्हासाला कारणीभूत ठरू शकते. जेव्हा समाजकार्यकर्ते प्रत्येक गोष्टीसाठी एआयवर अवलंबून राहतात, तेव्हा त्यांची स्वतःची निरीक्षण शक्ती, विश्लेषणात्मक विचार आणि क्षेत्रीय अनुभवातून मिळणारे शहाणपण कमी होऊ लागते. क्षेत्रीय समाजकार्यात (Field Social Work) अशा अनेक परिस्थिती येतात जिथे कोणताही ठोकताळा लागू होत नाही. तिथे तुमची 'इंट्यूशन' (Intuition) किंवा उपजत बुद्धी महत्त्वाची असते. जर आपण एआयने दिलेल्या सल्ल्यावरच सर्व काही ठरवू लागलो, तर आपण आपली स्वतंत्र विचार करण्याची क्षमता गमावून बसू. समाजकार्यकर्ता हा केवळ 'डेटा ऑपरेटर' बनून राहता कामा नये. यंत्राने दिलेली माहिती ही केवळ संदर्भासाठी असावी, अंतिम निर्णयासाठी समाजकार्यकर्त्याला स्वतःची व्यावसायिक सद्सद्विवेकबुद्धीच वापरावी लागेल. तंत्रज्ञानाच्या मोहात पडून मानवी कौशल्यांकडे दुर्लक्ष करणे हे समाजकार्य शिक्षणासाठी एक मोठे आव्हान आहे.

एआयच्या मर्यादांमध्ये 'सांस्कृतिक असंवेदनशीलता' हा एक मोठा अडथळा आहे. भारतीय समाज हा अनेक उपसंस्कृतींनी, परंपरांनी आणि प्रथांनी बनलेला आहे. समाजकार्यात काम करताना आपल्याला या स्थानिक संदर्भांचा आदर करावा लागतो. एआय हे पाश्चात्य किंवा जागतिक मानकांवर आधारित असते, ज्याला भारतीय कुटुंबव्यवस्था, नातेसंबंध आणि समुदायातील अंतर्गत शक्तीसंबंध (Power Dynamics) समजत नाहीत. उदाहरणार्थ, समुदायातील एखाद्या वादात तोडगा काढताना तिथल्या पंचांची भूमिका, महिलांचा सहभाग आणि स्थानिक रितीरिवाज यांचा विचार करावा लागतो, जो एआय करू शकत नाही. यंत्र हे 'युनिवर्सल' (Universal) उपाय सुचवते, पण समाजकार्य हे नेहमीच 'लोकल' (Local) संदर्भात करावे लागते.

यामुळे एआयने सुचवलेले उपाय अनेकदा जमिनीवर अपयशी ठरतात किंवा समुदायाकडून नाकारले जातात.

शेवटी, एआयमुळे निर्माण होणारे 'विस्थापन' केवळ नोकऱ्यांपुरते मर्यादित नसून ते समाजकार्याच्या वैचारिक पायाचे विस्थापन आहे. जर आपण असे मानू लागलो की तंत्रज्ञान हेच सर्व सामाजिक समस्यांचे उत्तर आहे, तर आपण त्या समस्यांच्या मुळाशी असलेल्या राजकीय आणि सामाजिक कारणांकडे दुर्लक्ष करू. गरिबी ही केवळ चुकीच्या डेटा व्यवस्थापनामुळे नाही, तर ती विषम आर्थिक धोरणांमुळे आहे. बेरोजगारी ही केवळ कौशल्य विकासाच्या अभावामुळे नाही, तर ती भांडवलशाहीच्या रचनेमुळे आहे. एआय या प्रश्नांवर केवळ मलमपट्टी करू शकते, पण मूळ जखम बरी करू शकत नाही. समाजकार्यकर्त्याची भूमिका ही व्यवस्थेमध्ये बदल घडवून आणण्याची असते, केवळ व्यवस्था 'कार्यक्षम' करण्याची नसते. एआय हे सध्याच्या व्यवस्थेला अधिक गती देऊ शकते, पण ते व्यवस्था बदलू शकत नाही. उलट, एआयचा वापर हा सत्ताधाऱ्यांकडून गरीब आणि दुर्बल घटकांना नियंत्रित करण्यासाठी अधिक होण्याची भीती आहे.

या सर्व धोक्यांचा आणि मर्यादांचा विचार करता, समाजकार्यकर्त्याने एआयच्या वापराबाबत अत्यंत चिकित्सक (Critical) असणे गरजेचे आहे. आपण तंत्रज्ञानाला 'जादू' म्हणून पाहण्याचे बंद केले पाहिजे आणि त्याऐवजी त्याचे सामाजिक-राजकीय परिणाम तपासले पाहिजेत. जोपर्यंत एआय हे सामाजिक न्यायाच्या आणि मानवी हक्कांच्या चौकटीत बसत नाही, तोपर्यंत त्याचा वापर केवळ मर्यादित स्वरूपातच असावा. समाजकार्यकर्त्याची भूमिका ही एआयमुळे निरुपयोगी होत नाही, तर ती अधिक कठीण आणि जबाबदारीची होते. त्याला आता यंत्राच्या चुका दुरुस्त करायच्या आहेत, यंत्राचा पूर्वग्रह शोधायचा आहे आणि तंत्रज्ञानाच्या युगात माणुसकी टिकवून ठेवायची आहे. भविष्यातील समाजकार्य हे तंत्रज्ञानाला नाकारणारे

नसेल, पण ते तंत्रज्ञानाचे गुलामही नसेल. ते एक असे क्षेत्र असेल जिथे तंत्रज्ञान हे केवळ साहाय्यक असेल आणि अंतिम शब्द हा मानवी विवेकाचा आणि न्यायाचाच असेल. समाजकार्याच्या मूल्यांशिवाय एआय हा केवळ एक निर्जीव आणि धोकादायक आरसा आहे, जो आपल्या समाजातील कुरूपता वाढवून दाखवू शकतो, पण ती सुधारण्याची क्षमता केवळ माणसातच आहे.

रोजगार व मानवी श्रमांवर परिणाम

कृत्रिम बुद्धिमत्ता आणि रोजगाराचे बदलते स्वरूप या विषयाचा विचार करताना आपल्याला मानवी श्रमाच्या ऐतिहासिक संघर्षाची पार्श्वभूमी समजून घेणे आवश्यक आहे. समाजकार्याची एक महत्त्वाची शाखा म्हणून 'कामगार कल्याण' (Labour Welfare) कडे पाहिले जाते, ज्याचा उगमच औद्योगिक क्रांतीनंतर उद्भवलेल्या कामगारांच्या शोषणातून आणि त्यांच्या हक्कांच्या रक्षणातून झाला. आज आपण चौथ्या औद्योगिक क्रांतीच्या उंबरठ्यावर उभे आहोत, जिथे कृत्रिम बुद्धिमत्ता (AI) हे तंत्रज्ञान मानवी श्रमांना पर्याय ठरेल की पूरक, हा प्रश्न जागतिक स्तरावर चर्चेचा विषय बनला आहे. रोजगाराच्या संदर्भात एआयचा प्रभाव हा केवळ तांत्रिक नसून तो अत्यंत खोलवर सामाजिक आणि आर्थिक परिणाम करणारा आहे. भारतीय समाजरचनेत, जिथे लोकसंख्येचा मोठा हिस्सा असंघटित क्षेत्रात शारीरिक श्रमांवर अवलंबून आहे, तिथे एआयमुळे निर्माण होणारे विस्थापन हे केवळ बेरोजगारीचे संकट नसून ते सामाजिक अस्थिरतेचे कारण ठरू शकते. समाजकार्याच्या विद्यार्थ्यांसाठी रोजगारावरील हा परिणाम अभ्यासणे यासाठी गरजेचे आहे की, यामुळे भविष्यात गरिबी, स्थलांतर आणि मानसिक तणाव यांसारख्या समस्यांचे स्वरूप पूर्णपणे बदलणार आहे. तंत्रज्ञानाचा हा नवा अवतार 'श्रम' या संकल्पनेची पुनर्रचना करत असताना, त्यात मानवी प्रतिष्ठा आणि सामाजिक

न्याय कोठे टिकून राहील, हे पाहणे ही आपली व्यावसायिक जबाबदारी आहे.

कृत्रिम बुद्धिमत्तेमुळे मानवी श्रमांवर होणाऱ्या परिणामांचे विश्लेषण करताना 'स्वयंचलन' (Automation) ही संकल्पना केंद्रस्थानी येते. पूर्वीची यंत्रे केवळ शारीरिक कष्ट कमी करण्यासाठी वापरली जात होती, परंतु एआय हे मानवी बुद्धिमत्तेची आणि निर्णयक्षमतेची जागा घेऊ पाहत आहे. यामुळे 'व्हाईट कॉलर' आणि 'ब्लू कॉलर' अशा दोन्ही प्रकारच्या नोकऱ्यांवर परिणाम होत आहे. उत्पादक क्षेत्रात (Manufacturing) रोबोटिक्स आणि एआयमुळे मानवी मजुरांची गरज कमी होत चालली आहे, तर सेवा क्षेत्रात (Service Sector) माहितीवर प्रक्रिया करणारी कामे यंत्रे अधिक वेगाने आणि अचूकपणे करत आहेत. समाजकार्याच्या दृष्टिकोनातून, हे केवळ तंत्रज्ञानाचे यश नसून ते मानवी उपजीविकेवर आलेले संकट आहे. जर तंत्रज्ञानामुळे मोठ्या प्रमाणावर रोजगार कपात झाली, तर त्याचा थेट परिणाम कुटुंबांच्या आर्थिक स्थिरतेवर आणि पर्यायाने मुलांचे शिक्षण, आरोग्य आणि पोषण यांवर होतो. भारतीय संदर्भात, जिथे सामाजिक सुरक्षा जाळे (Social Security Net) अद्याप कमकुवत आहे, तिथे रोजगाराचे विस्थापन हे गरिबांना अधिक गरिबीत ढकलणारे ठरू शकते. एआय हे 'कार्यक्षमता' वाढवत असल्याचा दावा केला जातो, परंतु ही कार्यक्षमता कोणाच्या हितासाठी आहे, हा प्रश्न चिकित्सक समाजकार्याने विचारला पाहिजे.

मानवी श्रमांचा एक अत्यंत महत्त्वाचा पैलू म्हणजे 'भावनिक श्रम' (Emotional Labour), जो समाजकार्याचा आत्मा आहे. समाजकार्यकर्ता हा आपल्या कामात केवळ माहिती वापरत नाही, तर तो आपली सहसंवेदना, नैतिकता आणि मानवी नातेसंबंधांचा वापर करून बदल घडवून आणतो. एआय हे तर्कशास्त्र (Logic) वापरू शकते, परंतु ते 'संवेदना' (Sentiment) निर्माण करू शकत नाही.

समुपदेशन, रुग्णांची सुश्रूषा किंवा वृद्धांची देखभाल यांसारख्या क्षेत्रांत मानवी स्पर्शाची आणि ऊबेची गरज असते, जी कोणतेही अल्गोरिदम पूर्ण करू शकत नाही. तरीही, सध्या 'एआय केअरगिव्हर्स' किंवा 'व्हर्च्युअल थेरपिस्ट' सारखे प्रयोग केले जात आहेत. हे प्रयोग मानवी श्रमांचे 'यांत्रिकीकरण' करण्याचे प्रयत्न आहेत, जे समाजकार्याच्या मूल्यांशी विसंगत आहेत. जर आपण मानवी दुःखाचे निराकरण करण्यासाठी यंत्रांवर अवलंबून राहिलो, तर आपण समाजातील मानवी ओलावा गमावून बसू. समाजकार्यकर्ता एआयमुळे निरुपयोगी होणार नाही, पण त्याच्या कामाच्या स्वरूपात बदल होईल. त्याला आता तांत्रिक माहिती आणि मानवी संवेदना यांचा मेळ घालण्याचे नवीन कौशल्य आत्मसात करावे लागेल, हे वास्तव आपण स्वीकारले पाहिजे.

भारतीय रोजगाराच्या बाजारपेठेत 'डिजिटल दरी' (Digital Divide) आणि 'कौशल्य दरी' (Skill Gap) हे दोन मोठे अडथळे आहेत. एआयमुळे निर्माण होणारे नवीन रोजगार हे प्रामुख्याने उच्च-शिक्षित आणि तांत्रिकदृष्ट्या प्रगत असलेल्या लोकांसाठीच असतील. मात्र, भारतातील ग्रामीण भागातील तरुण, ज्यांना दर्जेदार शिक्षणाची संधी मिळालेली नाही, ते या स्पर्धेतून बाहेर फेकले जाण्याची भीती आहे. समाजकार्यामध्ये 'समान संधी' हे एक मूलभूत तत्व आहे, परंतु एआय हे असमानता वाढवण्याचे साधन बनू शकते. जर नवीन तंत्रज्ञानाचा फायदा केवळ मूठभर शहरी उच्चभ्रू वर्गालाच मिळाला आणि ग्रामीण भागातील मजूर बेरोजगार झाले, तर समाजात मोठा असंतोष निर्माण होईल. समाजकार्यकर्त्यांची भूमिका येथे 'रि-स्किलिंग' (Re-skilling) आणि 'अप-स्किलिंग' (Up-skilling) या प्रक्रियेत महत्त्वाची ठरते. केवळ तंत्रज्ञान आणणे पुरेसे नाही, तर ते तंत्रज्ञान वापरण्यासाठी समाजातील शेवटच्या स्तरातील माणसाला सक्षम करणे ही सामाजिक न्यायाची गरज आहे. तंत्रज्ञानाचा प्रसार हा सर्वसमावेशक असावा, हे

सुनिश्चित करण्यासाठी समाजकार्यकर्त्यांना धोरणात्मक पातळीवर लढा द्यावा लागेल.

एआयमुळे रोजगाराच्या क्षेत्रात 'गिग इकॉनॉमी' (Gig Economy) आणि 'अल्गोरिदम आधारित व्यवस्थापन' (Algorithmic Management) यांसारख्या नवीन समस्या उदयाला आल्या आहेत. आज आपण पाहतो की डिलिव्हरी बॉईज किंवा टॅक्सी ड्रायव्हर्स यांचे काम एखाद्या मानवी मालकाऐवजी एक ॲप किंवा अल्गोरिदम नियंत्रित करतो. यामध्ये कामगारांच्या श्रमांचे मूल्यमापन यंत्राद्वारे केले जाते, ज्यामुळे त्यांच्यावरील कामाचा ताण प्रचंड वाढला आहे. यंत्राला कामगाराचा थकवा, त्याचे आजारपण किंवा त्याच्या कौटुंबिक अडचणी समजत नाहीत; त्याला केवळ वेळेवर पूर्ण झालेली डिलिव्हरी आणि रेटिंग्स दिसतात. हे 'श्रमांचे अमानवीकरण' (Dehumanization of Labour) आहे. समाजकार्यकर्ता म्हणून आपण कामगारांच्या हक्कांसाठी काम करताना या नवीन प्रकारच्या शोषणाकडे लक्ष दिले पाहिजे. एआय हे देखरेखीचे (Surveillance) एक साधन बनले आहे, जिथे कामगाराच्या प्रत्येक हालचालीवर लक्ष ठेवले जाते. यामुळे कामगारांचे स्वातंत्र्य आणि आत्मसन्मान धोक्यात येतो. भारतीय कामगार कायद्यांमध्ये या नवीन तांत्रिक आव्हानांना तोंड देण्यासाठी सुधारणा करणे ही काळाची गरज आहे आणि त्यासाठी समाजकार्यकर्त्यांनी 'ॲडव्होकसी' करणे आवश्यक आहे.

एआयच्या धोक्यांविषयी चर्चा करताना 'रोजगाराचे विस्थापन' हा केवळ आकड्यांचा खेळ नाही, तर तो मानवी अस्तित्वाचा प्रश्न आहे. जेव्हा एखादा मध्यमवयीन कामगार आपली नोकरी गमावतो, तेव्हा त्याच्याकडे नवीन कौशल्य शिकण्यासाठी लागणारा वेळ आणि संसाधने नसतात. अशा वेळी निर्माण होणारी बेरोजगारी ही केवळ आर्थिक नसते, तर ती मानसिक नैराश्याला निमंत्रण देणारी असते. समाजकार्यात आपण 'पुनर्वसन' (Rehabilitation) या संकल्पनेला

महत्त्व देतो. एआयमुळे बेरोजगार झालेल्या लोकांचे केवळ आर्थिक नव्हे, तर सामाजिक आणि मानसिक पुनर्वसन कसे करायचे, हे मोठे आव्हान आपल्यासमोर असेल. विशेषतः भारतासारख्या कृषिप्रधान देशात, जिथे शेतीमध्येही एआय आणि स्वयंचलित यंत्रांचा वापर वाढू लागला आहे, तिथे भूमिहीन मजुरांच्या उपजीविकेचा प्रश्न गंभीर होणार आहे. या मजुरांना पर्यायी रोजगार देणे आणि त्यांच्या कुटुंबांना आधार देणे, हे समाजकार्याच्या 'समुदाय विकास' (Community Development) या उद्दिष्टाशी जोडलेले आहे.

तंत्रज्ञान आणि मानवी श्रम यांच्यातील संबंधांचा विचार करताना आपल्याला 'भविष्यातील कामाचे स्वरूप' (Future of Work) याकडे संतुलित दृष्टिकोनातून पाहावे लागेल. एआय हे काही कामांमध्ये मानवापेक्षा श्रेष्ठ असू शकते, जसे की मोठ्या डेटाचे विश्लेषण करणे किंवा धोकादायक ठिकाणी काम करणे. अशा ठिकाणी एआयचा वापर हा मानवी जीव वाचवण्यासाठी आणि कष्टाची कामे सुलभ करण्यासाठी 'मित्र' म्हणून होऊ शकतो. उदाहरणार्थ, गटार साफ करण्यासाठी रोबोट्स आणि एआयचा वापर केल्यास सफाई कामगारांच्या आरोग्याचे रक्षण होऊ शकते आणि त्यांच्यावरील मानहानीकारक श्रमांचे ओझे कमी होऊ शकते. ही तंत्रज्ञानाची एक सकारात्मक बाजू आहे. परंतु, हे तेव्हाच शक्य आहे जेव्हा तंत्रज्ञानाचा वापर हा 'नफा' कमावण्यासाठी नाही तर 'माणूस' केंद्रस्थानी ठेवून केला जाईल. तंत्रज्ञान उपयुक्त ठरण्यासाठी ते लोकशाहीवादी असणे आवश्यक आहे. जर एआयवर केवळ मोठ्या कंपन्यांची मक्तेदारी राहिली, तर ते श्रमिकांच्या शोषणाचे साधन बनेल.

समाजकार्यकर्त्याची भूमिका या बदलत्या काळात एका 'मध्यस्थाची' (Mediator) असणार आहे. त्याला एकीकडे तंत्रज्ञानाचे फायदे समजावून घ्यावे लागतील आणि दुसरीकडे श्रमिकांच्या हक्कांचे रक्षण करावे लागेल. एआयमुळे समाजकार्यकर्ता निरुपयोगी होत नाही, तर

त्याची गरज अधिक वाढते. कारण यंत्रे कितीही बुद्धीमान झाली तरी ती 'सामाजिक जाणीव' निर्माण करू शकत नाहीत. कामाच्या ठिकाणी होणारा भेदभाव, लिंगाधारित वेतन तफावत आणि जातीय पूर्वग्रह हे एआयच्या अल्गोरिदममध्येही उतरू शकतात. जर नोकरभरतीसाठी एआय वापरले गेले आणि त्या यंत्राने विशिष्ट पार्श्वभूमी असलेल्या लोकांना नाकारले, तर तो सामाजिक अन्यायाचा एक नवीन प्रकार असेल. अशा तांत्रिक अन्यायाला (Technological Injustice) आव्हान देण्यासाठी समाजकार्यकर्त्याला डेटा आणि अल्गोरिदमची चिकित्सा करण्याचे शिक्षण घ्यावे लागेल. केवळ सामाजिक प्रश्नांचा अभ्यास करून चालणार नाही, तर त्यांना तंत्रज्ञानाच्या सामाजिक परिणामांचे (Social Impact of Tech) तज्ज्ञ बनावे लागेल.

भारतीय समाजरचनेतील विसंगती लक्षात घेता, एआय हे सर्वांसाठी समान संधी निर्माण करेल हा दावा पूर्णपणे खोटा आहे. ज्यांच्याकडे संसाधने आहेत, ते तंत्रज्ञानाचा वापर करून अधिक श्रीमंत होतील, तर ज्यांच्याकडे कौशल्य नाही, ते अधिक गरीब होतील. ही 'डिजिटल दरी' रोजगाराच्या क्षेत्रात भयानक विषमता निर्माण करू शकते. समाजकार्यकर्त्यांनी या विषमतेविरुद्ध आवाज उठवला पाहिजे. आपण 'युनिव्हर्सल बेसिक इन्कम' (Universal Basic Income) सारख्या संकल्पनांवर चर्चा करणे आवश्यक आहे, जेणेकरून तंत्रज्ञानामुळे ज्यांच्या नोकऱ्या गेल्या आहेत, त्यांना सन्मानाने जगता येईल. रोजगारावरील एआयचा परिणाम हा केवळ तंत्रज्ञानाचा विषय नसून तो 'मानवी हक्कांचा' विषय आहे. प्रत्येक माणसाला श्रमाचा आणि सन्मानपूर्वक उपजीविकेचा अधिकार आहे, हा समाजकार्याचा पाया एआयच्या युगातही अबाधित राहिला पाहिजे.

अखेर, एआय आणि मानवी श्रम यांच्यातील हा संघर्ष म्हणजे माणुसकी टिकवून ठेवण्याचा लढा आहे. एआय हे कधीही मानवी कष्टाची, घामाची आणि समर्पणाची जागा घेऊ शकणार नाही. यंत्राकडे 'निष्ठा'

(Loyalty) किंवा 'व्यावसायिक मूल्ये' (Professional Ethics) नसतात, ती केवळ सूचनांचे पालन करतात. समाजकार्यामध्ये जेव्हा आपण एखाद्या वस्तीमध्ये जाऊन काम करतो, तेव्हा तिथल्या लोकांशी निर्माण होणारे नाते हे श्रमांच्या पलीकडचे असते. तंत्रज्ञान आपल्याला गती देऊ शकते, पण ते आपल्याला दिशा देऊ शकत नाही. दिशा ठरवण्याचे काम मानवी विवेकाचेच आहे. रोजगाराच्या या बदलत्या युगात, समाजकार्यकर्त्याने हे ठामपणे मांडले पाहिजे की तंत्रज्ञान हे मानवाच्या कल्याणासाठी आहे, मानव तंत्रज्ञानाच्या कल्याणासाठी नाही. श्रमिकांच्या घामाची किंमत ही कोणत्याही अल्गोरिदमपेक्षा अधिक आहे, हे मूल्य जोपासणे हेच एआयच्या युगातील समाजकार्याचे खरे उद्दिष्ट आहे.

निर्णय प्रक्रियेत AI ची भूमिका

समाजकार्यातील निर्णय प्रक्रिया ही केवळ तांत्रिक किंवा प्रशासकीय निवड नसून ती एक नैतिक, सामाजिक आणि मानवी संवेदनांनी व्यापलेली गुंतागुंतीची प्रक्रिया आहे. पारंपारिक समाजकार्यामध्ये एखादा निर्णय घेताना समाजकार्यकर्ता उपलब्ध माहिती, लाभार्थ्यांची पार्श्वभूमी, सामाजिक परिस्थिती आणि स्वतःचा व्यावसायिक अनुभव यांचा मेळ घालतो. मात्र, कृत्रिम बुद्धिमत्तेच्या (AI) आगमनाने या निर्णय प्रक्रियेचे स्वरूप मूलभूतपणे बदलू लागले आहे. एआय आधारित निर्णय प्रक्रिया ही प्रामुख्याने 'अल्गोरिदम' आणि 'डेटा ॲनालिटिक्स'वर आधारित असते, जिथे यंत्र हे प्रचंड माहितीचे विश्लेषण करून सर्वात तर्कसंगत किंवा कार्यक्षम पर्याय सुचवते. समाजकार्यामध्ये संसाधनांचे वाटप कोणाला करावे, कोणत्या कुटुंबाला तातडीच्या मदतीची गरज आहे किंवा एखाद्या सामाजिक धोरणाचा परिणाम काय होईल, यांसारख्या प्रश्नांच्या उत्तरात आता तंत्रज्ञानाचा हस्तक्षेप वाढला आहे. या प्रक्रियेला तांत्रिक भाषेत 'अल्गोरिदम आधारित निर्णय' असे म्हटले जाते. समाजकार्याच्या

विद्यार्थ्यांसाठी हे समजून घेणे महत्त्वाचे आहे की, यंत्राद्वारे घेतला जाणारा निर्णय हा केवळ गणितावर आधारित असतो, तर समाजकार्याचा निर्णय हा 'सामाजिक न्याया'च्या चौकटीत बसलेला असावा लागतो. या दोन टोकांच्या विचारांचा संगम निर्णय प्रक्रियेत कसा होतो, हे अभ्यासणे या प्रकरणाचा मुख्य उद्देश आहे.

निर्णय प्रक्रियेत एआयची भूमिका समजून घेताना 'माहिती-आधारित सक्षमीकरण' हा एक महत्त्वाचा पैलू समोर येतो. भारतीय समाजकार्याच्या संदर्भात, जिथे लोकसंख्या प्रचंड आहे आणि गरजा अनंत आहेत, तिथे कोणाला प्राधान्य द्यावे हा समाजकार्यकर्त्यापुढील मोठा पेच असतो. उदाहरणार्थ, सार्वजनिक वितरण प्रणालीमध्ये (PDS) पात्र लाभार्थी निवडताना किंवा प्रधानमंत्री आवास योजनेसारख्या गृहनिर्माण योजनांमध्ये सर्वात गरजू व्यक्तीची निवड करताना एआय प्रणाली मानवी चुका आणि वशिलेबाजी टाळण्यास मदत करू शकते. ही यंत्रणा विविध डेटाबेसवरून माहिती गोळा करून, जसे की उत्पन्न, जमिनीची मालकी, कुटुंबातील सदस्यांची संख्या आणि आरोग्य स्थिती, एक 'स्कोरिंग सिस्टम' तयार करते. यामुळे निर्णय घेताना होणारा विलंब कमी होतो आणि पारदर्शकता येते असा दावा केला जातो. समाजकार्यातील 'प्रशासकीय कार्यक्षमता' वाढवण्यासाठी एआय हे एक उत्तम साधन ठरू शकते, कारण ते मानवी मेंदूला अशक्य असलेल्या वेगाने माहितीवर प्रक्रिया करते. मात्र, येथेच एक मोठा धोका दडलेला असतो, तो म्हणजे 'अदृश्य पूर्वग्रह'. जर यंत्राला दिलेली माहितीच अपूर्ण किंवा पक्षपाती असेल, तर यंत्राचा निर्णय हा तांत्रिकदृष्ट्या अचूक वाटला तरी तो सामाजिकदृष्ट्या अन्यायकारक असू शकतो.

आपत्ती व्यवस्थापन आणि सार्वजनिक आरोग्य या क्षेत्रांत निर्णय घेण्यासाठी एआयची भूमिका अत्यंत कळीची ठरत आहे. महाराष्ट्रासारख्या राज्यात जेव्हा महापूर किंवा दुष्काळ यांसारख्या

आपत्ती ओढवतात, तेव्हा कोणत्या भागात तातडीने मदत पाठवणे आवश्यक आहे, याचे निर्णय घेण्यासाठी एआय आधारित 'प्रेडिक्टिव्ह मॉडेल्स' (भविष्यसूचक आराखडे) वापरले जातात. उपग्रह प्रतिमा आणि हवामानाच्या माहितीचे विश्लेषण करून यंत्र हे सांगू शकते की कोणत्या वस्त्यांमधील लोकांना विस्थापित करणे गरजेचे आहे. तसेच, आरोग्य समाजकार्यात (Medical Social Work) कुपोषणाचे प्रमाण कुठे वाढणार आहे, याचा अंदाज एआय देऊ शकते. हे तंत्रज्ञान समाजकार्यकर्त्याला 'प्रतिबंधात्मक निर्णय' (Preventive Decisions) घेण्यास मदत करते. परंतु, अशा तांत्रिक निर्णयांवर डोळे झाकून विश्वास ठेवल्यास अनेकदा स्थानिक भौगोलिक आणि सांस्कृतिक बारकाव्यांकडे दुर्लक्ष होते. यंत्राने सुचवलेला सुरक्षित मार्ग हा कदाचित स्थानिक लोकांसाठी सांस्कृतिकदृष्ट्या मान्य नसलेला असू शकतो. त्यामुळे, निर्णय प्रक्रियेत एआयची भूमिका ही केवळ 'पर्याय सुचवणारी' असावी, 'पर्याय लादणारी' नसावी, हे समाजकार्याच्या मूल्यांशी सुसंगत आहे.

बालहक्क आणि महिला संरक्षण यांसारख्या संवेदनशील विषयांत निर्णय घेताना एआयचा वापर हा अत्यंत वादाचा विषय ठरत आहे. काही पाश्चात्य देशांमध्ये 'रिस्क असेसमेंट टूल्स'चा वापर केला जातो, जे हे ठरवतात की एखाद्या मुलाला त्याच्या पालकांपासून वेगळे करून सुधारगृहात पाठवणे सुरक्षित आहे की नाही. भारतातही अशा प्रकारच्या प्रणालींचा विचार सुरू आहे. समजा, एखादी एआय प्रणाली जर कुटुंबाच्या आर्थिक स्थितीच्या आणि गुन्हेगारी पार्श्वभूमीच्या आधारे हे ठरवत असेल की मुलाला धोका आहे, तर ती प्रणाली त्या कुटुंबातील आपुलकी आणि सुधारण्याची इच्छा या मानवी पैलूंकडे पूर्णपणे दुर्लक्ष करते. निर्णय प्रक्रियेत जेव्हा 'सहसंवेदना' (Empathy) वजा केली जाते, तेव्हा तो निर्णय केवळ एक यांत्रिक आदेश बनतो. समाजकार्य हे व्यक्तीच्या 'बदलण्याच्या क्षमतेवर' विश्वास ठेवते, तर एआय हे केवळ 'भूतकाळातील माहितीवर' निर्णय घेते. यामुळे, ज्यांनी

चुका केल्या आहेत पण जे सुधारू इच्छितात, त्यांना एआयच्या निर्णय प्रक्रियेत स्थान मिळत नाही. हा समाजकार्यातील 'पुनर्वसन' आणि 'व्यक्तीचा स्वीकार' या तत्वांचा भंग आहे.

एआयच्या निर्णय प्रक्रियेतील सर्वात मोठे आव्हान म्हणजे 'ब्लॅक बॉक्स' (Black Box) समस्या होय. याचा अर्थ असा की, यंत्राने एखादा निर्णय नेमका कोणत्या निकषावर घेतला, हे अनेकदा समजून घेणे कठीण असते. समाजकार्यात प्रत्येक निर्णयाचे 'उत्तरदायित्व' (Accountability) असते. जर एखाद्या समाजकार्यकर्त्याने एखाद्या लाभार्थ्याला मदत नाकारली, तर त्याला त्याचे कारण स्पष्ट करावे लागते आणि त्याविरुद्ध दाद मागण्याची संधी लाभार्थ्याला असते. परंतु, जेव्हा एआय निर्णय घेते, तेव्हा 'सिस्टमने तसे सांगितले आहे' ही एक पळवाट बनते. यामुळे लाभार्थ्याची स्वायत्तता आणि त्याचे मानवी हक्क धोक्यात येतात. भारतीय समाजरचनेत जिथे सामान्य नागरिक तंत्रज्ञानाबाबत जागरूक नाही, तिथे एआयचे निर्णय हे त्यांच्यावर लादलेले एक अगतिक वास्तव बनू शकतात. निर्णय प्रक्रियेत पारदर्शकता नसेल, तर ती लोकशाहीवादी समाजकार्याच्या विरोधात जाते. त्यामुळेच, एआयने सुचवलेल्या प्रत्येक निर्णयाचे 'मानवी ऑडिट' होणे अनिवार्य आहे.

निर्णय प्रक्रियेत एआयच्या भूमिकेमुळे समाजकार्यकर्त्याची 'स्वेच्छाधिकार शक्ती' (Discretionary Power) कमी होत असल्याचे जाणवते. पूर्वी समाजकार्यकर्ता स्थानिक परिस्थिती पाहून नियमांमध्ये थोडी लवचिकता आणू शकत असे. उदाहरणार्थ, एखाद्या वृद्ध महिलेकडे कागदपत्रे नसली तरी तिची गरज ओळखून तो तिला मदत मिळवून देण्यासाठी प्रयत्न करू शकत असे. मात्र, एआय आधारित निर्णय प्रक्रियेत नियमांची ही लवचिकता संपते. यंत्राला केवळ 'हो' किंवा 'नाही' समजते, ते 'अपवाद' समजू शकत नाही. यामुळे सामाजिक सेवांचे वितरण अधिक 'कठोर' (Rigid) बनते. भारतीय

संदर्भात जिथे कागदोपत्री पुरावे मिळवणे हेच एक मोठे आव्हान आहे, तिथे एआयची ही कठोरता गरीब आणि वंचितांना अधिक परिघाबाहेर फेकू शकते. समाजकार्यकर्ता हा केवळ यंत्राचा ऑपरेटर बनून राहिला, तर त्याची 'निर्णयक्षमता' मरगळून जाईल. त्याला हे शिकावे लागेल की यंत्राने दिलेल्या माहितीचा वापर करून मानवी हिताचा निर्णय कसा घ्यावा.

एआय आणि समाजकार्य यांच्यातील निर्णय प्रक्रियेचा नैतिक संबंध हा 'डेटा प्रायव्हसी' आणि 'सहमती' या मुद्द्यांवरही आधारलेला आहे. निर्णय घेण्यासाठी यंत्राला लाभार्थ्यांची प्रचंड खाजगी माहिती लागते. अनेकदा ही माहिती देताना लाभार्थ्याला हे माहित नसते की त्याचा वापर भविष्यात त्याच्याच विरोधात निर्णय घेण्यासाठी केला जाऊ शकतो. उदाहरणार्थ, एखाद्या व्यक्तीचे मानसिक आरोग्याबद्दलचे जुने रेकॉर्ड्स पाहून एआय त्याला विमा नाकारू शकते किंवा रोजगाराची संधी नाकारू शकते. हे 'डिजिटल प्रोफायलिंग' सामाजिक भेदभावाचे नवीन रूप आहे. समाजकार्यकर्त्याची भूमिका येथे एक 'रक्षक' म्हणून महत्त्वाची आहे. त्याने हे सुनिश्चित केले पाहिजे की, निर्णय प्रक्रियेसाठी वापरलेला डेटा हा केवळ कल्याणासाठीच वापरला जाईल आणि त्यातून लाभार्थ्याचे शोषण होणार नाही. एआय हे निर्णय घेण्यासाठी लागणारे 'बळ' देऊ शकते, पण त्या निर्णयाची 'नैतिकता' केवळ समाजकार्यकर्ताच तपासू शकतो.

भविष्यात एआयची निर्णय प्रक्रियेतील भूमिका अधिक प्रबळ होत जाईल, हे वास्तव असले तरी ते 'मानवी हस्तक्षेपाशिवाय' (Human-in-the-loop) राहू नये, हीच या अभ्यासाची ठाम भूमिका आहे. एआय हे एक उत्तम 'निर्णय समर्थन साधन' (Decision Support Tool) असू शकते, पण ते 'निर्णय घेणारे' (Decision Maker) असू शकत नाही. समाजकार्य क्षेत्रातील अंतिम निर्णय हा नेहमीच मानवी विवेकाचा, कायद्याचा आणि व्यावसायिक मूल्यांचा असावा. जेव्हा एखादे यंत्र

एखाद्या व्यक्तीच्या आयुष्याचा मार्ग ठरवते, तेव्हा त्यात त्या व्यक्तीच्या भावना, संस्कृती आणि संघर्षाचा समावेश नसतो. हे सर्व पैलू केवळ एक प्रशिक्षित समाजकार्यकर्ताच समजू शकतो. समाजकार्याच्या शिक्षणात आता विद्यार्थ्यांना हे शिकवणे आवश्यक आहे की, एआयने दिलेली माहिती ही केवळ एक 'इनपुट' आहे, ती अंतिम सत्य नाही. त्या माहितीचे सामाजिक विश्लेषण करून, त्यातील पूर्वग्रह शोधून आणि लाभार्थ्यांच्या हिताचा विचार करून घेतलेला निर्णयच खऱ्या अर्थाने समाजकार्य ठरेल.

अखेर, निर्णय प्रक्रियेत एआयची भूमिका ही एखाद्या दुधारी तलवारीसारखी आहे. जर आपण तिचा वापर संसाधनांचे न्याय्य वाटप करण्यासाठी आणि प्रक्रियेतील विलंब टाळण्यासाठी केला, तर ती समाजकार्यासाठी एक 'मित्र' ठरेल. पण जर आपण या तंत्रज्ञानाला मानवी विवेकाचा पर्याय मानले आणि त्याच्या पारदर्शकतेवर प्रश्नचिन्ह उपस्थित केले नाही, तर ते समाजासाठी एक मोठा 'धोका' ठरेल. भारतीय समाजरचनेतील वैविध्य आणि विषमता लक्षात घेता, आपल्याला एक अशी निर्णय प्रक्रिया हवी आहे जी 'तंत्रज्ञान-साक्षर' तर असेलच, पण त्याहूनही अधिक 'मानव-संवेदनशील' असेल. समाजकार्यकर्त्याचे यश हे यंत्राला हरवण्यात नाही, तर यंत्राचा वापर करून सामाजिक न्यायाचा मार्ग अधिक प्रशस्त करण्यात आहे. निर्णय प्रक्रियेचा केंद्रबिंदू हा नेहमी 'माणूस' आणि त्याचे 'कल्याण' हाच राहिला पाहिजे, तंत्रज्ञानाची कार्यक्षमता हा केवळ एक मार्ग आहे, अंतिम साध्य नव्हे.

AI : *सहाय्यक की नियंत्रक?*

कृत्रिम बुद्धिमत्ता आणि समाजकार्य यांच्यातील परस्परसंबंधांचा विचार करताना 'एआयः सहाय्यक की नियंत्रक?' हा प्रश्न केवळ तांत्रिक स्वरूपाचा नसून तो समाजकार्याच्या नैतिक अधिष्ठानाला आणि

स्वायत्ततेला स्पर्श करणारा एक अत्यंत गंभीर वैचारिक पेच आहे. समाजकार्य ही मानवी हक्क, सामाजिक न्याय आणि व्यक्तीच्या सन्मानावर आधारलेली एक व्यावसायिक विद्याशाखा आहे, जिचा मुख्य उद्देश दुर्बल घटकांचे सक्षमीकरण करणे हा असतो. दुसरीकडे, कृत्रिम बुद्धिमत्ता ही माहितीच्या प्रचंड साठ्यावर प्रक्रिया करून निर्णय घेणारी एक शक्तिशाली प्रणाली आहे. जेव्हा हे तंत्रज्ञान समाजकार्याच्या प्रक्रियेत हस्तक्षेप करते, तेव्हा त्याचा वापर कोणत्या भूमिकेतून होतो, हे समजून घेणे अनिवार्य आहे. 'सहाय्यक' या भूमिकेत एआय हे समाजकार्यकर्त्याच्या क्षमता वाढवणारे, प्रक्रियेत गती आणणारे आणि माहितीचे अचूक विश्लेषण करणारे एक साधन असते. मात्र, जेव्हा हेच तंत्रज्ञान मानवी विवेकाची जागा घेऊ लागते आणि लाभार्थ्यांच्या जीवनावर अदृश्य पद्धतीने वर्चस्व गाजवू लागते, तेव्हा ते एका 'नियंत्रका'च्या भूमिकेत शिरते. भारतीय समाजरचनेमध्ये, जिथे जात, वर्ग आणि लिंगभावाच्या पातळ्यांवर आधीच मोठे शक्तीसंबंध (Power Dynamics) कार्यरत आहेत, तिथे एआयचे हे 'सहाय्यक' आणि 'नियंत्रक' असे दुहेरी रूप अधिक गुंतागुंतीचे आणि आव्हानात्मक ठरते.

एआय जेव्हा 'सहाय्यक' म्हणून काम करते, तेव्हा ते समाजकार्यकर्त्याला प्रशासकीय आणि विश्लेषणात्मक कामात मोठी मदत करू शकते. समाजकार्य म्हणजे केवळ दानधर्म नसून ती धोरणनिर्मिती, पुनर्वसन आणि समुदाय विकासाची एक शास्त्रोक्त प्रक्रिया आहे. या प्रक्रियेत प्रचंड माहिती गोळा करणे आणि तिचे वर्गीकरण करणे आवश्यक असते. भारतीय संदर्भात बोलायचे झाले तर, ग्रामीण आरोग्य सेवेमध्ये कार्यरत असलेल्या आशा (ASHA) स्वयंसेविका किंवा अंगणवाडी सेविका एआय-आधारित ॲप्सचा वापर करून बालकांचे कुपोषण किंवा गरोदर महिलांच्या आरोग्याबाबतचा डेटा अधिक प्रभावीपणे नोंदवू शकतात. येथे एआय हे एक सहाय्यक म्हणून काम करते, जे समाजकार्यकर्त्याला कोणत्या लाभार्थ्याकडे

तातडीने लक्ष देणे गरजेचे आहे, हे शोधून देते. यामुळे कामात पारदर्शकता येते आणि मानवी चुकांची शक्यता कमी होते. समाजकल्याण प्रशासनामध्ये (Social Welfare Administration) योजनांच्या अंमलबजावणीसाठी एआयचा वापर केल्यास कागदोपत्री कामाचा व्याप कमी होतो आणि समाजकार्यकर्त्याला लोकांशी प्रत्यक्ष संवाद साधण्यासाठी अधिक वेळ मिळतो. तंत्रज्ञानाचा हा 'सहाय्यक' चेहरा समाजकार्याच्या कार्यक्षमतेत वाढ करणारा आणि संसाधनांचा योग्य विनियोग सुनिश्चित करणारा ठरतो.

तथापि, एआयची भूमिका जेव्हा 'नियंत्रक' बनू लागते, तेव्हा समाजकार्यातील मानवी मूल्यांना मोठा धोका निर्माण होतो. नियंत्रक म्हणून एआय हे केवळ माहिती पुरवत नाही, तर ते निर्णय लादण्याचे काम करते. उदाहरणादाखल, सार्वजनिक वितरण प्रणालीमध्ये (PDS) जर केवळ तांत्रिक निकषांवर आधारित एआय प्रणाली हे ठरवू लागली की कोणाला धान्य मिळावे आणि कोणाला नाही, तर तिथे मानवी परिस्थितीची दखल घेतली जात नाही. अनेकदा तांत्रिक त्रुटींमुळे किंवा आधार कार्ड लिंक न झाल्यामुळे खऱ्या गरजूंची नावे वगळली जातात. अशा वेळी एआय हे मदतीचे साधन न राहता गरिबांवर नियंत्रण मिळवणारे आणि त्यांना त्यांच्या हक्कांपासून वंचित ठेवणारे एक क्रूर अस्त्र बनते. समाजकार्यात लाभार्थ्याची स्वायत्तता (Self-determination) अत्यंत महत्त्वाची असते, पण एआय आधारित यंत्रणा लाभार्थ्याला केवळ एक 'डेटा पॉईंट' समजून त्याच्या वर्तणुकीवर पाळत ठेवण्याचे काम करतात. जेव्हा यंत्राद्वारे लाभार्थ्यांचे 'स्कोअरिंग' केले जाते आणि त्या आधारे त्यांना सेवा नाकारल्या जातात, तेव्हा ते तंत्रज्ञानाचे हुकूमशाही स्वरूप असते, जे समाजकार्याच्या मूळ तत्वांच्या विरोधात जाते.

नियंत्रकाच्या या भूमिकेत 'देखरेख' (Surveillance) हा घटक अत्यंत प्रभावीपणे कार्य करतो. भारतीय समाजात वंचितांवर नियंत्रण

ठेवण्यासाठी ऐतिहासिक काळापासून विविध मार्ग अवलंबले गेले आहेत; एआय हे त्याचे आधुनिक आणि डिजिटल स्वरूप आहे. सामाजिक संस्था आणि सरकारी यंत्रणा एआयचा वापर करून लोकांच्या हालचालींवर, त्यांच्या आर्थिक व्यवहारांवर आणि त्यांच्या सामाजिक संबंधांवर लक्ष ठेवू शकतात. याला 'डिजिटल देखरेख' असे म्हणतात. समाजकार्यकर्त्याची भूमिका ही लोकांचे संरक्षण करण्याची असते, पण जर तोच या देखरेख यंत्रणेचा भाग बनला, तर लाभार्थ्यांचा त्याच्यावरील विश्वास उडतो. एआयमधील अल्गोरिदम हे नेहमीच नफा किंवा कार्यक्षमता या निकषांवर बनवलेले असतात, त्यात सामाजिक न्यायाची आणि करुणेची जागा नसते. यामुळे, जे घटक आधीच परिघावर आहेत, त्यांच्यावर नियंत्रण मिळवणे आणि त्यांना शिस्त लावणे हे या तंत्रज्ञानाचे छुपे उद्दिष्ट असू शकते. समाजकार्याच्या विद्यार्थ्यांनी हे ओळखणे गरजेचे आहे की, जेव्हा एआय हे 'कल्याण' करण्यापेक्षा 'नियंत्रण' करण्यावर अधिक भर देते, तेव्हा ते समाजकार्याचे अपयश असते.

'अल्गोरिदममधील पूर्वग्रह' (Algorithmic Bias) हा एआयच्या नियंत्रक भूमिकेचा एक महत्त्वाचा भाग आहे. तंत्रज्ञान हे कधीही पूर्णपणे तटस्थ नसते; ते विकसित करणाऱ्या लोकांचे विचार आणि समाजातील विषमता त्यात उतरलेली असते. भारतीय संदर्भात, जर एआयला दिलेला डेटा जातीय किंवा धार्मिक पूर्वग्रहांनी दूषित असेल, तर यंत्राद्वारे घेतले जाणारे निर्णय हे त्याच शोषक व्यवस्थेला बळकट करतील. उदाहरणार्थ, गुन्हेगारांच्या पुनर्वसनासाठी जर एआय वापरले गेले आणि त्या यंत्राने ऐतिहासिक डेटावरून असा निष्कर्ष काढला की विशिष्ट जातीच्या लोकांमध्ये गुन्हेगारी प्रवृत्ती जास्त आहे, तर ते यंत्र त्या समाजातील तरुणांना नेहमीच 'धोकादायक' म्हणून चिन्हांकित करेल. हे केवळ तंत्रज्ञानाचे नियंत्रण नसून ते एका विशिष्ट वर्गाचे दुसऱ्या वर्गावर लादलेले तांत्रिक वर्चस्व आहे. समाजकार्यकर्ता म्हणून आपण या तांत्रिक अन्यायाविरुद्ध उभे राहणे आवश्यक आहे.

एआयने दिलेल्या माहितीचे चिकित्सक विश्लेषण करून, त्यातील पूर्वग्रह शोधणे आणि मानवी न्यायाची बाजू मांडणे ही आपली नवीन भूमिका आहे.

भारतीय समाजरचनेतील 'डिजिटल दरी' (Digital Divide) ही एआयला सहाय्यक बनवण्याऐवजी नियंत्रक बनवण्यात महत्त्वाची भूमिका बजावते. ग्रामीण आणि शहरी भागातील तंत्रज्ञानाच्या उपलब्धतेमधील फरक, भाषेचे अडथळे आणि डिजिटल साक्षरतेचा अभाव यामुळे तंत्रज्ञान हे केवळ मूठभर लोकांच्या हातातील साधन बनले आहे. ज्यांच्याकडे तंत्रज्ञान आहे, ते इतरांवर नियंत्रण मिळवण्यासाठी त्याचा वापर करू शकतात. ग्रामीण भागातील एका अशिक्षित लाभार्थ्यासाठी एआय प्रणाली ही एका गूढ आणि अनाकलनीय सत्तेसारखी असते. त्याला हे माहित नसते की त्याचा डेटा कुठे वापरला जात आहे आणि त्याच्याबद्दलचे निर्णय कोण घेत आहे. येथे एआय हे त्याला सक्षम करण्याऐवजी त्याच्यामध्ये भीती निर्माण करणारे एक नियंत्रक बनते. समाजकार्यकर्त्याने या डिजिटल दरीला सांधण्याचे काम केले पाहिजे. तंत्रज्ञान हे सर्वांपर्यंत समान पद्धतीने पोहोचले तरच ते सहाय्यक ठरू शकते, अन्यथा ते शोषणाचे नवीन केंद्र बनते.

एआयच्या वापरामुळे समाजकार्यकर्त्याची भूमिका कशी बदलते, हा या चर्चेचा अत्यंत महत्त्वाचा भाग आहे. समाजकार्यकर्ता हा केवळ यंत्राचा सहाय्यक (Technician) बनून राहता कामा नये. जर समाजकार्यकर्त्याने यंत्राने दिलेले अहवाल डोळे झाकून स्वीकारले, तर तो आपली निर्णयक्षमता यंत्राला समर्पित करतो आणि स्वतःही त्या नियंत्रक व्यवस्थेचा भाग बनतो. समाजकार्यामध्ये 'अंतिम निर्णय' हा नेहमीच मानवी विवेकाचा असायला हवा. एआय हे आपल्याला 'काय' घडले आहे हे सांगू शकते, पण 'का' घडले आहे आणि त्यावर 'माणुसकी'च्या नात्याने काय उपाय शोधता येईल, हे केवळ माणूसच

ठरवू शकतो. एआय हे साहाय्यक म्हणून तेव्हाच उपयुक्त ठरते जेव्हा समाजकार्यकर्ता त्याच्यावर नियंत्रण ठेवतो. जेव्हा तंत्रज्ञान समाजकार्यकर्त्याला नियंत्रित करू लागते, तेव्हा समाजकार्याचा मानवी चेहरा हरवतो. भविष्यात आपल्याला अशा समाजकार्यकर्त्यांची गरज आहे जे तंत्रज्ञानाचे तज्ज्ञ नसले तरी तंत्रज्ञानाच्या सामाजिक परिणामांचे जाणकार असतील.

एआय उपयुक्त ठरण्यासाठी काही अटींचे पालन होणे अत्यंत आवश्यक आहे. पहिले म्हणजे, तंत्रज्ञानाचा वापर करताना लाभार्थ्यांची 'सहमती' (Consent) आणि 'गोपनीयता' (Privacy) जपली गेली पाहिजे. दुसरे म्हणजे, एआयची निर्णय प्रक्रिया पारदर्शक असली पाहिजे; यंत्राने एखादा निर्णय का घेतला, हे समाजाला आणि लाभार्थ्याला समजले पाहिजे. तिसरे आणि सर्वात महत्त्वाचे म्हणजे, एआय हे समाजकार्याच्या मूल्यांच्या अधीन असले पाहिजे. जर एआयमुळे समता, बंधुता आणि न्यायाला धक्का लागत असेल, तर असे तंत्रज्ञान समाजकार्यासाठी 'धोका'च आहे. आपण हे विसरता कामा नये की, तंत्रज्ञान हे मानवाच्या कल्याणासाठी निर्माण झाले आहे, मानव तंत्रज्ञानाच्या कल्याणासाठी नाही. भारतीय संदर्भात गरिबी निर्मूलन, आरोग्य आणि महिला सक्षमीकरणासाठी एआयचा वापर करताना आपल्याला अत्यंत वास्तववादी भूमिका घ्यावी लागेल. आपण तंत्रज्ञानाच्या जाहिरातींना बळी न पडता, त्याच्या मर्यादा स्पष्टपणे मांडल्या पाहिजेत.

एआयः सहाय्यक की नियंत्रक या संघर्षाचा निष्कर्ष हा केवळ तंत्रज्ञानावर अवलंबून नसून तो मानवी हस्तक्षेपावर अवलंबून आहे. समाजकार्य हे एक गतिशील क्षेत्र आहे जे नेहमीच परिवर्तनाचे स्वागत करते, पण हे परिवर्तन मानवी सन्मानाला बाधा आणणारे नसावे. एआयमध्ये प्रचंड क्षमता आहे, पण त्याला 'दिशा' देण्याचे काम समाजकार्यकर्त्याचे आहे. जर आपण एआयला केवळ गती आणि

आकडेमोडीसाठी वापरले, तर ते एक उत्तम सहाय्यक ठरेल. पण जर आपण याला मानवी सहसंवेदना आणि न्यायाचा पर्याय मानले, तर ते एक भयानक नियंत्रक बनेल. समाजकार्याच्या मूल्यांशिवाय एआय हा आंधळा आहे आणि एआयशिवाय आधुनिक समाजकार्य हे अपुरे पडू शकते. या दोघांचा समतोल राखणे, हेच खरे शैक्षणिक आणि व्यावसायिक आव्हान आहे. तंत्रज्ञानाचा वापर हा शोषितांच्या मुक्तीसाठी असावा, त्यांच्यावरील नियंत्रणासाठी नाही, ही ठाम भूमिका घेतल्याशिवाय समाजकार्यात एआयचा प्रवेश यशस्वी होऊ शकणार नाही.

प्रकरण ३. समाजकार्य म्हणजे काय – मानवी दृष्टिकोन

समाजकार्याची व्याख्या

समाजकार्याची व्याख्या आणि तिचे स्वरूप समजून घेणे ही केवळ एक तांत्रिक गरज नसून ती या व्यवसायाचे नैतिक आणि तात्त्विक अधिष्ठान समजून घेण्याची प्रक्रिया आहे. मानवी संस्कृतीच्या उदयापासूनच एकमेकांना मदत करण्याची प्रवृत्ती माणसाने जोपासली आहे, परंतु आधुनिक काळात ज्याला आपण 'व्यावसायिक समाजकार्य' (Professional Social Work) म्हणतो, त्याचे स्वरूप हे केवळ वैयक्तिक मदतीपुरते मर्यादित राहिलेले नाही. मानवी इतिहासाच्या प्रारंभी समाजकार्य हे 'दान-धर्म' किंवा 'परोपकार' या संकल्पनेशी जोडलेले होते, जिथे श्रीमंत किंवा सक्षम वर्ग गरीब आणि हतबल लोकांना अन्न, वस्त्र किंवा निवारा देऊन मदत करत असे. परंतु, औद्योगिक क्रांतीनंतर निर्माण झालेल्या गुंतागुंतीच्या सामाजिक समस्यांनी या परोपकारी वृत्तीला एका पद्धतशीर विज्ञानाचे रूप दिले. आजच्या काळात समाजकार्य ही एक अशी व्यावसायिक विद्याशाखा आहे जी व्यक्ती, गट आणि समुदाय यांना त्यांच्या समस्या सोडवण्यासाठी केवळ सक्षम करत नाही, तर त्या समस्या निर्माण करणाऱ्या सामाजिक, आर्थिक आणि राजकीय संरचनेलाही आव्हान देते. भारतीय संदर्भात समाजकार्याचा उगम हा महात्मा जोतिराव फुले, सावित्रीबाई फुले, राजर्षी शाहू महाराज आणि डॉ. बाबासाहेब आंबेडकर यांच्या सामाजिक परिवर्तनाच्या चळवळींमध्ये शोधता येतो. या महापुरुषांनी मांडलेली सामाजिक न्यायाची आणि विषमतेच्या निर्मूलनाची भूमिका हीच खऱ्या अर्थाने आधुनिक भारतीय समाजकार्याची व्याख्या ठरली आहे. समाजकार्य म्हणजे केवळ

एनजीओ (NGO) मध्ये नोकरी करणे किंवा गरिबांना काही वस्तूंचे वाटप करणे नसून, ती मानवी प्रतिष्ठा पुनर्स्थापित करण्याची एक निरंतर चालणारी चळवळ आहे.

आंतरराष्ट्रीय स्तरावर 'इंटरनॅशनल फेडरेशन ऑफ सोशल वर्कर्स' (IFSW) आणि 'इंटरनॅशनल असोसिएशन ऑफ स्कूल्स ऑफ सोशल वर्क' (IASSW) यांनी २०१४ मध्ये केलेली समाजकार्याची व्याख्या या विषयाचा गाभा स्पष्ट करते. या व्याख्येनुसार, "समाजकार्य हा एक असा सराव-आधारित व्यवसाय आणि शैक्षणिक विद्याशाखा आहे, जो सामाजिक बदल, विकास, सामाजिक एकता आणि लोकांचे सक्षमीकरण व मुक्ती यांना प्रोत्साहन देतो. सामाजिक न्याय, मानवी हक्क, सामूहिक जबाबदारी आणि वैविध्याचा आदर ही समाजकार्याची केंद्रवर्ती तत्त्वे आहेत. समाजकार्य हे मानवी विज्ञानाचे सिद्धांत, सामाजिक विज्ञाने आणि स्थानिक ज्ञानाच्या आधारावर व्यक्ती आणि संरचनांमधील आव्हानांना तोंड देण्यासाठी लोकांना सहभागी करून घेते." या व्याख्येचे सूक्ष्म विश्लेषण केल्यास असे लक्षात येते की, समाजकार्य हे केवळ समस्या उद्भवल्यानंतर त्यावर उपचार करण्यापुरते मर्यादित नाही (Remedial), तर ते समस्या टाळण्यासाठी प्रतिबंधात्मक (Preventive) आणि समाजाचा दर्जा उंचावण्यासाठी विकासात्मक (Developmental) भूमिका बजावते. यामध्ये 'सक्षमीकरण' (Empowerment) या शब्दाला विशेष महत्त्व आहे; याचा अर्थ असा की समाजकार्यकर्ता लाभार्थ्याला कायमचा मदतीवर अवलंबून न ठेवता, त्याला स्वतःचे प्रश्न स्वतः सोडवण्यास सक्षम बनवतो. ही व्याख्या स्पष्ट करते की समाजकार्य हे वैयक्तिक समस्यांना सामाजिक संदर्भातून पाहते, ज्याला आपण 'पर्यावरणातील व्यक्ती' (Person-in-Environment) हा दृष्टिकोन म्हणतो.

भारतीय समाजरचनेचा विचार करता समाजकार्याची व्याख्या अधिक व्यापक आणि आव्हानात्मक होते. भारतातील गरिबी, कुपोषण आणि

अज्ञान या समस्या केवळ संसाधनांच्या अभावामुळे नाहीत, तर त्यामागे हजारो वर्षांची जातीव्यवस्था, पितृसत्ताक पद्धती आणि वर्गभेद यांसारख्या संरचनात्मक त्रुटी आहेत. त्यामुळे भारतात समाजकार्य म्हणजे केवळ पुनर्वसन किंवा समुपदेशन नाही, तर ते सामाजिक धोरणनिर्मितीमध्ये (Policy Making) हस्तक्षेप करणे आणि उपेक्षितांच्या मानवी हक्कांचे रक्षण करणे होय. उदाहरणार्थ, एखाद्या दलित वस्तीमध्ये पाण्याचा प्रश्न सोडवताना समाजकार्यकर्ता केवळ टँकरची सोय करत नाही, तर तो तिथल्या जातीभेदावर आधारित पाणीवाटपाच्या अन्यायाला वाचा फोडतो. हेच 'सक्षम समाजकार्य' होय. कृत्रिम बुद्धिमत्तेच्या (AI) युगात वावरताना आपल्याला हे समजून घेणे आवश्यक आहे की, यंत्रे आकडेवारी देऊ शकतात, पण ती सामाजिक अन्याय किंवा अपमानाची चीड निर्माण करू शकत नाहीत. समाजकार्याची व्याख्या ही मानवी संवेदनांनी आणि न्यायाच्या भूमिकेने रसरसलेली आहे. समाजकार्यकर्ता हा केवळ एक प्रशिक्षित व्यावसायिक नसून तो समाजाचा 'सद्सद्विवेकबुद्धीचा रक्षक' असतो. जेव्हा आपण कौटुंबिक समुपदेशन (Counseling) करतो, तेव्हा आपण केवळ दोन व्यक्तींमधील वाद मिटवत नाही, तर आपण मानवी संबंधांमधील सन्मान आणि संवादाची संस्कृती जोपासत असतो.

समाजकार्याच्या व्याख्येमध्ये 'सामाजिक न्याय' (Social Justice) हा शब्द सर्वात प्रभावी आहे. सामाजिक न्याय म्हणजे समाजातील प्रत्येक व्यक्तीला, तिच्या जात, धर्म, लिंग किंवा आर्थिक स्थितीचा विचार न करता, विकासाची समान संधी मिळणे आणि मानवी हक्कांचा उपभोग घेता येणे. समाजकार्यकर्ता हा न्यायाची ही बाजू मांडणारा वकील (Advocate) असतो. आपत्ती व्यवस्थापनाच्या (Disaster Management) काळात जेव्हा पूर किंवा दुष्काळ येतो, तेव्हा सरकारी मदत शेवटच्या माणसापर्यंत पोहोचते की नाही, हे पाहणे समाजकार्याचे काम आहे. येथे एआय तंत्रज्ञान आपल्याला मदतीची गरज कुठे आहे, हे शोधण्यास मदत करू शकते, पण प्रत्यक्ष चिखलात

उतरून त्या पीडित व्यक्तीचे अश्रू पुसण्याचे आणि तिला मानसिक आधार देण्याचे काम समाजकार्यकर्त्यालाच करावे लागते. तंत्रज्ञान हे समाजकार्याला गती देऊ शकते, पण ते समाजकार्याचा आत्मा असलेल्या 'मानवी दृष्टिकोना'ची जागा घेऊ शकत नाही. समाजकार्य हे एक असे शास्त्र आहे जे माणसाच्या शारीरिक गरजांपासून ते त्याच्या मानसिक आणि सामाजिक गरजांपर्यंत सर्व स्तरांवर काम करते. यामध्ये केवळ व्यक्तीचा विचार केला जात नाही, तर संपूर्ण समुदायाचा (Community Development) विकास कसा होईल, यावर भर दिला जातो.

समाजकार्याचा आणखी एक महत्त्वाचा पैलू म्हणजे 'धोरणनिर्मिती आणि नियोजन' (Policy and Planning). अनेकदा समाजकार्य म्हणजे केवळ प्रत्यक्ष जमिनीवर केलेले काम असा गैरसमज असतो. परंतु, प्रत्यक्षात समाजकार्यकर्ते हे सरकारच्या विविध योजनांचे आराखडे तयार करण्यात, कायद्यांमधील त्रुटी दाखवून देण्यात आणि नवीन कायदे सुचवण्यात महत्त्वाची भूमिका बजावतात. बालहक्क संरक्षण, महिलांसाठीचे कायदे किंवा अपंगांच्या हिताचे धोरण यामागे अनेक समाजकार्यकर्त्यांचा अभ्यासपूर्ण पाठपुरावा असतो. एआय या प्रक्रियेत डेटा विश्लेषण करून मदत करू शकते, पण त्या धोरणांमागील 'मानवी चेहरा' टिकवून ठेवण्याची जबाबदारी समाजकार्यकर्त्याची असते. तंत्रज्ञानाचा वापर करताना कोणाचे तरी हक्क हिरावले जात नाहीत ना, किंवा यंत्रामुळे कोणावर अन्याय तर होत नाही ना, हे पाहण्याचे काम व्यावसायिक समाजकार्याचे आहे. म्हणूनच, समाजकार्याची व्याख्या ही केवळ 'मदत' या शब्दाभोवती न फिरता 'अधिकार आणि सन्मान' या शब्दांभोवती फिरते. समाजकार्य हे लोकांना त्यांची मते मांडण्यासाठी मंच उपलब्ध करून देते आणि त्यांना लोकशाही प्रक्रियेत सहभागी करून घेते.

व्यावसायिक समाजकार्यामध्ये 'तत्वज्ञान आणि मूल्ये' (Philosophy and Values) यांना अनन्यसाधारण महत्त्व आहे. समाजकार्य हे व्यक्तीच्या जन्मसिद्ध अधिकारांचा आणि तिच्या स्वातंत्र्याचा आदर करते. समाजकार्याच्या व्याख्येनुसार, प्रत्येक व्यक्तीकडे बदलण्याची आणि स्वतःचे नशीब घडवण्याची क्षमता असते, फक्त तिला योग्य संधी आणि पोषक वातावरण मिळणे गरजेचे असते. समुपदेशन करताना समाजकार्यकर्ता कधीही लाभार्थ्याला 'दोष' देत नाही किंवा त्याला 'उपदेश' करत नाही, तर तो लाभार्थ्याला त्याच्या स्वतःच्या शक्तीची जाणीव करून देतो. ही 'शक्ति-आधारित दृष्टी' (Strengths-based Perspective) समाजकार्याला इतर व्यवसायांपेक्षा वेगळे ठरवते. कृत्रिम बुद्धिमत्ता अनेकदा व्यक्तीच्या त्रुटी शोधून तिला 'लेबल' लावते, जसे की 'हा गुन्हेगार प्रवृत्तीचा आहे' किंवा 'हा अपात्र आहे'. परंतु समाजकार्यकर्ता यंत्राने लावलेले हे लेबल नाकारतो आणि त्या व्यक्तीच्या सामाजिक पार्श्वभूमीचा विचार करून तिला मुख्य प्रवाहात आणण्यासाठी धडपडतो. हेच समाजकार्यातील मानवी मूल्य आहे जे तंत्रज्ञानाच्या कोणत्याही अल्गोरिदममध्ये बसू शकत नाही.

समाजकार्याच्या व्याख्येचा विचार करताना 'व्यावसायिक आचारसंहिता' (Professional Ethics) समजून घेणे देखील आवश्यक आहे. समाजकार्य हा एक शिस्तबद्ध व्यवसाय आहे, ज्याला स्वतःची आचारसंहिता आहे. यामध्ये लाभार्थ्याची गोपनीयता पाळणे, त्याच्या स्वायत्ततेचा आदर करणे आणि स्वतःच्या पूर्वग्रहांना बाजूला ठेवून तटस्थपणे काम करणे अभिप्रेत आहे. भारतीय समाजात काम करताना जात किंवा धर्माचे पूर्वग्रह अनेकदा आडवे येतात; अशा वेळी समाजकार्यकर्त्याला स्वतःच्या विचारांवर नियंत्रण ठेवून केवळ मानवाच्या कल्याणाचा विचार करावा लागतो. एआयच्या काळात जेव्हा डेटा सुरक्षितता आणि गोपनीयतेचा प्रश्न निर्माण होतो, तेव्हा समाजकार्यकर्त्याची ही नैतिक जबाबदारी अधिक वाढते. आपण

लाभार्थ्यांची माहिती यंत्राला देतो, तेव्हा त्या माहितीचा दुरुपयोग होणार नाही, हे सुनिश्चित करणे ही आपली व्यावसायिक जबाबदारी आहे. समाजकार्य हे केवळ तंत्रावर चालणारे काम नाही, तर ते 'विवेकबुद्धीवर' चालणारे काम आहे. यंत्राला विवेक नसतो, तो केवळ माणसाकडे असतो, आणि समाजकार्य ही त्या विवेकाची सर्वोच्च अभिव्यक्ती आहे.

अखेर, समाजकार्य म्हणजे काय, याचे उत्तर शोधताना आपल्याला पुन्हा एकदा माणुसकीच्या मुळांकडे जावे लागते. हे एक असे क्षेत्र आहे जिथे विज्ञानाची अचूकता आणि मानवी संवेदनांची आर्द्रता यांचा संगम होतो. आपण हे लक्षात ठेवले पाहिजे की, त्याला केवळ एक पदवी मिळवून नोकरी करायची नाही, तर त्याला समाजात सकारात्मक बदल घडवून आणणारा एक 'बदल-दूत' (Change Agent) बनायचे आहे. समाजकार्याची व्याख्या सतत विस्तारत जाणारी आहे. काळानुसार त्यात नवनवीन आव्हाने आणि तंत्रज्ञान येत राहील, पण त्याचा गाभा असलेला 'मानवी दृष्टिकोन' कधीही बदलणार नाही. आपण तंत्रज्ञानाचा द्वेष न करता त्याचा प्रभावी वापर करायला हवा, पण तो वापर करताना समाजकार्याची मूळ उद्दिष्टे—सामाजिक न्याय, मानवी हक्क आणि उपेक्षितांचे सक्षमीकरण—कोठेही धोक्यात येणार नाहीत, याची काळजी घेतली पाहिजे. समाजकार्य हे विश्वासावर आधारलेले असते आणि हा विश्वास तंत्रज्ञानाद्वारे नाही तर मानवी संपर्काद्वारेच निर्माण होतो. हे एक पवित्र आणि तितकेच जबाबदारीचे काम आहे, ज्याची व्याख्या प्रत्येक पीडित व्यक्तीच्या हसऱ्या चेहऱ्यात दडलेली असते.

समाजकार्याची मूल्ये व तत्त्वे

समाजकार्याच्या सैद्धांतिक मांडणीमध्ये 'मूल्ये आणि तत्त्वे' हा केवळ अभ्यासाचा भाग नसून तो या व्यवसायाचा कणा आहे. मानवी हक्कांची

जपणूक आणि सामाजिक न्यायाची प्रस्थापना करण्यासाठी समाजकार्यकर्त्याला ज्या वैचारिक चौकटीत राहून काम करावे लागते, ती चौकल या मूल्य आणि तत्त्वांनी बनलेली असते. व्यावसायिक समाजकार्य हे केवळ भावनाप्रधान होऊन केलेले काम नसून ते विशिष्ट नैतिक मानकांनुसार चालणारे शास्त्र आहे. जेव्हा आपण कृत्रिम बुद्धिमत्तेच्या (AI) युगात या मूल्यांचा विचार करतो, तेव्हा त्यांची प्रासंगिकता अधिकच वाढते. मूल्ये ही समाजकार्याची 'उदिष्टे' ठरवतात, तर तत्त्वे ही ती उद्दिष्टे गाठण्याची 'पद्धत' निश्चित करतात. भारतीय समाजरचनेत, जिथे विषमतेची मुळे खोलवर रुजलेली आहेत, तिथे समाजकार्याची ही तत्त्वे मार्गदर्शक दीपस्तंभासारखी काम करतात. एआय सारखे प्रगत तंत्रज्ञान समाजात प्रवेश करत असताना, ते या मानवी मूल्यांना पूरक ठरेल की बाधक, हे तपासणे आजच्या विद्यार्थ्यांसाठी अनिवार्य आहे. समाजकार्य म्हणजे केवळ एनजीओ चालवणे किंवा गरजूंची मदत करणे नसून, ती मानवी प्रतिष्ठा पुनर्स्थापित करण्याची एक नैतिक कृती आहे, आणि ही कृती पार पाडताना मूल्यांची तडजोड करणे म्हणजे व्यवसायाचा आत्मा गमावणे होय.

समाजकार्यातील सर्वात मूलभूत मूल्य म्हणजे 'व्यक्तीची प्रतिष्ठा आणि मूल्य' (Dignity and Worth of the Person) होय. याचा अर्थ असा की, प्रत्येक व्यक्ती ही तिच्या जात, धर्म, लिंग, वर्ग किंवा शारीरिक-मानसिक स्थितीच्या पलीकडे जाऊन आदर मिळवण्यास पात्र आहे. समाजकार्य हे मानतो की प्रत्येक मानवामध्ये बदलण्याची आणि प्रगती करण्याची क्षमता असते. भारतीय संदर्भात, जिथे सामाजिक बहिष्करण आणि अस्पृश्यतेचा इतिहास आहे, तिथे या मूल्याची अंमलबजावणी करणे ही एक क्रांतिकारी कृती ठरते. मात्र, एआयच्या संदर्भात या मूल्याला मोठे आव्हान निर्माण झाले आहे. कृत्रिम बुद्धिमत्ता मानवाकडे एक 'स्वतंत्र अस्तित्व' म्हणून पाहण्याऐवजी केवळ एक 'डेटा पॉईंट' म्हणून पाहते. जेव्हा आपण लाभार्थ्यांची माहिती यंत्रामध्ये

भरतो, तेव्हा यंत्रासाठी तो केवळ एक आकडा असतो. यामुळे 'अमानवीकरण' (Dehumanization) होण्याची दाट शक्यता असते. जर एआय प्रणालीने एखाद्या व्यक्तीला तिच्या भूतकाळातील माहितीवरून 'अपात्र' ठरवले, तर तिथे त्या व्यक्तीच्या सन्मानाला आणि बदलण्याच्या संधीला धक्का लागतो. समाजकार्यकर्त्याची भूमिका येथे महत्त्वाची ठरते; त्याने यंत्राच्या तांत्रिक निष्कर्षापेक्षा त्या व्यक्तीच्या मानवी मूल्याला अधिक महत्त्व दिले पाहिजे.

'सामाजिक न्याय' (Social Justice) हे समाजकार्याचे दुसरे अत्यंत महत्त्वाचे मूल्य आहे. सामाजिक न्याय म्हणजे संसाधनांचे न्याय्य वाटप आणि शोषणाचे निर्मूलन. भारतात गरिबी, बेरोजगारी आणि शैक्षणिक मागासलेपण या समस्या संरचनात्मक आहेत. एआय तंत्रज्ञान सामाजिक न्याय प्रस्थापित करण्यासाठी एक दुधारी तलवार ठरू शकते. एकीकडे, एआय सरकारी योजनांमधील भ्रष्टाचार रोखून शेवटच्या माणसापर्यंत मदत पोहोचवण्यास मदत करू शकते. मात्र दुसरीकडे, एआय मधील 'अल्गोरिदमचा पूर्वग्रह' (Algorithmic Bias) सामाजिक अन्याय वाढवू शकतो. उदाहरणार्थ, जर नोकरभरतीसाठी किंवा कर्ज वाटपासाठी एआय वापरले गेले आणि त्या यंत्राने ऐतिहासिक माहितीवरून विशिष्ट जातीच्या किंवा प्रदेशातील लोकांना नाकारले, तर तो सामाजिक न्यायाचा पराभव असेल. तंत्रज्ञान हे तटस्थ नसते, ते ज्या समाजात बनले आहे त्या समाजातील दोष त्यात उतरतात. समाजकार्यकर्त्याला या तांत्रिक अन्यायाची जाणीव असणे आवश्यक आहे. त्याने हे सुनिश्चित केले पाहिजे की एआयचा वापर हा विषमतेची दरी कमी करण्यासाठी व्हावा, ती वाढवण्यासाठी नाही.

'सेवेचे मूल्य' (Service) हे समाजकार्याच्या मूल्यांमध्ये केंद्रस्थानी आहे. समाजकार्यकर्त्याचे प्राथमिक ध्येय हे स्वतःचा नफा मिळवणे नसून समाजातील गरजू लोकांची सेवा करणे आणि सामाजिक समस्या सोडवणे हे असते. एआयच्या युगात सेवेचे स्वरूप 'डिजिटल'

होत चालले आहे. मात्र, डिजिटल सेवेमध्ये मानवी ओलावा आणि वैयक्तिक संपर्काचा अभाव असतो. भारतीय ग्रामीण भागात जिथे लोक इंटरनेट किंवा स्मार्टफोन वापरण्यास सक्षम नाहीत, तिथे केवळ एआय-आधारित सेवा देणे हे सेवेच्या मूल्याच्या विरोधात आहे. खऱ्या सेवेसाठी समाजकार्यकर्त्याला प्रत्यक्ष क्षेत्रीय पातळीवर (Field Work) जाऊन लोकांशी नाते जोडावे लागते. एआय हे सेवेचे साधन असू शकते, पण ते सेवेचा पर्याय कधीही ठरू शकत नाही. जर समाजकार्य केवळ चॅटबॉट्स आणि डेटा प्रोसेसिंग पुरते मर्यादित राहिले, तर ते व्यावसायिक समाजकार्य न राहता केवळ एक तांत्रिक प्रक्रिया बनेल. सेवेच्या मूल्यामध्ये निस्वार्थ वृत्ती आणि मानवी कळवळा असतो, जो यंत्रात कधीही निर्माण होऊ शकणार नाही.

'मानवी नातेसंबंधांचे महत्त्व' (Importance of Human Relationships) हे मूल्य समाजकार्याला इतर कोणत्याही तांत्रिक व्यवसायापेक्षा वेगळे ठरवते. बदल हा केवळ पैशाने किंवा सत्तेने येत नाही, तर तो विश्वासावर आधारित नातेसंबंधांमधून येतो. जेव्हा एक समाजकार्यकर्ता एखाद्या व्यसनी व्यक्तीचे किंवा अत्याचारित महिलेचे समुपदेशन करतो, तेव्हा त्या दोघांमधील नाते हे बदलाचे माध्यम असते. एआय प्रणाली संवाद साधू शकतात, पण त्या नाते जोडू शकत नाहीत. यंत्राकडे 'अनुभूती' नसते. समाजकार्याच्या तत्त्वानुसार, लाभार्थ्याला जेव्हा हे जाणवते की समोरची व्यक्ती माझे दुःख खऱ्या अर्थाने समजत आहे, तेव्हाच तो बदलासाठी तयार होतो. एआयमुळे मानवी संपर्क कमी होण्याचा धोका निर्माण झाला आहे. जर आपण सर्व प्रश्न यंत्रांद्वारे सोडवू लागलो, तर समाजात एकटेपणा आणि भावनिक रिक्तता वाढेल. समाजकार्यकर्त्याने एआयचा वापर करताना हे भान ठेवले पाहिजे की तंत्रज्ञान हे संवादाचा मार्ग सुलभ करण्यासाठी असावे, संवाद संपवण्यासाठी नाही.

'सचोटी' (Integrity) आणि 'क्षमता' (Competence) ही मूल्ये समाजकार्यकर्त्याच्या व्यावसायिक वर्तनाशी संबंधित आहेत. सचोटी म्हणजे आपल्या कामात प्रामाणिक राहणे आणि नैतिक मूल्यांशी कधीही तडजोड न करणे. एआयच्या काळात डेटाची हेराफेरी करणे किंवा चुकीची माहिती पसरवणे सोपे झाले आहे. अशा वेळी समाजकार्यकर्त्याची सचोटी ही लाभार्थ्यांच्या हिताचे रक्षण करण्यासाठी महत्त्वाची ठरते. क्षमता म्हणजे आपल्या क्षेत्रातील अद्ययावत ज्ञान असणे. आजच्या काळात समाजकार्यकर्त्याला केवळ सामाजिक शास्त्रांचे ज्ञान असून चालणार नाही, तर त्याला तंत्रज्ञानाचे सामाजिक परिणाम समजून घेण्याची क्षमताही विकसित करावी लागेल. तंत्रज्ञानाचा गैरवापर रोखण्यासाठी समाजकार्यकर्त्याला तांत्रिकदृष्ट्या साक्षर होणे ही त्याची व्यावसायिक जबाबदारी आहे. जर आपण तंत्रज्ञान समजावून घेतले नाही, तर आपण लाभार्थ्यांना चुकीच्या निर्णयांपासून वाचवू शकणार नाही.

तत्त्वांचा विचार करताना 'स्वीकृतीचे तत्त्व' (Principle of Acceptance) हे अत्यंत महत्त्वाचे आहे. समाजकार्यकर्त्याने लाभार्थ्याला तो जसा आहे तसा स्वीकारणे अभिप्रेत आहे, त्याच्यावर कोणतेही निर्णय न लादता. एआय प्रणाली मात्र नेहमीच 'लेबलिंग' करतात. एखादी व्यक्ती 'चांगली' की 'वाईट', 'पात्र' की 'अपात्र' हे यंत्र ठरवते. हे स्वीकृतीableच्या तत्त्वाच्या विरोधात आहे. समाजकार्य मानतो की माणसाच्या वागण्यामागे विशिष्ट सामाजिक परिस्थिती असते. यंत्राला ही परिस्थिती समजत नाही. त्यामुळे, एआयने दिलेल्या माहितीचा वापर करताना समाजकार्यकर्त्याने आपली 'स्वीकृतीची वृत्ती' कायम ठेवली पाहिजे. यंत्राने एखाद्याला नाकारले तरी समाजकार्यकर्त्याने त्याला स्वीकारून त्याच्या सक्षमीकरणासाठी प्रयत्न केले पाहिजेत.

'वैयक्तिकीकरणाचे तत्त्व' (Principle of Individualization) असे सांगते की प्रत्येक लाभार्थी आणि त्याची समस्या ही अद्वितीय (Unique) असते. एकाच प्रकारच्या समस्येसाठी सर्वांना एकच उपाय लागू पडत नाही. एआय हे प्रामुख्याने 'पॅटर्न रेकग्निशन' (Pattern Recognition) वर चालते, म्हणजे ते मोठ्या समूहाच्या वर्तणुकीवरून निष्कर्ष काढते. यामध्ये व्यक्तीची वैयक्तिक वैशिष्ट्ये हरवण्याची भीती असते. उदाहरणार्थ, महाराष्ट्रातील एका शेतकऱ्याच्या आत्महत्येची कारणे आणि विदर्भातील दुसऱ्या शेतकऱ्याच्या आत्महत्येची कारणे वेगळी असू शकतात. एआय त्यांना एकाच साच्यात बसवू शकते. समाजकार्यामध्ये आपल्याला प्रत्येक केसचा स्वतंत्रपणे अभ्यास करावा लागतो (Case Work). तंत्रज्ञान आपल्याला सामान्य माहिती देऊ शकते, पण विशिष्ट व्यक्तीसाठी काय योग्य आहे, हे ठरवण्यासाठी मानवी विवेकाचीच गरज असते.

'निर्णय न घेण्याचे तत्त्व' (Principle of Non-judgmental Attitude) हे समाजकार्याचा पाया आहे. लाभार्थ्याला त्याच्या चुकांबद्दल दोष न देता त्याला मदत करणे हे समाजकार्यकर्त्याचे कर्तव्य आहे. एआय मात्र भूतकाळातील डेटावर आधारित लोकांचे मूल्यमापन करते, जे एक प्रकारे 'तांत्रिक न्यायनिवाडा' (Technological Judgment) असतो. जर एखाद्या व्यक्तीने पूर्वी एखादी चूक केली असेल, तर एआयचा अल्गोरिदम त्याला आयुष्यभर त्या चुकीच्या चौकटीत अडकवून ठेवू शकतो. हे समाजकार्याच्या सुधारणावादी दृष्टिकोनाच्या विरोधात आहे. माणसाला दुसरी संधी देणे हे समाजकार्याचे संस्कार आहेत. तंत्रज्ञानाच्या युगात ही संधी टिकवून ठेवणे हे समाजकार्यकर्त्यापुढील मोठे आव्हान आहे.

'स्व-निर्णयाचे तत्त्व' (Principle of Self-determination) हे लाभार्थ्याच्या स्वातंत्र्याचा पुरस्कार करते. लाभार्थ्याला त्याच्या आयुष्याबद्दलचे निर्णय घेण्याचा पूर्ण अधिकार आहे. एआय अनेकदा

'नजिंग' (Nudging) किंवा 'डिजिटल फेरफार' द्वारे लोकांच्या निर्णयावर प्रभाव टाकते. जेव्हा एआय प्रणाली लाभार्थ्याला एखादा विशिष्ट पर्याय निवडण्यासाठी प्रवृत्त करते, तेव्हा त्याच्या स्व-निर्णयाच्या अधिकारावर गदा येते. समाजकार्यकर्त्याने हे सुनिश्चित केले पाहिजे की तंत्रज्ञान हे लाभार्थ्याला पर्याय उपलब्ध करून देण्यासाठी वापरावे, त्याच्या वतीने निर्णय घेण्यासाठी नाही. लाभार्थ्याला सक्षम करणे म्हणजे त्याला स्वतःचे निर्णय घेण्याचे बळ देणे, यंत्राच्या निर्णयाचे पालन करायला लावणे नव्हे.

'गोपनीयतेचे तत्त्व' (Principle of Confidentiality) हे एआयच्या काळात सर्वात जास्त धोक्यात आले आहे. लाभार्थ्याने विश्वासाने दिलेली माहिती गुप्त राखणे ही समाजकार्यकर्त्याची नैतिक जबाबदारी आहे. परंतु, एआय प्रणाली चालवण्यासाठी ही माहिती क्लाउडवर किंवा परदेशी कंपन्यांच्या सर्व्हरवर साठवली जाते. भारतामध्ये माहिती सुरक्षिततेचे कायदे अद्याप प्रगत नाहीत. अशा वेळी लाभार्थ्यांची खाजगी माहिती उघड होण्याचा किंवा तिचा गैरवापर होण्याचा मोठा धोका असतो. विशेषतः घरगुती हिंसाचार किंवा एचआयव्ही बाधित रुग्णांच्या बाबतीत ही गोपनीयता जीवापेक्षा महत्त्वाची असते. समाजकार्यकर्त्याला तंत्रज्ञानाचा वापर करताना माहितीच्या सुरक्षिततेबाबत अत्यंत सावध राहावे लागेल. डेटा गोळा करताना लाभार्थ्याची पूर्वसंमती घेणे आणि माहितीचा उद्देश स्पष्ट करणे ही अनिवार्य तत्त्वे आहेत.

भारतीय समाजरचनेत जात, धर्म आणि भाषेचे अडथळे असल्याने ही सर्व मूल्ये आणि तत्त्वे राबवणे अधिक कठीण होते. 'डिजिटल दरी' मुळे तंत्रज्ञानाचे फायदे केवळ वरच्या वर्गाला मिळण्याची शक्यता असते, ज्यामुळे 'समान संधी' या तत्त्वाचा भंग होतो. ग्रामीण भागातील दलित किंवा आदिवासी महिला जेव्हा एआय-आधारित व्यवस्थेशी संवाद साधते, तेव्हा तिला तिच्या भाषेतील आणि संस्कृतीतील फरक

जाणवतो. अशा वेळी समाजकार्यकर्ता एक 'दुवा' म्हणून काम करतो. तो तंत्रज्ञानाचा अर्थ लावतो आणि ते तंत्रज्ञान लोकांच्या गरजेनुसार वापरले जाईल हे पाहतो. समाजकार्यकर्त्याची भूमिका ही तंत्रज्ञानाला 'मानवी चेहरा' देण्याची आहे. एआय हे कितीही बुद्धीमान झाले तरी ते 'नैतिक' असू शकत नाही; नैतिकता ही केवळ मानवी गुण आहे.

समाजकार्याच्या शिक्षणात या मूल्य आणि तत्त्वांचा अभ्यास करताना विद्यार्थ्यांनी हे लक्षात ठेवले पाहिजे की, तंत्रज्ञान हे आपले मालक नाही तर ते आपले गुलाम आहे. आपण तंत्रज्ञानाचा वापर सामाजिक प्रश्न सोडवण्यासाठी केला पाहिजे, पण आपली मूल्ये त्यासाठी गहाण ठेवता कामा नयेत. एआय आपल्याला माहितीची गती देऊ शकते, पण ती माहिती कोणासाठी वापरायची आणि कशी वापरायची, हा निर्णय मूल्यनिष्ठच असावा लागतो. जेव्हा आपण एखाद्या वस्तीत किंवा समुदायात काम करतो, तेव्हा तिथले लोक आपल्यावर विश्वास ठेवतात कारण आपण माणूस आहोत, यंत्र नाही. हा विश्वास सार्थ ठरवण्यासाठी आपल्याला आपल्या तत्त्वांची जपणूक करावी लागेल.

भविष्यात समाजकार्य आणि एआय यांचे एकत्रीकरण अपरिहार्य आहे. परंतु, हे एकत्रीकरण यशस्वी होण्यासाठी समाजकार्याच्या मूल्यांना 'डिजिटल' स्वरूप द्यावे लागेल. आपण 'डिजिटल सोशल वर्क एथिक्स' (Digital Social Work Ethics) विकसित करण्याची गरज आहे. यामध्ये माहितीची सुरक्षा, अल्गोरिदममधील पारदर्शकता आणि तंत्रज्ञानाचा न्याय्य वापर या गोष्टींचा समावेश असावा. विद्यार्थी म्हणून, तुम्हाला भविष्यात अशा आव्हानांना तोंड द्यावे लागेल जिथे तंत्रज्ञान एका बाजूला असेल आणि माणुसकी दुसऱ्या बाजूला. अशा वेळी तुमची समाजकार्याची मूल्येच तुम्हाला योग्य दिशा दाखवतील. तंत्रज्ञानाच्या झगमगाटात समाजकार्याचा जो 'मानवी स्पर्श' आहे, तो हरवणार नाही याची काळजी घेणे हीच आजच्या काळातील खरी समाजसेवा आहे.

या मूल्यांचा आणि तत्त्वांचा सखोल अभ्यास केल्यावर आपल्याला हे स्पष्ट होते की, कृत्रिम बुद्धिमत्ता ही समाजकार्यासाठी एक उत्तम सहाय्यक ठरू शकते, पण ती समाजकार्यकर्त्याच्या विवेकबुद्धीची जागा घेऊ शकत नाही. समाजकार्य हे केवळ समस्या सोडवण्याचे तंत्र नसून ते एक जीवनदर्शन आहे. हे दर्शन मानवी सन्मानावर आधारलेले आहे आणि जोपर्यंत आपण ही मूल्ये जपतो, तोपर्यंत समाजकार्य हे जिवंत आणि प्रभावी राहील. तंत्रज्ञानाचे कोणतेही वादळ या मूल्यांच्या पायाला धक्का लावू शकणार नाही, जर समाजकार्यकर्ता आपल्या तत्त्वांशी प्रामाणिक राहिला.

मानवी प्रतिष्ठा व स्वातंत्र्य

समाजकार्याच्या गाभ्यामध्ये 'मानवी प्रतिष्ठा आणि स्वातंत्र्य' या दोन संकल्पना केवळ तात्त्विक आदर्श म्हणून नव्हे, तर जगण्याचा मूलभूत अधिकार म्हणून अस्तित्वात आहेत. ऐतिहासिकदृष्ट्या पाहिल्यास, समाजकार्याचा उदयच मुळी मानवाचे उपेक्षितपण संपवून त्याला समाजात मानाचे स्थान मिळवून देण्यासाठी झाला आहे. मानवी प्रतिष्ठा म्हणजे प्रत्येक व्यक्तीला केवळ माणूस म्हणून जन्माला आल्यामुळे मिळणारा आदर आणि मूल्य होय, तर स्वातंत्र्य म्हणजे स्वतःच्या जीवनाचे निर्णय घेण्याची स्वायत्तता. भारतीय संदर्भात, जिथे शतकानुशतके जातीव्यवस्था, लिंगभेद आणि आर्थिक शोषणाने ठराविक वर्गाची प्रतिष्ठा नाकारली आहे, तिथे समाजकार्यकर्त्याची भूमिका ही या घटकांना त्यांच्या आत्मसन्मानाची जाणीव करून देण्याची असते. कृत्रिम बुद्धिमत्तेच्या (AI) या आधुनिक युगात जेव्हा आपण मानवी प्रतिष्ठेचा विचार करतो, तेव्हा हे तंत्रज्ञान माणसाचे स्वातंत्र्य वाढवते की त्याला अदृश्य साखळदंडात अडकवते, हा एक कळीचा प्रश्न ठरतो. समाजकार्य ही विद्याशाखा मानते की जोपर्यंत व्यक्तीला तिची प्रतिष्ठा आणि स्वातंत्र्य मिळत नाही, तोपर्यंत तिचा

विकास होणे अशक्य आहे. त्यामुळे, तंत्रज्ञानाचा कोणताही वापर हा या दोन मूल्यांच्या अधीन असणे अनिवार्य आहे.

मानवी प्रतिष्ठेचा (Human Dignity) विचार करताना समाजकार्य हे व्यक्तीच्या 'युनिक' असण्यावर भर देते. प्रत्येक माणसाची एक स्वतंत्र कथा, संघर्ष आणि अस्मिता असते. समाजकार्यकर्त्यासाठी कोणताही लाभार्थी हा केवळ एक 'केस नंबर' नसून तो भावना असलेला एक जिवंत माणूस असतो. मात्र, जेव्हा आपण समाजकार्यात मोठ्या प्रमाणावर एआयचा वापर करू लागतो, तेव्हा व्यक्तीचे 'अंकिकीकरण' (Datafication) होण्याची भीती असते. यंत्रासाठी व्यक्ती म्हणजे केवळ वयोगट, उत्पन्न, शिक्षण आणि भौगोलिक स्थान यांसारख्या माहितीचा संच असतो. या प्रक्रियेत व्यक्तीची मानवी बाजू, तिचे दुःख आणि तिची मूल्ये बाजूला पडतात. उदाहरणार्थ, जर एखादी एआय प्रणाली केवळ लाभार्थ्याच्या आर्थिक उत्पन्नावरून त्याची 'गरज' ठरवत असेल, तर ती त्या व्यक्तीच्या सामाजिक अपमानाची किंवा मानसिक संघर्षाची दखल घेऊ शकत नाही. अशा वेळी त्या व्यक्तीची प्रतिष्ठा ही केवळ एका अल्गोरिदमच्या निष्कर्षावर अवलंबून राहते. समाजकार्यामध्ये 'प्रतिष्ठा' राखणे म्हणजे लाभार्थ्याला त्याच्या कमतरतांची जाणीव न करून देता, त्याला त्याच्यातील सामर्थ्याची जाणीव करून देणे होय. एआय जर मानवाला केवळ त्याच्या त्रुटींवरून पारखत असेल, तर ते मानवी प्रतिष्ठेच्या तत्त्वाशी विसंगत ठरते.

स्वातंत्र्य किंवा स्वायत्तता (Autonomy) ही समाजकार्याची दुसरी महत्त्वाची अट आहे. व्यावसायिक समाजकार्यामध्ये 'स्व-निर्णयाचे तत्त्व' (Principle of Self-determination) अत्यंत मोलाचे मानले जाते. याचा अर्थ असा की, समाजकार्यकर्ता हा लाभार्थ्यावर आपले निर्णय लादत नाही, तर त्याला विविध पर्याय उपलब्ध करून देऊन स्वतःचा मार्ग निवडण्यास प्रवृत्त करतो. एआयच्या क्षेत्रात 'अल्गोरिदम

आधारित निर्णय' हे मानवी स्वातंत्र्याला छेद देऊ शकतात. आज आपण पाहतो की, एआय प्रणाली वापरकर्त्यांच्या आवडीनिवडींचे विश्लेषण करून त्याला काय पाहावे, काय खरेदी करावे आणि काय विचार करावा, याचे सुप्तपणे मार्गदर्शन करतात. याला तांत्रिक भाषेत 'नजिंग' (Nudging) असे म्हणतात. समाजकार्यात जर एआयचा वापर लाभार्थ्यांचे वर्तन नियंत्रित करण्यासाठी केला गेला, तर त्यांचे स्वातंत्र्य धोक्यात येते. समजा, एखाद्या व्यसनमुक्ती केंद्रात एआय प्रणाली लाभार्थ्याच्या प्रत्येक कृतीवर पाळत ठेवून त्याला काय करावे हे सांगत असेल, तर त्या लाभार्थ्याची स्वतःची इच्छाशक्ती आणि निर्णयक्षमता कमकुवत होते. स्वातंत्र्य म्हणजे केवळ बंधनांचा अभाव नसून ती स्वतःची जबाबदारी घेण्याची क्षमता आहे, जी यंत्राच्या अति-हस्तक्षेपामुळे धोक्यात येऊ शकते.

भारतीय समाजरचनेत मानवी प्रतिष्ठा ही अनेकदा सामाजिक उतरंडीवर अवलंबून असते. दलित, आदिवासी आणि महिलांना आजही अनेक ठिकाणी प्रतिष्ठेसाठी संघर्ष करावा लागतो. अशा परिस्थितीत एआय मधील 'पूर्वग्रह' (Bias) या घटकाचा विचार करणे गरजेचे आहे. जर एआय विकसित करताना त्यामध्ये ऐतिहासिक भेदभावाची माहिती वापरली गेली, तर ते यंत्र कळत-नकळत ठराविक समाजाची प्रतिष्ठा मलीन करू शकते. उदाहरणार्थ, जर गुन्हेगारीचा अंदाज वर्तवणाऱ्या एआय प्रणालीने एखाद्या विशिष्ट वस्तीतील तरुणांना केवळ त्यांच्या राहण्याच्या ठिकाणावरून 'धोकादायक' ठरवले, तर ते त्यांच्या मानवी प्रतिष्ठेचे हनन आहे. समाजकार्यकर्ता येथे एक जागरूक रक्षक म्हणून उभा राहतो. तो यंत्राच्या या तांत्रिक पूर्वग्रहाचा निषेध करतो आणि मानवी सन्मानाची बाजू लावून धरतो. तंत्रज्ञान हे माणसाच्या प्रगतीसाठी असावे, त्याच्यावर शिक्कामोर्तब (Labeling) करण्यासाठी नसावे. समाजकार्यातील मानवी दृष्टिकोन हा यंत्राला हे सांगण्यासाठी आवश्यक आहे की, प्रत्येक व्यक्तीकडे

तिचे भविष्य बदलण्याची ताकद असते आणि तिच्या भूतकाळावरून तिला सदैव पारखणे चुकीचे आहे.

देखरेख आणि नियंत्रण (Surveillance and Control) हे मानवी स्वातंत्र्यापुढील एआय युगातील सर्वात मोठे आव्हान आहे. समाजकार्यात आपण लाभार्थ्यांचा विश्वास संपादन करतो, जो गोपनीयतेवर (Confidentiality) आधारलेला असतो. परंतु, एआय प्रणालींना चालवण्यासाठी लाभार्थ्यांच्या खाजगी आयुष्यातील सूक्ष्म माहिती गोळा केली जाते. जेव्हा लाभार्थ्याला हे माहित असते की त्याच्या प्रत्येक हालचालीवर यंत्राची नजर आहे, तेव्हा तो मुक्तपणे वागू शकत नाही. हे स्वातंत्र्याचे हनन आहे. विशेषतः उपेक्षित समुदायांच्या बाबतीत, ही देखरेख यंत्रणा त्यांना शिस्त लावण्याचे किंवा त्यांच्यावर सत्ता गाजवण्याचे साधन बनू शकते. समाजकार्यकर्ता हा लाभार्थ्याचा मित्र आणि मार्गदर्शक असावा लागतो, तो पोलीस किंवा नियंत्रक असू शकत नाही. जर आपण तंत्रज्ञानाचा वापर केवळ लोकांवर नियंत्रण मिळवण्यासाठी केला, तर आपण समाजकार्याचा लोकशाहीवादी पायाच नष्ट करू. स्वातंत्र्य हे केवळ भौतिक नसून ते मानसिक आणि वैचारिकही असते, ज्याची जपणूक करणे समाजकार्य शिक्षणाचे ध्येय आहे.

प्रतिष्ठा आणि स्वातंत्र्याचा प्रश्न 'डिजिटल दरी' (Digital Divide) मुळे अधिक गंभीर होतो. ज्यांच्याकडे तंत्रज्ञान वापरण्याचे ज्ञान आणि साधन आहे, त्यांचे स्वातंत्र्य वाढते; पण जे यापासून वंचित आहेत, त्यांची प्रतिष्ठा धोक्यात येते. भारतासारख्या देशात जिथे आजही अनेक लोक साक्षरतेच्या आणि गरिबीच्या संघर्षात आहेत, तिथे सर्व सेवा एआय-आधारित करणे हे त्यांच्या स्वातंत्र्यावर मर्यादा आणण्यासारखे आहे. एखादा अशिक्षित नागरिक जेव्हा एआय-आधारित सरकारी पोर्टलवर आपली तक्रार नोंदवू शकत नाही, तेव्हा त्याला मिळणारी वागणूक ही त्याच्या प्रतिष्ठेला ठेच पोहचवणारी

असते. अशा वेळी समाजकार्यकर्ता हा त्या व्यक्तीचा 'आवाज' बनतो. तो तंत्रज्ञानातील क्लिष्टता दूर करून त्या माणसाला त्याचे हक्क मिळवून देतो. तंत्रज्ञान हे मानवी हक्क मिळवण्याचा मार्ग सुलभ करण्यासाठी असावे, अडथळा बनण्यासाठी नाही. मानवी प्रतिष्ठा तेव्हाच टिकते जेव्हा प्रत्येकाला व्यवस्थेत सहभागी होण्याची समान संधी मिळते.

समाजकार्यातील मानवी दृष्टिकोन हा हे स्पष्ट करतो की, यंत्रे कितीही प्रगत झाली तरी ती 'नैतिक निर्णय' घेऊ शकत नाहीत. प्रतिष्ठा आणि स्वातंत्र्याचे रक्षण करणे ही एक नैतिक कृती आहे. एखादा निर्णय तांत्रिकदृष्ट्या बरोबर असू शकतो, पण तो सामाजिकदृष्ट्या अन्यायकारक असू शकतो. अशा वेळी समाजकार्यकर्त्याचा 'विवेक' महत्त्वाचा ठरतो. एआय आपल्याला माहितीची गती देऊ शकते, पण ती माहिती वापरताना कोणाचे स्वातंत्र्य बाधित होत नाही ना, हे पाहण्याची जबाबदारी माणसाचीच आहे. समाजकार्यकर्ता हा एआयचा केवळ वापरकर्ता नसून तो तंत्रज्ञानाच्या वापराचे सामाजिक लेखापरीक्षण (Social Audit) करणारा तज्ज्ञ असावा लागतो. त्याने हे सुनिश्चित केले पाहिजे की, तंत्रज्ञान हे व्यक्तीला अधिक स्वतंत्र आणि प्रतिष्ठित बनवत आहे, की तिला केवळ यंत्राचा एक भाग बनवत आहे.

शेवटी, मानवी प्रतिष्ठा आणि स्वातंत्र्य हे समाजकार्याचे केवळ शब्द नसून ते या व्यवसायाचे अस्तित्व आहे. एआयच्या युगात आपल्याला या मूल्यांची पुनर्व्याख्या करावी लागेल. आपल्याला अशा तंत्रज्ञानाची गरज आहे जे मानवाच्या मर्यादा समजून घेईल आणि त्याच्यातील सुप्त गुणांना वाव देईल. समाजकार्यकर्ता हा एआयचा 'सहाय्यक' म्हणून काम करताना हे लक्षात ठेवतो की, अंतिम सत्ता ही मानवी मूल्यांचीच आहे. जर एखाद्या एआय प्रणालीमुळे लाभार्थ्याला कमीपणा वाटत असेल किंवा त्याचे स्वतःचे निर्णय घेण्याचे स्वातंत्र्य हिरावले जात

असेल, तर समाजकार्याच्या मूल्यांनुसार ते तंत्रज्ञान पूर्णपणे अयशस्वी ठरते. भविष्यातील समाजकार्य हे तंत्रज्ञान आणि माणुसकी यांच्यातील समतोल राखण्याचे काम करेल, जिथे यंत्र हे मानवाच्या हातातील एक साधन असेल आणि मानवी प्रतिष्ठा हाच सर्व प्रगतीचा केंद्रबिंदू असेल.

सहानुभूती, करुणा आणि संवेदनशीलता

समाजकार्याच्या गाभ्यामध्ये 'सहानुभूती, करुणा आणि संवेदनशीलता' या तीन संकल्पना केवळ मानवी गुण म्हणून नव्हे, तर व्यावसायिक कौशल्यांचा अविभाज्य भाग म्हणून अस्तित्वात आहेत. समाजकार्य ही एक शास्त्रीय विद्याशाखा असली, तरी तिची अंमलबजावणी मानवी भावभावनांच्या ओलाव्याशिवाय शक्य नाही. पारंपारिक समाजकार्यामध्ये जेव्हा आपण एखाद्या पीडित, उपेक्षित किंवा गरजू व्यक्तीशी संवाद साधतो, तेव्हा त्या व्यक्तीच्या वेदनेशी एकरूप होणे आणि त्यातून मदतीची कृती निर्माण होणे ही प्रक्रिया अत्यंत महत्त्वाची असते. कृत्रिम बुद्धिमत्तेच्या (AI) या आधुनिक युगात, जिथे सर्व काही डेटा आणि अल्गोरिदमद्वारे मोजले जात आहे, तिथे या मानवी गुणांचे महत्त्व अधिकच अधोरेखित होते. तांत्रिक प्रगती कितीही झाली तरी यंत्राला 'दुःख' समजू शकत नाही, ते केवळ विश्लेषित केले जाऊ शकते. भारतीय संदर्भात, जिथे सामाजिक समस्यांची मुळे कौटुंबिक आणि भावनिक गुंतागुंतीमध्ये दडलेली असतात, तिथे समाजकार्यकर्त्याची संवेदनशीलता हाच अनेकदा उपचाराचा पहिला टप्पा ठरतो. हे प्रकरण समाजकार्यातील या मानवी मूल्यांची सखोल चर्चा करते आणि एआयच्या यांत्रिक जगात या मूल्यांची स्वायत्तता कशी टिकवून ठेवता येईल, याचा अभ्यासपूर्ण आढावा घेते.

सहानुभूती (Empathy) ही समाजकार्यातील एक अशी प्रक्रिया आहे ज्यामध्ये समाजकार्यकर्ता स्वतःला लाभार्थ्याच्या जागी ठेवून जगाकडे पाहण्याचा प्रयत्न करतो. यामध्ये केवळ दुसऱ्याच्या परिस्थितीची

जाणीव होणे पुरेसे नसते, तर त्या व्यक्तीला काय जाणवत असेल याचा वस्तुनिष्ठ अनुभव घेणे अपेक्षित असते. समाजकार्यात याला 'एम्पॅथेटिक अंडरस्टँडिंग' असे म्हटले जाते. उदाहरणार्थ, जर एखादी महिला कौटुंबिक हिंसाचारातून सावरण्याचा प्रयत्न करत असेल, तर समाजकार्यकर्ता केवळ तिचे कायदेशीर अधिकार सांगून थांबत नाही, तर तिच्या भीतीची आणि असुरक्षिततेची जाणीव ठेवून तिच्याशी संवाद साधतो. एआय आधारित चॅटबॉट्स किंवा व्हर्च्युअल असिस्टंट्स आजकाल समुपदेशनासाठी वापरले जात आहेत, जे एखाद्या व्यक्तीच्या शब्दांचे विश्लेषण करून 'सहानुभूतीपूर्ण' वाटणारी उत्तरे देऊ शकतात. परंतु, हे लक्षात घेणे आवश्यक आहे की एआयमध्ये 'सहानुभूतीची जाणीव' नसते, तर ती केवळ भाषेचा वापर करून केलेली एक नक्कल असते. खऱ्या मानवी सहानुभूतीमध्ये नजरेचा संपर्क, आवाजातील चढ-उतार आणि न बोलता व्यक्त होणाऱ्या भावनांचा समावेश असतो, ज्याला कोणतेही अल्गोरिदम स्पर्श करू शकत नाही.

करुणा (Compassion) ही संकल्पना सहानुभूतीपेक्षा एक पाऊल पुढे आहे. सहानुभूती म्हणजे दुसऱ्याचे दुःख समजून घेणे, तर करुणा म्हणजे ते दुःख दूर करण्यासाठी प्रत्यक्ष कृती करण्याची प्रबळ इच्छा होणे. समाजकार्यात करुणा हा केवळ एक भावनेचा उद्रेक नसून ती एक शिस्तबद्ध बांधिलकी आहे. भारतीय समाजरचनेमध्ये गरिबी, कुपोषण किंवा आपत्ती व्यवस्थापन या क्षेत्रांत काम करताना समाजकार्यकर्त्याला केवळ तांत्रिक ज्ञान असून चालत नाही, तर त्याच्या मनात उपेक्षितांबद्दल करुणा असणे गरजेचे असते. करुणा ही समाजकार्यकर्त्याला थकवा किंवा निराशेच्या क्षणीही कार्यरत राहण्याची ऊर्जा देते. एआय प्रणाली कार्यक्षमता (Efficiency) वाढवू शकतात, संसाधनांचे वाटप करू शकतात, परंतु त्या कधीही 'प्रेरित' होऊन काम करू शकत नाहीत. आपत्तीच्या काळात एखादा समाजकार्यकर्ता जेव्हा स्वतःचा जीव धोक्यात घालून लोकांच्या

मदतीला धावून जातो, तेव्हा त्यामागे करुणा हेच मुख्य प्रेरक बल असते. एआय केवळ निर्धारित कार्यपद्धतीनुसार चालते; त्यात मानवी करुणेतून निर्माण होणारी 'लवचिकता' (Flexibility) नसते.

संवेदनशीलता (Sensitivity) म्हणजे समाजातील सूक्ष्म बदल, अन्याय आणि वंचितांच्या गरजा ओळखण्याची क्षमता. एक व्यावसायिक समाजकार्यकर्ता हा केवळ दृश्य स्वरूपातील समस्यांकडे बघत नाही, तर तो सांस्कृतिक, भाषिक आणि सामाजिक बारकाव्यांप्रती संवेदनशील असतो. विशेषतः भारतासारख्या विविधतेने नटलेल्या देशात, जिथे जातीव्यवस्था आणि लिंगभेद हे अत्यंत सूक्ष्म पद्धतीने कार्य करतात, तिथे समाजकार्यकर्त्याला आपल्या शब्दांबाबत आणि कृतीबाबत अत्यंत संवेदनशील असावे लागते. एआय प्रणाली अनेकदा 'डेटा बायस' (Data Bias) मुळे असंवेदनशील ठरतात. जर यंत्राला प्रशिक्षण देण्यासाठी वापरलेली माहिती पूर्वग्रहदूषित असेल, तर एआय प्रणाली एखाद्या विशिष्ट समाजाला किंवा लिंगाला दुय्यम लेखू शकते. अशा वेळी तांत्रिक निर्णय हे मानवी संवेदनशीलतेला तडा देणारे ठरतात. समाजकार्यकर्त्याची भूमिका येथे एक 'सजग परीक्षक' म्हणून महत्त्वाची आहे, जो तंत्रज्ञानातील ही असंवेदनशीलता ओळखून मानवी न्याय प्रस्थापित करतो.

कृत्रिम बुद्धिमत्ता आणि मानवी संवेदना यांच्यातील संबंधांचा अभ्यास करताना 'संवेदनांचे यांत्रिकीकरण' हा एक गंभीर धोका म्हणून समोर येतो. जेव्हा समाजकार्यकर्ते मोठ्या प्रमाणावर एआयवर अवलंबून राहतात, तेव्हा त्यांच्या स्वतःच्या नैसर्गिक संवेदनक्षमतेवर परिणाम होऊ शकतो. जर प्रत्येक समस्येचे उत्तर केवळ आकडेवारीवरून शोधले जाऊ लागले, तर लाभार्थ्याकडे 'माणूस' म्हणून पाहण्याऐवजी केवळ 'डेटा पॉईंट' म्हणून पाहिले जाण्याचा धोका निर्माण होतो. भारतीय ग्रामीण आरोग्य क्षेत्रात काम करताना जर आशा स्वयंसेविकांनी केवळ मोबाईल ॲपमधील सूचनांचे पालन केले आणि

रुग्णाच्या डोळ्यांतील आर्द्रता किंवा चेहऱ्यावरील वेदना वाचली नाही, तर समाजकार्याचा मूळ उद्देशच नष्ट होईल. समाजकार्य ही विद्याशाखा नेहमीच हे बजावते की तंत्रज्ञान हे 'डोके' असू शकते, पण समाजकार्यकर्त्याचे 'हृदय' कधीही बनू शकत नाही. निर्णयाची अंतिम प्रक्रिया ही सहसंवेदनेच्या निकषावरच घासली गेली पाहिजे.

समाजकार्यातील सक्षमीकरण (Empowerment) हे केवळ संसाधनांच्या वाटपातून येत नाही, तर ते समोरच्या व्यक्तीला दिलेल्या सन्मानातून येते. संवेदनशीलता हे सिद्ध करते की समोरची व्यक्ती आपल्यासाठी महत्त्वाची आहे. एआय प्रणाली लाभार्थ्याला तांत्रिक मदत देऊ शकतात, पण त्या त्याला आत्मसन्मानाची जाणीव करून देऊ शकत नाहीत. जेव्हा एखादा समाजकार्यकर्ता बालहक्क किंवा महिलांच्या प्रश्नांवर काम करतो, तेव्हा त्याचा भावनिक पाठिंबा (Emotional Support) हा त्या पीडिताला उभे करण्यासाठी सर्वात मोठे बळ देतो. यंत्रे कधीही 'अश्रू पुसू शकत नाहीत' किंवा 'दिलासा देणारा हात' पुढे करू शकत नाहीत. समाजकार्याच्या मूल्यांमध्ये 'माणसाचे माणूसपण' टिकवणे ही प्राथमिकता आहे. एआय हे माहितीचे व्यवस्थापन उत्तम प्रकारे करू शकते, पण मानवी दुःखाचे व्यवस्थापन करण्यासाठी मानवी संवेदनांचीच गरज असते.

भारतीय समाजरचनेत 'डिजिटल दरी' (Digital Divide) मुळे निर्माण होणारा अन्याय ओळखण्यासाठी समाजकार्यकर्त्याकडे विशेष संवेदनशीलता असणे आवश्यक आहे. ज्यांच्याकडे इंटरनेट नाही, जे अशिक्षित आहेत किंवा जे दुर्गम भागात राहतात, त्यांच्यासाठी एआय आधारित व्यवस्था ही एक प्रकारची 'डिजिटल हिंसा' ठरू शकते. अशा वेळी समाजकार्यकर्त्याने केवळ तंत्रज्ञानाचा पुरस्कार न करता, तंत्रज्ञानामुळे जे मागे पडत आहेत त्यांच्याप्रती करुणा दाखवली पाहिजे. तंत्रज्ञान हे सर्वांसाठी समान आहे असा खोटा दावा करणे हे असंवेदनशीलतेचे लक्षण आहे. समाजकार्यकर्ता हे जाणतो की प्रत्येक

व्यक्तीची सामाजिक पार्श्वभूमी वेगळी असते आणि म्हणूनच त्याला प्रत्येक केसकडे पाहताना एक वेगळा मानवी दृष्टिकोन ठेवावा लागतो. हे 'वैयक्तिकीकरण' (Individualization) केवळ मानवी मेंदू आणि संवेदनशील हृदयच करू शकते.

भविष्यातील समाजकार्यात एआय हा एक साहाय्यक म्हणून वावरताना समाजकार्यकर्त्याला अधिक सजग राहावे लागेल. एआय आपल्याला लोकांच्या गरजांचे नमुने (Patterns) सांगू शकेल, परंतु त्या गरजांमागील वेदना समजून घेण्यासाठी आपल्याला क्षेत्रात (Field) प्रत्यक्ष उतरावे लागेल. समाजकार्यकर्ता हा एआयमुळे निरुपयोगी होत नाही, उलट त्याची भूमिका अधिक आव्हानात्मक होते. त्याला आता यंत्राच्या निर्जीव माहितीला मानवी संवेदनेचे कोंदण द्यावे लागेल. एआयने सुचवलेला निर्णय जर सामाजिक न्यायाला किंवा मानवी प्रतिष्ठेला बाधा आणत असेल, तर तो निर्णय नाकारण्याचे धैर्य केवळ करुणेने भारलेला समाजकार्यकर्ताच दाखवू शकतो. तंत्रज्ञानाच्या झगमगाटात माणुसकीची ज्योत तेवत ठेवणे हीच खऱ्या अर्थाने आधुनिक समाजकार्याची व्याख्या आहे.

अखेर, सहानुभूति, करुणा आणि संवेदनशीलता हे केवळ वैयक्तिक गुण नसून ते समाजकार्याचे 'व्यावसायिक आयुध' आहेत. समाजकार्यकर्ता या गुणांचा वापर करून समाजातील तुटलेले दुवे जोडण्याचे काम करतो. एआय कितीही 'बुद्धीमान' झाले तरी ते 'जागरूक' (Conscious) नसते. ते केवळ माहितीच्या आधारे प्रतिक्रिया देते, तर माणूस हा जाणिवेच्या आधारे प्रतिसाद देतो. समाजकार्यातील हा 'प्रतिसाद' (Response) हाच शोषितांच्या मुक्तीचा मार्ग ठरतो. तंत्रज्ञानाच्या मर्यादा स्पष्टपणे मांडताना आपण हे ठामपणे सांगितले पाहिजे की, समाजातील अंतिम बदल हा यंत्राद्वारे नाही तर मानवी करुणेच्या प्रवाहातूनच येईल. समाजकार्याच्या मूल्यांशिवाय एआय हे एक कोरडे आणि निर्दयी तंत्र ठरू शकते, पण

जर त्याला मानवी संवेदनशीलतेची जोड मिळाली, तर ते मानवी कल्याणासाठी एक उपयुक्त साधन बनू शकते.

समाजकार्यकर्त्याची भूमिका

व्यावसायिक समाजकार्य हे केवळ सेवा देणारे क्षेत्र नसून ते सामाजिक परिवर्तन, मानवी हक्क आणि सामाजिक न्यायासाठी कार्य करणारी एक गतिमान विद्याशाखा आहे. या प्रक्रियेत 'समाजकार्यकर्त्याची भूमिका' हा अत्यंत कळीचा मुद्दा ठरतो, कारण तो केवळ एक कर्मचारी नसून समाजातील विषमतेच्या भिंती पाडणारा एक सक्रिय 'बदल-दूत' (Change Agent) असतो. पारंपारिक दृष्टिकोनात समाजकार्यकर्त्याकडे केवळ एक दयाळू मदतनीस म्हणून पाहिले जात असे, मात्र आधुनिक व्याख्येनुसार तो एक धोरणकर्ता, समुपदेशक, संघटक आणि संशोधक अशा बहुआयामी भूमिका बजावत असतो. कृत्रिम बुद्धिमत्तेच्या (AI) आगमनामुळे या भूमिकांना आता एक नवीन परिमाण लाभले आहे. तंत्रज्ञान माहिती देऊ शकते, पण त्या माहितीचा सामाजिक संदर्भात विनियोग कसा करायचा, हे ठरवण्याचे कौशल्य केवळ मानवी समाजकार्यकर्त्याकडे असते. भारतीय समाजरचनेत, जिथे ग्रामीण आणि शहरी विभागातील समस्यांचे स्वरूप भिन्न आहे, तिथे समाजकार्यकर्त्याला स्थानिक संस्कृती आणि आधुनिक तंत्रज्ञान यांचा मेळ घालून आपली भूमिका स्पष्ट करावी लागते. समाजकार्य ही मूल्यधिष्ठित कृती असल्याने, समाजकार्यकर्त्याची भूमिका ही नेहमीच मानवी प्रतिष्ठेला केंद्रस्थानी ठेवणारी असते, मग समोर कितीही प्रगत यंत्रणा असली तरी अंतिम निर्णयाचा अधिकार हा समाजकार्यकर्त्याच्या व्यावसायिक विवेकबुद्धीकडेच राहतो.

समाजकार्यकर्त्याची सर्वात महत्त्वाची भूमिका ही 'सक्षमकर्ता' (Enabler) म्हणून असते. सक्षमकर्ता म्हणजे लाभार्थ्याला त्याच्या स्वतःच्या समस्या ओळखण्यास आणि त्या सोडवण्यासाठी आवश्यक

असलेली आंतरिक शक्ती जागृत करण्यास मदत करणारी व्यक्ती. जेव्हा एखादा समाजकार्यकर्ता महाराष्ट्रातील दुष्काळग्रस्त भागातील शेतकऱ्यांशी संवाद साधतो, तेव्हा तो केवळ त्यांना कर्जमाफीची माहिती देत नाही, तर त्यांना पर्यायी शेती किंवा गटशेतीसाठी मानसिक आणि तांत्रिकदृष्ट्या सक्षम करतो. एआयच्या युगात, ही भूमिका अधिक आव्हानात्मक झाली आहे, कारण तंत्रज्ञान लाभार्थ्याला 'अगतिक' बनवू शकते. समाजकार्यकर्त्याने येथे लाभार्थ्याला हे शिकवले पाहिजे की एआय सारख्या साधनांचा वापर स्वतःच्या प्रगतीसाठी कसा करावा. जर एआय प्रणाली एखाद्या वस्तीतील लोकांच्या गरजांचे विश्लेषण करत असेल, तर समाजकार्यकर्त्याने त्या माहितीचा वापर करून लोकांना संघटित केले पाहिजे. सक्षमकर्ता म्हणून समाजकार्यकर्त्याचा उद्देश लाभार्थ्याला स्वावलंबी बनवणे हा असतो, यंत्रावर अवलंबून ठेवणे हा नाही. ही भूमिका बजावताना समाजकार्यकर्त्याला सहानुभूती आणि व्यावसायिक तटस्थता यांचा अचूक समतोल साधावा लागतो.

दुसरी महत्त्वाची भूमिका म्हणजे 'अधिवक्ता' किंवा 'समर्थक' (Advocate). समाजकार्यकर्ता हा अशा लोकांचा आवाज बनतो ज्यांचा आवाज दाबला गेला आहे. भारतीय संदर्भात, दलित, आदिवासी, महिला आणि अल्पसंख्याक समुदायांच्या हक्कांसाठी लढणे ही समाजकार्याची महत्त्वाची भूमिका आहे. एआय प्रणालींमध्ये अनेकदा 'अल्गोरिदमचा पूर्वग्रह' (Bias) असतो, जो आधीच शोषित असलेल्या घटकांवर अधिक अन्याय करू शकतो. अशा वेळी समाजकार्यकर्त्याची भूमिका एका तांत्रिक वकिलासारखी होते. तो हे तपासून पाहतो की, सरकारी धोरणांमध्ये वापरलेले एआय तंत्रज्ञान कोणावर अन्याय तर करत नाही ना? उदाहरणार्थ, जर एखाद्या स्मार्ट सिटी प्रकल्पामध्ये एआयचा वापर करून झोपडपट्ट्यांचे सर्वेक्षण केले जात असेल आणि त्यात गरिबांचे हक्क डावलले जात असतील, तर समाजकार्यकर्ता त्या तांत्रिक निष्कर्षांना न्यायालयात किंवा

जनचळवळीद्वारे आव्हान देतो. अधिवक्ता म्हणून तो केवळ व्यक्तीचाच नव्हे, तर सामाजिक न्यायाच्या तत्त्वांचाही समर्थक असतो. ही भूमिका केवळ प्रशासकीय नसून ती राजकीय आणि सामाजिक स्वरूपाची असते.

'समुपदेशक' (Counselor) म्हणून समाजकार्यकर्त्याची भूमिका ही मानवी संवेदनांच्या सर्वात जवळ जाणारी आहे. मानसिक आरोग्य, कौटुंबिक कलह किंवा अमली पदार्थांच्या विळख्यात अडकलेल्या व्यक्तींना बाहेर काढण्यासाठी समाजकार्यकर्त्याला अत्यंत कौशल्याने संवाद साधावा लागतो. आजच्या काळात अनेक एआय-आधारित चॅटबॉट्स मानसिक आरोग्यावर सल्ले देत आहेत. मात्र, समाजकार्यकर्ता हे जाणतो की समुपदेशन म्हणजे केवळ माहिती देणे नव्हे, तर ते दोन मानवी मनांमधील विश्वासाचे नाते असते. यंत्राकडे 'अनुभूती' (Empathy) नसते, ती केवळ मानवाकडे असते. एखादी बलात्कार पीडित महिला जेव्हा समाजकार्यकर्त्याकडे येते, तेव्हा तिला तांत्रिक उत्तरांची नव्हे, तर तिला समजून घेणाऱ्या एका मानवी हृदयाची गरज असते. समाजकार्यकर्त्याची ही भूमिका एआय कधीही विस्थापित करू शकणार नाही, उलट एआयमुळे निर्माण होणाऱ्या एकाकीपणाच्या आणि तणावाच्या युगात या मानवी समुपदेशकाची भूमिका अधिक महत्त्वाची ठरणार आहे.

'संसाधन संकलक' (Broker) या भूमिकेत समाजकार्यकर्ता लाभार्थी आणि उपलब्ध संसाधने यांच्यातील दुवा म्हणून काम करतो. सरकारी योजना, बँकांचे कर्ज, आरोग्य सुविधा आणि शैक्षणिक सवलती या सामान्य माणसापर्यंत पोहोचत नाहीत. एआय येथे समाजकार्यकर्त्याला मोठी मदत करू शकते. प्रचंड डेटाबेस शोधून कोणत्या लाभार्थ्याला कोणती योजना लागू पडते, हे एआय सेकंदात सांगू शकते. परंतु, त्या लाभार्थ्याला प्रत्यक्ष कार्यालयात घेऊन जाणे, त्याच्याकडून अर्ज भरून घेणे आणि त्याला येणाऱ्या प्रशासकीय अडचणी दूर करणे, हे काम

समाजकार्यकर्त्यालाच करावे लागते. विशेषतः डिजिटल साक्षरता नसलेल्या ग्रामीण भारतात, समाजकार्यकर्ता हा 'डिजिटल मध्यस्थ' म्हणून भूमिका बजावतो. तो तंत्रज्ञानाचा वापर करून सेवांची कार्यक्षमता वाढवतो, पण प्रत्यक्ष सेवा वितरणामध्ये मानवी स्पर्श कायम ठेवतो. संसाधनांचे वाटप करताना ते केवळ तांत्रिक निकषांवर न होता सामाजिक निकषांवर व्हावे, यासाठी तो आग्रही असतो.

'प्रशासक आणि धोरणकर्ता' (Administrator and Policy Maker) म्हणून समाजकार्यकर्ता सामाजिक संस्थांच्या व्यवस्थापनात महत्त्वाची भूमिका बजावतो. धोरण निर्मितीमध्ये एआयचा वापर 'प्रेडिक्टिव्ह ॲनालिसिस' (Predictive Analysis) साठी केला जाऊ शकतो. म्हणजे, भविष्यात कोणत्या भागात गरिबी वाढू शकते किंवा कोठे आरोग्य सुविधांची गरज असेल, याचा अंदाज एआय देऊ शकते. मात्र, हे धोरण आखताना त्यातील मानवी परिणामांचा विचार केवळ समाजकार्यकर्ताच करू शकतो. भारतीय समाजरचनेत जाती आणि धर्माचे जे पदर आहेत, ते एआयला समजणे कठीण असते. समाजकार्यकर्ता प्रशासक म्हणून हे सुनिश्चित करतो की, धोरण हे केवळ कागदावर किंवा कॉम्प्युटर स्क्रीनवर चांगले न दिसता, ते प्रत्यक्ष जमिनीवर लोकांचे जीवन सुखकर करणारे असावे. तो तांत्रिक कार्यक्षमता आणि सामाजिक बांधिलकी यांचा समन्वय साधणारा एक व्यवस्थापक असतो.

समाजकार्यकर्त्याची एक महत्त्वाची भूमिका 'संशोधक' (Researcher) म्हणूनही आहे. समाजकार्यातील संशोधन हे केवळ आकडेवारी गोळा करण्यासाठी नसून ते सामाजिक वास्तवाचा शोध घेण्यासाठी असते. एआय हे संशोधनासाठी लागणारी माहिती अत्यंत वेगाने गोळा करू शकते, पण त्या माहितीचा अर्थ लावताना (Interpretation) समाजकार्यकर्त्याची चिकित्सक दृष्टी महत्त्वाची ठरते. एआय एखादा कल (Trend) सांगू शकेल, पण त्यामागची

कारणे शोधण्यासाठी समाजकार्यकर्त्याला लोकांमध्ये जाऊन 'सहभागी निरीक्षण' करावे लागते. संशोधन करताना तो एआयचा वापर एक साधन म्हणून करतो, पण संशोधनाचा नैतिक पाया हा मानवी कल्याणाचाच असतो. संशोधनातून मिळालेल्या निष्कर्षांचा वापर करून तो समाजातील चुकीच्या प्रथांना आव्हान देतो आणि नवीन ज्ञानाची निर्मिती करतो.

भविष्यात एआयमुळे समाजकार्यकर्त्याची भूमिका 'तंत्रज्ञान नियामक' (Technology Regulator) अशीही होणार आहे. त्याला हे पाहावे लागेल की, ज्या संस्थांमध्ये तो काम करतो, तिथे एआयचा वापर लाभार्थ्यांच्या गोपनीयतेचा भंग तर करत नाही ना? डेटा प्रायव्हसी हा आता केवळ तांत्रिक प्रश्न उरलेला नसून तो एक मानवी हक्काचा प्रश्न झाला आहे. समाजकार्यकर्ता लाभार्थ्यांना त्यांच्या 'डिजिटल अधिकारां'बद्दल जागरूक करतो. देखरेख आणि नियंत्रणाच्या या युगात, समाजकार्यकर्ता लोकांच्या खाजगीपणाचे रक्षण करणारा एक रक्षक (Guardian) म्हणून समोर येतो. तो तंत्रज्ञानाच्या गैरवापराला विरोध करतो आणि मानवी स्वातंत्र्याचा पुरस्कार करतो. ही भूमिका बजावण्यासाठी त्याला स्वतःला तांत्रिकदृष्ट्या साक्षर आणि नैतिकदृष्ट्या प्रगल्भ राहावे लागेल.

अखेर, समाजकार्यकर्त्याची भूमिका ही तंत्रज्ञानाचा द्वेष करणारी नसून तंत्रज्ञानाला माणुसकीची जोड देणारी आहे. एआय कितीही प्रगत झाले तरी ते 'नैतिक' निर्णय घेऊ शकत नाही किंवा त्याला 'सामाजिक न्याय' समजत नाही. समाजकार्यकर्ता हा त्या यंत्राचा चालक आणि नियंत्रक असतो. भारतीय समाजातील डिजिटल दरी सांधणे आणि तंत्रज्ञानाचे फायदे तळागाळातील शेवटच्या माणसापर्यंत पोहोचवणे, ही आजच्या काळातील सर्वात मोठी समाजसेवा आहे. समाजकार्यकर्ता हा यंत्राचा गुलाम न बनता, यंत्राला सामाजिक बदलाचे शस्त्र म्हणून वापरतो. त्याची ही भूमिका भविष्यात अधिक व्यापक आणि निर्णायक

ठरणार आहे, जिथे तो तंत्रज्ञानाच्या झगमगाटात मानवी संवेदनांचा दिवा तेवत ठेवण्याचे काम करेल. समाजकार्याची मूल्ये आणि एआयची कार्यक्षमता यांचा योग्य मेळ घालणारा समाजकार्यकर्ताच खऱ्या अर्थाने एक यशस्वी 'बदल-दूत' ठरेल.

समाजकार्य आणि मानवी नाते

समाजकार्याच्या गाभ्यामध्ये 'मानवी नाते' ही केवळ एक संकल्पना नसून तो या संपूर्ण व्यवसायाचा आधारस्तंभ आहे. समाजकार्य हे भौतिक वस्तूंच्या देवाणघेवाणीवर नव्हे, तर दोन व्यक्तींमधील किंवा व्यक्ती आणि समुदाय यांच्यातील विश्वासाच्या नात्यावर उभे असते. ऐतिहासिकदृष्ट्या, जेव्हा आपण समाजकार्याच्या उगमकाळाचा विचार करतो, तेव्हा असे लक्षात येते की मानवी समस्यांचे निराकरण करण्यासाठी केवळ संसाधनांची उपलब्धता पुरेशी नसते, तर त्या समस्यांना समजून घेणारा एक संवेदनशील मानवी दुवा आवश्यक असतो. व्यावसायिक समाजकार्यामध्ये या नात्याला 'व्यावसायिक नातेसंबंध' (Professional Relationship) असे संबोधले जाते, जे जाणीवपूर्वक, विशिष्ट उद्देशाने आणि नैतिक चौकटीत राहून विकसित केले जाते. कृत्रिम बुद्धिमत्तेच्या (AI) युगात, जिथे यंत्रे माणसाशी संवाद साधू लागली आहेत, तिथे मानवी नात्याची व्याख्या आणि त्याचे महत्त्व अधिकच अधोरेखित होते. तंत्रज्ञान माहितीचे हस्तांतरण करू शकते, परंतु मानवी नात्यातून मिळणारा भावनिक आधार, सुरक्षिततेची भावना आणि आपुलकीचा ओलावा यंत्राद्वारे निर्माण करणे अशक्य आहे. भारतीय समाजरचनेत, जिथे नातेसंबंधांना कौटुंबिक आणि सामाजिक स्तरावर अत्यंत महत्त्व दिले जाते, तिथे समाजकार्यकर्त्याची भूमिका या मानवी नात्यांच्या जपणुकीतूनच सिद्ध होते.

व्यावसायिक समाजकार्यातील मानवी नात्याचे पहिले आणि महत्त्वाचे वैशिष्ट्य म्हणजे 'अनुभूती' किंवा 'समानुभूती' (Empathy). जेव्हा एखादा समाजकार्यकर्ता लाभार्थ्याशी नाते जोडतो, तेव्हा तो स्वतःला त्या व्यक्तीच्या परिस्थितीत ठेवून तिच्या वेदना समजून घेतो. हे नाते केवळ 'मदतनीस आणि गरजू' या स्वरूपाचे नसते, तर ते दोन मानवी अस्मितांमधील समानतेचे नाते असते. एआय प्रणाली, जसे की चॅटबॉट्स, आजकाल 'एम्पॅथेटिक' वाटणारी वाक्ये बोलू शकतात, परंतु त्यांच्याकडे त्या शब्दांमागील भावनांचा प्रत्यक्ष अनुभव नसतो. उदाहरणार्थ, एखाद्या एचआयव्ही (HIV) बाधित व्यक्तीला समाजात मिळणारी वागणूक आणि त्यातून निर्माण होणारा मानसिक तणाव समजून घेण्यासाठी समाजकार्यकर्त्याला त्या व्यक्तीच्या डोळ्यांतील भीती वाचावी लागते. हे नाते जेव्हा प्रस्थापित होते, तेव्हाच लाभार्थी स्वतःच्या मनातल्या गुपिते आणि समस्या उघड करतो. एआय कितीही प्रगत झाले तरी ते विश्वासाचे हे मानवी नाते निर्माण करू शकत नाही, कारण यंत्राला 'माणूस' असण्याचा अनुभव नसतो. समाजकार्यकर्त्याचे यश हे त्याने गोळा केलेल्या डेटावर नव्हे, तर त्याने लाभार्थ्यासोबत निर्माण केलेल्या विश्वासाच्या नात्यावर अवलंबून असते.

मानवी नाते हे समाजकार्यात 'बदलाचे माध्यम' (Medium of Change) म्हणून कार्य करते. अनेकदा लाभार्थ्याला त्याच्या समस्यांवर उपाय माहित असतात, परंतु ते उपाय अमलात आणण्यासाठी लागणारे मानसिक बळ त्याच्याकडे नसते. हे बळ त्याला समाजकार्यकर्त्याशी असलेल्या नात्यातून मिळते. समुपदेशन (Counseling) प्रक्रियेत, समाजकार्यकर्ता आणि लाभार्थी यांच्यातील नाते हे एक सुरक्षित वातावरण तयार करते, जिथे लाभार्थी स्वतःच्या त्रुटींचा स्वीकार करू शकतो. एआय आधारित सिस्टीम्स लाभार्थ्याला काय करावे आणि काय करू नये याच्या सूचना देऊ शकतात, परंतु त्या त्याला 'प्रेरित' करू शकत नाहीत. भारतीय ग्रामीण भागात, जिथे समाजकार्यकर्ते महिला बचत गटांसोबत काम करतात, तिथे

त्यांच्यातील नाते हे केवळ आर्थिक व्यवहारापुरते मर्यादित नसते. ते नाते सक्षमीकरणाचे एक साधन असते. जर आपण या नात्याची जागा पूर्णपणे एआयला दिली, तर समाजकार्य हे केवळ एक यांत्रिक व्यवहार बनेल आणि त्यातील मानवी परिवर्तनाची क्षमता नष्ट होईल.

भारतीय समाजरचनेचा विचार करता, मानवी नाते हे केवळ वैयक्तिक नसून ते सामूहिक स्वरूपाचे असते. समुदाय संघटन (Community Organization) करताना समाजकार्यकर्त्याला संपूर्ण समुदायाशी नाते जोडावे लागते. या प्रक्रियेत समुदायातील विविध जाती, धर्म आणि गटांमधील संघर्ष समजून घेऊन त्यांच्यात सुसंवाद घडवून आणणे हे समाजकार्यकर्त्याचे कौशल्य असते. एआय आपल्याला समुदायातील समस्यांची आकडेवारी देऊ शकते, परंतु समुदायातील लोकांच्या मनातील संताप, आशा आणि आकांक्षा समजून घेण्यासाठी प्रत्यक्ष मानवी हस्तक्षेपाची गरज असते. एकात्मिक बाल विकास सेवा (ICDS) किंवा ग्रामीण आरोग्य मोहिमांमध्ये, जोपर्यंत कार्यकर्त्याचे स्थानिक लोकांशी जिव्हाळ्याचे नाते नसते, तोपर्यंत कोणत्याही योजनेची अंमलबजावणी यशस्वी होऊ शकत नाही. यंत्राद्वारे होणारे संवाद हे औपचारिक आणि निर्जीव असतात, तर मानवी नाते हे लवचिक आणि जिवंत असते.

एआयच्या वापरामुळे मानवी नात्यांमध्ये निर्माण होणारा 'अलिप्तपणा' (Alienation) हा समाजकार्यापुढील एक मोठा धोका आहे. जर समाजकार्यकर्त्याचा जास्तीत जास्त वेळ कॉम्प्युटर स्क्रीनसमोर किंवा डेटा एंट्रीमध्ये जात असेल, तर त्याचा लाभार्थ्यांशी असलेला प्रत्यक्ष संवाद कमी होतो. यामुळे नात्यातील 'संवेदनशीलता' हरवते. तंत्रज्ञान हे नात्याला अधिक सुलभ करण्यासाठी असावे, नात्याची जागा घेण्यासाठी नाही. जेव्हा एखादा रुग्ण किंवा एखादी पीडित व्यक्ती समाजकार्यकर्त्याकडे येते, तेव्हा तिला हे जाणून घ्यायचे असते की समोरची व्यक्ती मला खरोखर 'ऐकत' आहे. यंत्र केवळ माहिती

प्रक्रिया (Processing) करते, पण माणूस 'श्रवण' (Listening) करतो. या श्रवणातूनच लाभार्थ्याला सन्मानाची जाणीव होते. समाजकार्यातील 'व्यक्तीचा स्वीकार' (Acceptance) हे तत्त्व केवळ मानवी नात्यातच शक्य आहे, कारण यंत्र हे नेहमीच 'नॉर्म्स' आणि 'पॅटर्न्स' नुसार मूल्यमापन करत असते, जे नात्यातील अनपेक्षित ओलावा नाकारू शकते.

नातेसंबंधांमधील 'नैतिकता आणि स्वायत्तता' हा मुद्दाही अत्यंत महत्त्वाचा आहे. समाजकार्यात नाते हे लाभार्थ्याला सक्षम करण्यासाठी असते, त्याच्यावर नियंत्रण मिळवण्यासाठी नाही. एआयच्या युगात, डेटा देखरेखीमुळे (Surveillance) हे नाते संशयास्पद बनू शकते. जर लाभार्थ्याला वाटले की त्याने समाजकार्यकर्त्याला दिलेली माहिती यंत्राद्वारे त्याच्याच विरोधात वापरली जाईल, तर विश्वासाचे नाते तिथेच संपुष्टात येते. भारतीय संदर्भात, जिथे गोपनीयतेबाबत अद्याप पुरेशी जागरूकता नाही, तिथे समाजकार्यकर्त्याची भूमिका ही माहितीचा रक्षक म्हणून महत्त्वाची ठरते. त्याने लाभार्थ्याशी असलेले नाते हे व्यावसायिक आचारसंहितेनुसार जपावे लागते. तंत्रज्ञान हे केवळ माहितीचे व्यवस्थापन करणारे साधन आहे, पण त्या माहितीचा वापर करून लाभार्थ्याच्या जीवनात सकारात्मक बदल घडवणारा 'दुवा' हा मानवी नातेच आहे.

अखेर, समाजकार्य हे 'नात्यांचे शास्त्र' आहे असे म्हटले तरी वावगे ठरणार नाही. एआय हे बुद्धीचे कार्य करू शकते, पण नात्यासाठी आवश्यक असलेले 'हृदय' केवळ समाजकार्यकर्त्याकडे असते. भविष्यात समाजकार्यकर्त्याला हे भान ठेवावे लागेल की, तंत्रज्ञानाचा वापर करताना मानवी नात्यातील ऊब कमी होता कामा नये. डिजिटल क्रांतीच्या या काळात, जेव्हा मानवी संपर्क कमी होत चालला आहे, तेव्हा समाजकार्यकर्त्याची जबाबदारी अधिक वाढली आहे. त्याने

लाभार्थ्याला केवळ तांत्रिक उत्तरे न देता, त्याला एक 'मानवी साथ' दिली पाहिजे. समाजकार्यातील सर्व तत्त्वे आणि मूल्ये शेवटी एकाच बिंदूवर येतात आणि तो म्हणजे 'माणसाने माणसाशी माणसासारखे वागणे'. हे वागणे केवळ जिवंत नात्यातच शक्य आहे. यंत्रे प्रगत होतील, ती कामे सोपी करतील, परंतु ती कधीही कोणाची 'मैत्रीण' किंवा 'वाटाड्या' बनू शकणार नाहीत.

प्रकरण ४. डेटा बनलेला माणूस

डेटा म्हणजे काय?

महिती युगामध्ये 'डेटा' ही संकल्पना जागतिक अर्थव्यवस्थेचे आणि सामाजिक नियंत्रणाचे इंधन बनली आहे. समाजकार्याच्या संदर्भात विचार करताना डेटा म्हणजे केवळ अंकीय माहिती किंवा संगणकातील नोंदी नव्हेत, तर ती मानवी जीवनाची, संघर्षाची आणि गरजांची डिजिटल प्रतिमा आहे. ऐतिहासिक दृष्टिकोनातून पाहिले तर समाजकार्यामध्ये 'केस रेकॉर्ड्स' किंवा लाभार्थ्यांच्या नोंदी ठेवण्याची पद्धत सुरुवातीपासूनच आहे. मेरी रिचमंड यांनी जेव्हा 'सोशल डायग्नोसिस' मांडले, तेव्हापासून पद्धतशीर माहिती गोळा करणे हा समाजकार्याचा आधार राहिला आहे. मात्र, आजच्या कृत्रिम बुद्धिमत्तेच्या काळात डेटाची व्याख्या कमालीची बदलली आहे. आता डेटा म्हणजे केवळ आपण अर्जात भरलेली माहिती नाही, तर आपले स्थान (Location), इंटरनेटवरील शोध (Search history), सामाजिक संबंध आणि अगदी आपल्या आवडीनिवडी या सर्वांचे संकलन आहे. समाजकार्य हे मानवी संबंधांवर आधारित क्षेत्र असल्याने, डेटाचे हे वाढते महत्त्व मानवाकडे बघण्याचा आपला दृष्टिकोन बदलत आहे. जेव्हा एखादा माणूस यंत्रासाठी केवळ 'डेटा पॉईंट' बनतो, तेव्हा त्याच्यातील जिवंतपणा आणि मानवी प्रतिष्ठा हरवण्याचा धोका निर्माण होतो. भारतीय समाजात जिथे अजूनही कागदोपत्री नोंदी आणि डिजिटल साक्षरता यांचा संघर्ष सुरू आहे, तिथे डेटा ही संकल्पना सत्तेचे आणि संसाधनांचे वाटप करणारी एक महत्त्वाची शक्ती ठरत आहे.

तांत्रिक परिभाषेत डेटा म्हणजे वस्तुस्थिती, संख्या, वर्ण किंवा चिन्हांचे संकलन, ज्यावर प्रक्रिया करून अर्थपूर्ण माहिती (Information) मिळवली जाते. समाजकार्याच्या अभ्यासक्रमात आपण जेव्हा डेटाचा

विचार करतो, तेव्हा त्याचे प्रामुख्याने दोन प्रकार पडतातः परिमाणात्मक (Quantitative) आणि गुणात्मक (Qualitative). परिमाणात्मक डेटामध्ये लाभार्थ्यांचे वय, उत्पन्न, कुटुंबातील सदस्यांची संख्या किंवा आरोग्याशी संबंधित आकडेवारी यांचा समावेश होतो. याउलट, गुणात्मक डेटामध्ये व्यक्तीच्या भावना, तिची कौटुंबिक पार्श्वभूमी, तिला जाणवणारा भेदभाव आणि तिचे अनुभव यांचा समावेश असतो. समाजकार्याचे वैशिष्ट्य हे आहे की आपण नेहमीच गुणात्मक माहितीला अधिक महत्त्व दिले आहे, कारण माणसाचे दुःख आकड्यात मोजता येत नाही. परंतु, कृत्रिम बुद्धिमत्ता ही प्रणाली प्रामुख्याने परिमाणात्मक डेटावर प्रक्रिया करण्यासाठी विकसित केली गेली आहे. एआय यंत्रणांना काम करण्यासाठी प्रचंड मोठ्या प्रमाणावर डेटाची (Big Data) आवश्यकता असते. जेव्हा समाजकार्य प्रक्रियेत आपण एआयचा वापर करतो, तेव्हा लाभार्थ्यांच्या जटिल आयुष्याला केवळ ठराविक पॅरामीटर्समध्ये बसवण्याचा प्रयत्न केला जातो. यामुळे डेटाची व्याख्या 'माणसाच्या आयुष्याचा आरसा' होण्याऐवजी 'माणसाला नियंत्रणात ठेवणारा साचा' अशी होण्याचा धोका निर्माण होतो.

भारतीय सामाजिक संदर्भात डेटाची संकल्पना अधिक गुंतागुंतीची आणि विवादास्पद आहे. भारतातील 'आधार' प्रणाली किंवा सार्वजनिक वितरण प्रणाली (PDS) हे डेटाच्या सामाजिक वापराचे सर्वात मोठे उदाहरण आहे. येथे डेटा म्हणजे केवळ ओळख नसून तो अन्न, आरोग्य आणि शिक्षणाचा अधिकार मिळवण्याचे साधन आहे. जर एखाद्या व्यक्तीचा डेटा सरकारी यंत्रणेत चुकीचा नोंदवला गेला किंवा तांत्रिक त्रुटीमुळे तो उपलब्ध नसेल, तर ती व्यक्ती प्रत्यक्ष जीवनात असूनही यंत्रणेसाठी 'अस्तित्वात' नसते. यालाच 'डेटा-चालित बहिष्करण' (Data-driven exclusion) असे म्हणतात. समाजकार्यकर्ता म्हणून आपल्याला हे समजून घेणे आवश्यक आहे की डेटा हा कधीही तटस्थ नसतो. डेटा गोळा करण्याच्या पद्धती,

विचारले जाणारे प्रश्न आणि माहिती साठवण्याचे निकष हे नेहमीच विशिष्ट वर्गाच्या किंवा सत्तेच्या विचारसरणीतून ठरवले जातात. ग्रामीण भागातील दलित किंवा आदिवासी समुदायांचा डेटा गोळा करताना अनेकदा त्यांच्या भाषिक आणि सांस्कृतिक मर्यादांचा विचार केला जात नाही, ज्यामुळे त्यांच्याबद्दलचा डेटा हा अपूर्ण किंवा दिशाभूल करणारा असू शकतो. अशा अपूर्ण डेटावर आधारित एआय प्रणाली जेव्हा निर्णय घेतात, तेव्हा सामाजिक न्यायाचे तत्व धोक्यात येते.

डेटा म्हणजे काय हे समजून घेताना 'डेटाची निर्मिती' कशी होते, हे पाहणे महत्त्वाचे आहे. आज प्रत्येक वेळेस जेव्हा एखादा लाभार्थी सरकारी ॲप वापरतो किंवा आरोग्य केंद्रात आपली माहिती देतो, तेव्हा तो डेटा निर्माण करत असतो. हा डेटा केवळ सेवा देण्यासाठी वापरला जातो असे नाही, तर तो कृत्रिम बुद्धिमत्तेला 'प्रशिक्षण' देण्यासाठी देखील वापरला जातो. येथेच समाजकार्यातील नैतिकतेचा प्रश्न उद्भवतो. लाभार्थ्याला हे माहित नसते की त्याच्या खाजगी आयुष्यातील माहिती एका मोठ्या अल्गोरिदमचा भाग बनत आहे. समाजकार्यात लाभार्थ्याची गोपनीयता (Confidentiality) हे सर्वोच्च मूल्य आहे, पण डेटाच्या या नव्या जगात गोपनीयतेची व्याख्या धूसर झाली आहे. डेटा म्हणजे केवळ माहितीचा संच नसून ती मानवी वर्तणुकीचे भाकीत करणारी संपत्ती आहे. कॉर्पोरेट कंपन्या आणि सरकारे या डेटाचा वापर करून लोकांच्या निर्णयांवर प्रभाव टाकू शकतात. समाजकार्यकर्ता हा तंत्रज्ञानाचा वापर करताना हे विसरता कामा नये की डेटाच्या मागे एक जिवंत माणुस आहे, ज्याला स्वतःची मते आणि हक्क आहेत.

चिकित्सक दृष्टीने पाहिल्यास, 'डेटा' हा सत्तेचे एक नवीन रूप (Data as Power) म्हणून समोर येत आहे. ज्याच्याकडे डेटा आहे, त्याच्याकडे समाजाला नियंत्रित करण्याची शक्ती आहे.

समाजकार्यामध्ये आपण नेहमीच सत्तेच्या विकेंद्रीकरणाचा पुरस्कार केला आहे. मात्र, एआय युगात डेटाचे केंद्रीकरण होत आहे. मोजक्याच कंपन्या किंवा सरकारी विभाग लोकांच्या जीवनातील प्रत्येक पैलूचा डेटा गोळा करत आहेत. भारतीय समाजात जिथे शिक्षणाचे प्रमाण कमी आहे, तिथे लोकांना त्यांच्या डेटाच्या हक्कांबद्दल माहिती नाही. माहिती अधिकार (RTI) ज्याप्रमाणे लोकशाहीचे शस्त्र बनले, त्याचप्रमाणे आता 'डेटा अधिकार' (Data Rights) ही काळाची गरज बनली आहे. समाजकार्यकर्त्याची भूमिका ही केवळ डेटा गोळा करण्याची नसून, तो डेटा लाभार्थ्याच्या हितासाठी वापरला जात आहे की त्याच्यावर पाळत ठेवण्यासाठी, हे तपासण्याची आहे. डेटा म्हणजे काय हे केवळ तांत्रिक भाषेत न सांगता, तो सामाजिक संदर्भात 'समान संधी' मिळवण्याचे साधन कसा बनेल, यावर समाजकार्यकर्त्याने भर दिला पाहिजे.

डेटाची अचूकता (Data Accuracy) हा समाजकार्यातील गुणवत्तेचा निकष आहे, परंतु एआयच्या बाबतीत तो धोक्याचा ठरू शकतो. एआय प्रणाली भूतकाळातील डेटावर आधारित भविष्यातील निर्णय घेतात. जर भारतातील ऐतिहासिक डेटा असा सांगत असेल की विशिष्ट वस्त्यांमध्ये गुन्हेगारी जास्त आहे, तर एआय भविष्यात त्या वस्त्यांमधील तरुणांना नोकरी नाकारण्यासाठी कारणीभूत ठरू शकते. येथे डेटा हा प्रगतीचे साधन न राहता 'कलंक' (Stigma) लावण्याचे साधन बनतो. समाजकार्य हे मानवाच्या बदलण्याच्या क्षमतेवर विश्वास ठेवते, पण डेटा हा माणसाला त्याच्या भूतकाळात जखडून ठेवतो. म्हणूनच, डेटाची व्याख्या करताना त्यामध्ये 'मानवी हस्तक्षेपाची' आणि 'दुरुस्तीची' जागा असणे अनिवार्य आहे. समाजकार्यकर्त्याने डेटाला अंतिम सत्य न मानता, त्यामागील सामाजिक परिस्थितीचे विश्लेषण केले पाहिजे. डेटा हे केवळ एक साधन आहे, साध्य नव्हे.

अखेर, डेटा म्हणजे मानवी जीवनाचे डिजिटल प्रतिबिंब आहे, ज्याला अत्यंत जबाबदारीने हाताळणे आवश्यक आहे. समाजकार्य ही विद्याशाखा माणसाला केवळ एक 'नंबर' म्हणून स्वीकारत नाही. एआयच्या यांत्रिक जगात डेटाची व्याख्या जेव्हा अधिक व्यापक आणि गुंतागुंतीची होत आहे, तेव्हा समाजकार्यकर्त्याला या तांत्रिक संकल्पनेला मानवी संवेदनांची जोड द्यावी लागेल. डेटा हा केवळ साठवण्याचा विषय नसून तो 'वाचण्याचा' आणि 'समजून घेण्याचा' विषय आहे. आपण हे लक्षात ठेवले पाहिजे की, प्रगत तंत्रज्ञानाच्या युगात आपण डेटाचे व्यवस्थापक न बनता, माणसाच्या मानवी हक्कांचे रक्षक राहिले पाहिजे. डेटाच्या या महासागरात माणसाची ओळख आणि त्याचे स्वातंत्र्य हरवणार नाही, याची काळजी घेणे हीच खरी समाजकार्याची नवी भूमिका आहे. डेटा म्हणजे काय, हे समजून घेणे म्हणजे आजच्या काळात सामाजिक न्यायाची नवी भाषा शिकणे होय.

व्यक्ती ते डेटा : रूपांतरण प्रक्रिया

महिती तंत्रज्ञानाच्या प्रगत युगात मानवी अस्तित्वाची व्याख्या बदलू लागली असून, 'व्यक्ती ते डेटा' हे रूपांतरण ही आजच्या काळातील एक अत्यंत जटिल आणि सूक्ष्म प्रक्रिया बनली आहे. समाजकार्याच्या पारंपारिक चौकटीत व्यक्ती ही एक जिवंत, भावनाशील आणि सामाजिक संबंधांनी गुंफलेली घटक मानली जाते, जिच्या समस्यांचे मूळ तिच्या सभोवतालच्या पर्यावरणात असते. मात्र, कृत्रिम बुद्धिमत्तेच्या कार्यपद्धतीत या जिवंत व्यक्तीला विशिष्ट 'डिजिटल कोड' किंवा 'डेटा पॉइंट्स' मध्ये रूपांतरित केले जाते. या प्रक्रियेला तांत्रिक भाषेत 'डेटाफिकेशन' (Datafication) असे संबोधले जाते. ही केवळ माहिती साठवण्याची प्रक्रिया नसून, मानवी अनुभव, वर्तन आणि गरजांना अंकीय स्वरूपात (Numerical values) मांडण्याचा प्रयत्न आहे. समाजकार्यामध्ये जेव्हा एखादा लाभार्थी मदतीसाठी येतो, तेव्हा त्याच्या जीवनातील गुंतागुंत, संघर्ष आणि संस्कृती या सर्वांचे रूपांतर

एका संक्षिप्त डिजिटल प्रोफाईलमध्ये होते. ही रूपांतरण प्रक्रिया समजून घेणे आवश्यक आहे, कारण या प्रक्रियेत माणसाचे 'माणूसपण' वजा होऊन तो केवळ यंत्रासाठी उपयुक्त ठरेल अशा माहितीचा संच बनण्याची भीती असते.

व्यक्तीचे डेटामध्ये रूपांतर होण्याची सुरुवात 'माहिती संकलन' या टप्प्यापासून होते. समाजकार्याच्या क्षेत्रात हे संकलन प्रामुख्याने सर्वेक्षण, केस वर्क रेकॉर्ड्स आणि सरकारी नोंदणीद्वारे केले जाते. भारतीय संदर्भात, 'आधार' कार्डासाठी घेतली जाणारी बायोमेट्रिक्स माहिती किंवा आरोग्य विभागाद्वारे संकलित केली जाणारी रुग्णांची आकडेवारी ही या प्रक्रियेची प्राथमिक उदाहरणे आहेत. जेव्हा एखादी व्यक्ती सरकारी योजनांचा लाभ घेण्यासाठी आपली वैयक्तिक माहिती देते, तेव्हा तिची जात, उत्पन्न, वय आणि रहिवासी पुरावा हे सर्व घटक डिजिटल स्वरूपात साठवले जातात. या टप्प्यावर, त्या व्यक्तीच्या जीवनातील प्रत्यक्ष संघर्षाची तीव्रता कमी होऊन ती केवळ एका 'आयडी' (ID) क्रमांकापुरती मर्यादित होते. कृत्रिम बुद्धिमत्ता या माहितीचा वापर करून त्या व्यक्तीचे एक 'डिजिटल मॉडेल' तयार करते. हे मॉडेल त्या व्यक्तीच्या भविष्यातील वर्तणुकीचा अंदाज वर्तवण्यासाठी वापरले जाते. येथे सर्वात मोठे आव्हान हे आहे की, हे तांत्रिक रूपांतरण करताना मानवी जीवनातील लवचिकता (Fluidity) पूर्णपणे नष्ट होते आणि व्यक्तीला एका स्थिर चौकटीत (Static frame) बंदिस्त केले जाते.

या रूपांतरण प्रक्रियेचा दुसरा महत्त्वाचा टप्पा म्हणजे 'वर्गीकरण आणि श्रेणीबद्धता'. एकदा का व्यक्तीचा डेटा संकलित झाला की, कृत्रिम बुद्धिमत्तेचे अल्गोरिदम त्या माहितीचे विश्लेषण करून व्यक्तीला विशिष्ट गटांमध्ये विभागतात. उदाहरणार्थ, गरिबी निर्मूलनाच्या कार्यक्रमात डेटाच्या आधारे व्यक्तीला 'अत्यंत गरीब', 'मध्यम गरीब' किंवा 'पात्र-अपात्र' अशा श्रेणींमध्ये विभागले जाते.

समाजकार्याच्या मूल्यांनुसार, प्रत्येक व्यक्ती ही अद्वितीय (Unique) असते, परंतु डेटाफिकेशनची प्रक्रिया व्यक्तीला केवळ एका साचाचा भाग बनवते. जर एआय प्रणालीने एखाद्या व्यक्तीला 'उच्च धोका' (High Risk) या श्रेणीत टाकले, तर त्या व्यक्तीला मिळणाऱ्या सेवांवर त्याचा थेट परिणाम होतो. भारतीय ग्रामीण भागात जिथे अनेकदा तांत्रिक त्रुटींमुळे किंवा भाषिक अडथळ्यांमुळे चुकीचा डेटा भरला जातो, तिथे हे रूपांतरण घातक ठरू शकते. चुकीच्या डेटावर आधारित वर्गीकरणामुळे एखादी खरोखर गरजू व्यक्ती मदतीपासून वंचित राहू शकते, आणि यंत्रणेच्या दृष्टीने ती केवळ एक 'तांत्रिक त्रुटी' ठरते, तर त्या व्यक्तीसाठी तो जीवन-मरणाचा प्रश्न असतो.

चिकित्सक दृष्टीकोनातून पाहिल्यास, व्यक्तीचे डेटामध्ये रूपांतर होणे ही एक 'अमानवीकरण' (Dehumanization) करण्याची प्रक्रिया ठरू शकते. समाजकार्यकर्ता लाभार्थ्याशी बोलताना त्याच्या चेहऱ्यावरील हावभाव, आवाजातील कंप आणि डोळ्यांतील आर्द्रता यातून माहिती मिळवतो, जी कोणत्याही डिजिटल फॉर्ममध्ये मावू शकत नाही. मात्र, एआय प्रणाली केवळ 'स्ट्रक्चर्ड डेटा' (Structured Data) वर अवलंबून असतात. या प्रक्रियेत मानवी भावना, सांस्कृतिक संदर्भ आणि कौटुंबिक नीतिमूल्ये यांसारख्या 'अनस्ट्रक्चर्ड' माहितीला स्थान नसते. यामुळे व्यक्तीचा जो डिजिटल चेहरा तयार होतो, तो अपूर्ण आणि अनेकदा दिशाभूल करणारा असतो. विशेषतः महिला आणि बालकांच्या बाबतीत, जिथे समस्यांचे स्वरूप अत्यंत संवेदनशील असते, तिथे केवळ डेटाच्या आधारे निर्णय घेणे हे त्यांच्या मानवी प्रतिष्ठेच्या विरोधात जाऊ शकते. रूपांतरणाच्या या प्रक्रियेत व्यक्ती ही विषयाकडून (Subject) वस्तूमध्ये (Object) रूपांतरित होते, जिच्यावर यंत्रणेद्वारे प्रक्रिया केली जाते.

भारतीय समाजरचनेत या रूपांतरण प्रक्रियेचे परिणाम अधिक तीव्र आहेत. भारतामध्ये 'डिजिटल दरी' मोठ्या प्रमाणावर आहे. जेव्हा

सरकार सर्व सेवांचे 'डिजिटल रूपांतर' करते, तेव्हा ज्या लोकांचा डेटा ऑनलाइन उपलब्ध नाही, ते लोक समाजाच्या नकाशावरून पुसले जाण्याची भीती असते. उदाहरणादाखल, एखाद्या स्थलांतरित मजुराकडे जर डिजिटल डेटा नसेल, तर तो कोणत्याही सामाजिक सुरक्षा योजनेसाठी 'व्यक्ती' म्हणून ग्राह्य धरला जात नाही. येथे डेटा हा केवळ माहितीचा संच नसून तो 'अस्तित्वाचा पुरावा' बनतो. समाजकार्यकर्त्याची भूमिका येथे महत्त्वाची ठरते; त्याने तंत्रज्ञानाच्या या रूपांतरण प्रक्रियेवर लक्ष ठेवले पाहिजे जेणेकरून कोणत्याही व्यक्तीचे मानवी हक्क डेटाच्या अभावामुळे हिरावले जाणार नाहीत. डेटाफिकेशनमुळे व्यक्तीचे सक्षमीकरण होण्याऐवजी तिच्यावर पाळत ठेवणे (Surveillance) सोपे झाले आहे, जे समाजकार्याच्या 'स्वातंत्र्य आणि स्वायत्तता' या मूल्यांशी विसंगत आहे.

या रूपांतरण प्रक्रियेचा अंतिम टप्पा म्हणजे 'निर्णयक्षमता यंत्राकडे सोपवणे'. जेव्हा एखादी जिवंत व्यक्ती पूर्णपणे डेटाच्या संचात रूपांतरित होते, तेव्हा एआय प्रणाली त्या डेटावर आधारित निर्णय घेऊ लागते. नोकरीसाठी उमेदवाराची निवड करणे असो किंवा आपत्ती काळात मदतीचे वाटप करणे असो, यंत्रे डेटाचे विश्लेषण करून अंतिम निष्कर्ष काढतात. या प्रक्रियेत मानवी विवेक (Human Judgment) बाजूला पडतो. समाजकार्यामध्ये 'तुलनात्मक न्याय' महत्त्वाचा असतो, जो केवळ आकडेवारीवरून ठरवता येत नाही. जर आपण व्यक्तीला केवळ डेटा मानले, तर आपण तिच्यातील बदलण्याची आणि सुधारण्याची शक्यता नाकारतो. यंत्राचा अल्गोरिदम व्यक्तीच्या भूतकाळातील डेटावर आधारित तिला भविष्यातही त्याच चौकटीत पाहतो. समाजकार्यकर्त्याला हे सुनिश्चित करावे लागेल की, तंत्रज्ञान हे मानवाच्या प्रगतीसाठी एक साधन म्हणून वापरले जावे, मानवाच्या ओळखीचे रूपांतर केवळ नफ्या-तोट्याच्या आकडेवारीत करण्यासाठी नव्हे.

व्यक्ती ते डेटा हे रूपांतरण ही तंत्रज्ञानाची गरज असली, तरी समाजकार्याच्या दृष्टीने ती एक मोठी नैतिक जोखीम आहे. या प्रक्रियेत माहितीची गोपनीयता आणि सुरक्षितता हे प्रश्न तर आहेतच, पण त्याही पलीकडे जाऊन 'मानवी अस्तित्वाचे संकुचितीकरण' हा मोठा प्रश्न आहे. हे लक्षात ठेवले पाहिजे की, आपण ज्या लाभार्थ्यांशी काम करतो, ते डेटाच्या पलीकडे असलेले जिवंत जीव आहेत. तंत्रज्ञानाचा वापर करताना या रूपांतरण प्रक्रियेमुळे कोणाचा सन्मान दुखावला जात नाही ना, हे पाहणे ही आपली व्यावसायिक जबाबदारी आहे. डेटा हा माणसाचा आरसा असू शकतो, पण तो स्वतः माणूस असू शकत नाही. भविष्यातील समाजकार्यात आपल्याला हे रूपांतरण रोखता येणार नाही, पण या रूपांतरणात 'मानवी चेहरा' कसा टिकवून ठेवता येईल, हे शोधणे हीच खरी समाजशास्त्रीय कसरत असणार आहे.

सामाजिक डेटा संकलन

समाजकार्याच्या क्षेत्रामध्ये 'सामाजिक डेटा संकलन' ही प्रक्रिया नवीन नाही, परंतु कृत्रिम बुद्धिमत्तेच्या प्रभावामुळे या प्रक्रियेचे स्वरूप आता आमूलाग्र बदलले आहे. पारंपारिकपणे, समाजकार्यकर्ता जेव्हा एखाद्या समुदायात किंवा वस्तीत जातो, तेव्हा तो मुलाखती, निरीक्षणे आणि गृहभेटींच्या माध्यमातून माहिती गोळा करतो. याला आपण 'गुणात्मक माहिती संकलन' म्हणतो, जिथे केवळ आकडेवारी महत्त्वाची नसते, तर त्या आकडेवारीमागील मानवी वेदना आणि सामाजिक संदर्भ महत्त्वाचे असतात. मात्र, आधुनिक तांत्रिक परिप्रेक्ष्यात सामाजिक डेटा संकलनाची व्याख्या केवळ सरकारी नोंदी किंवा सर्वेक्षणापुरती मर्यादित न राहता ती डिजिटल पाऊलखुणांच्या (Digital Footprints) व्यापक जाळ्यापर्यंत विस्तारली आहे. आजच्या काळात जेव्हा आपण 'सामाजिक डेटा' म्हणतो, तेव्हा त्यात लाभार्थ्याचे आरोग्य, शिक्षण, उत्पन्न यासोबतच त्याचे सामाजिक वर्तन आणि डिजिटल संवाद यांचाही समावेश होतो. समाजकार्याच्या विद्यार्थ्यासाठी हे समजून घेणे

आवश्यक आहे की, डेटा संकलन हे केवळ तांत्रिक काम नसून ती एक राजकीय आणि सामाजिक कृती आहे, ज्याचा थेट परिणाम धोरणनिर्मितीवर आणि संसाधनांच्या वाटपावर होतो.

सामाजिक डेटा संकलनाच्या प्रक्रियेत कृत्रिम बुद्धिमत्ता (AI) प्रामुख्याने 'वेग' आणि 'व्याप्ती' या दोन स्तरांवर हस्तक्षेप करते. पूर्वी ज्या सर्वेक्षणांना पूर्ण करण्यासाठी महिने लागायचे, ते काम आता मोबाईल ॲप्लिकेशन्स आणि क्लाउड कॉम्प्युटिंगमुळे काही दिवसांत शक्य झाले आहे. उदाहरणार्थ, भारतात अंगणवाडी सेविका किंवा 'आशा' स्वयंसेविका जेव्हा टॅब्लेटद्वारे माता आणि बालकांच्या आरोग्याची माहिती भरतात, तेव्हा तो एक प्रचंड मोठा 'नॅशनल डेटा सेट' तयार होतो. एआय प्रणाली या माहितीवर प्रक्रिया करून कुपोषणाचे 'हॉटस्पॉट्स' ओळखण्यास मदत करू शकतात. परंतु, या संकलनात एक मोठी तांत्रिक मर्यादा आहे; ती म्हणजे 'डेटाची शुद्धता' (Data Integrity). अनेकदा ग्रामीण भागात नेटवर्कचा अभाव किंवा कर्मचाऱ्यांवरील कामाचा ताण यामुळे घाईघाईत भरलेली माहिती चुकीचे निष्कर्ष देऊ शकते. एआय हे केवळ त्याला मिळालेल्या माहितीवर प्रक्रिया करते; ती माहिती 'सत्य' आहे की 'केवळ कागदोपत्री' आहे, हे ठरवण्याची क्षमता यंत्राकडे नसते. त्यामुळे, सामाजिक डेटा संकलनात समाजकार्यकर्त्यांचा प्रत्यक्ष सहभाग आणि पडताळणी आजही अपरिहार्य आहे.

डेटा संकलनाचा भारतीय समाजरचेशी असलेला संबंध चिकित्सकपणे पाहिला तर 'डिजिटल दरी' (Digital Divide) हा सर्वात मोठा अडथळा ठरतो. भारतामध्ये आजही मोठ्या लोकसंख्येकडे स्मार्टफोन किंवा इंटरनेटची सुविधा नाही, किंवा असली तरी ती वापरण्याचे तांत्रिक कौशल्य नाही. जेव्हा सामाजिक डेटा संकलन केवळ डिजिटल माध्यमांतून केले जाते, तेव्हा समाजातील सर्वात उपेक्षित घटक या प्रक्रियेतून बाहेर फेकले जातात. ज्याचा डेटा सिस्टिममध्ये

नाही, तो सरकारी योजनांसाठी 'अस्तित्वातच' नसतो. अशा प्रकारे, एआय-आधारित डेटा संकलन हे कळत-नकळत नव्या प्रकारच्या सामाजिक बहिष्करणाला (Social Exclusion) जन्म देते. ग्रामीण भागातील दलित वस्त्या किंवा दुर्गम डोंगराळ भागातील आदिवासी पाडे यांचा डेटा संकलित करताना तांत्रिक अडचणींमुळे अनेकदा ते घटक दुर्लक्षित राहतात. समाजकार्यकर्त्याची भूमिका येथे 'डेटा डिकॉड' करणारी असावी लागते. त्याने हे सुनिश्चित केले पाहिजे की, केवळ तांत्रिक सुलभतेसाठी कोणाचेही नाव डेटाच्या यादीतून वगळले जाणार नाही. डेटा संकलन हे सर्वसमावेशक (Inclusive) असणे ही समाजकार्याच्या मूल्यांची मागणी आहे.

डेटा संकलनातील आणखी एक गंभीर आणि नैतिक मुद्दा म्हणजे 'देखरेख' (Surveillance) आणि 'गोपनीयता'. सामाजिक सेवा पुरवठा करताना लाभार्थ्याची अत्यंत खाजगी माहिती, जसे की त्याचे आजार, कौटुंबिक कलह किंवा आर्थिक विवंचना, गोळा केली जाते. एआयच्या काळात या माहितीचे संकलन केवळ फाईल्समध्ये राहत नाही, तर ते सर्व्हरवर साठवले जाते, जिथून ते हॅक होण्याचा किंवा गैरवापरासाठी विकला जाण्याचा धोका असतो. समाजकार्यातील 'गोपनीयतेचे तत्त्व' (Principle of Confidentiality) पाळणे यामुळे अधिक कठीण झाले आहे. अनेकदा लाभार्थ्यांना हे माहितच नसते की त्यांची माहिती कोणत्या हेतूने आणि कोणाद्वारे वापरली जाणार आहे. भारतासारख्या देशात जिथे डेटा संरक्षणाचे कायदे अद्याप सर्वसामान्य नागरिकांच्या आवाक्यात नाहीत, तिथे 'माहितीपूर्ण संमती' (Informed Consent) घेण्याची प्रक्रिया केवळ एक औपचारिकता उरली आहे. समाजकार्यकर्त्याने डेटा संकलित करताना लाभार्थ्याला त्याच्या माहितीच्या अधिकारांबद्दल जागरूक करणे हे त्याचे नैतिक कर्तव्य आहे.

सामाजिक डेटा संकलन करताना 'पूर्वग्रहांचा' (Bias) शिरकाव होण्याची दाट शक्यता असते. ज्या पद्धतीने प्रश्न विचारले जातात किंवा ज्या निकषांवर माहिती गोळा केली जाते, त्यातून संकलनकर्त्याचे आणि पर्यायाने एआय मॉडेलचे पूर्वग्रह स्पष्ट होतात. उदाहरणार्थ, जर आपण महिलांच्या बेरोजगारीचा डेटा संकलित करताना केवळ 'पगारी कामाची' नोंद घेतली आणि 'घरातील श्रमाची' दखल घेतली नाही, तर तो डेटा स्त्रियांच्या आर्थिक योगदानाचे चुकीचे चित्र उभे करेल. एआय प्रणाली याच अपूर्ण डेटावरून भविष्यातील धोरणे सुचवेल, ज्यामुळे स्त्रियांच्या प्रश्नांची तीव्रता कधीच कमी होणार नाही. समाजकार्यकर्ता हा डेटा संकलनाकडे केवळ 'आकडेवारी' म्हणून न पाहता ती 'सामाजिक वास्तव' म्हणून पाहतो. त्याने डेटा गोळा करताना स्वतःच्या आणि व्यवस्थेच्या पूर्वग्रहांना बाजूला सारून वास्तवाशी प्रामाणिक राहणे आवश्यक आहे. एआय हे केवळ एक साधन आहे; ते सामाजिक सत्याचा शोध घेऊ शकत नाही, ते केवळ आपण पुरवलेली माहिती संघटित करू शकते.

डेटा संकलनाचा भविष्यातील कल हा 'प्रेडिक्टिव्ह सोशल वर्क' (Predictive Social Work) कडे जात आहे, जिथे गोळा केलेल्या माहितीवरून एखाद्या व्यक्तीच्या भविष्यातील संकटांचा अंदाज लावला जातो. उदाहरणार्थ, एखाद्या मुलाचा शालेय डेटा आणि कौटुंबिक पार्श्वभूमीवरून तो मुलगा शाळा सोडण्याची शक्यता किती आहे, हे एआय वर्तवू शकते. हे जरी उपयुक्त वाटत असले तरी, ते 'लेबलिंग' (Labeling) करण्याच्या धोक्याकडे नेणारे आहे. जर यंत्राने एखाद्याला 'रिस्की' म्हणून घोषित केले, तर समाजाचा आणि यंत्रणेचा त्या व्यक्तीकडे पाहण्याचा दृष्टिकोन नकारात्मक होतो. समाजकार्य हे मानवाच्या 'बदलण्याच्या क्षमतेवर' विश्वास ठेवते, तर डेटा संकलन हे माणसाला त्याच्या 'पात्रतेच्या चौकटीत' अडकवून ठेवते. समाजकार्यकर्त्याने डेटा संकलनाचा वापर एखाद्याला मदत करण्यासाठी करावा, त्याच्यावर शिक्कामोर्तब करण्यासाठी नाही.

डेटा हा व्यक्तीला अधिक सक्षम करण्याचा मार्ग असावा, तिला नियंत्रित करण्याचा नाही.

या विवेचनावरून हे स्पष्ट होते की, सामाजिक डेटा संकलन ही केवळ एक तांत्रिक क्रिया नसून ती समाजकार्यातील मानवी संबंधांची आणि न्यायाची परीक्षा आहे. एआय आपल्याला डेटा संकलनात प्रचंड मदत करू शकते, परंतु तो डेटा 'मानवी चेहरा' असलेला असावा यासाठी समाजकार्यकर्त्याचा विवेकच महत्त्वाचा ठरतो. माहिती गोळा करणे म्हणजे एखाद्या व्यक्तीचे खाजगी आयुष्य उघडे करणे नव्हे, तर तिला सन्मानाने जगण्यासाठी आवश्यक असलेली संसाधने मिळवून देणे होय. समाजकार्यकर्त्याने डेटा संकलनाच्या या प्रगत साधनांचा वापर करताना नेहमी हे लक्षात ठेवले पाहिजे की, प्रत्येक 'डेटा पॉइंट'च्या मागे एक जिवंत आयुष्य आणि एक हक्क आहे. यंत्राच्या गतीपेक्षा मानवी हित आणि सुरक्षितता ही समाजकार्याची प्राथमिकता राहिली पाहिजे. डेटा संकलनाची प्रक्रिया जेवढी पारदर्शक, नैतिक आणि मानवी असेल, तेवढेच समाजकार्य या डिजिटल युगात प्रभावी ठरेल.

डेटा आधारित ओळख व वर्गीकरण

महिती तंत्रज्ञानाच्या युगात मानवी ओळखीचे स्वरूप आमूलाग्र बदलले असून, भौतिक जगातील जिवंत माणसाची जागा आता 'डेटा आधारित ओळखीने' (Data-driven Identity) घेतली आहे. समाजकार्याच्या संदर्भात विचार करताना, ही प्रक्रिया केवळ तांत्रिक नसून ती सामाजिक न्यायाशी थेट संबंधित आहे. पारंपरिक समाजकार्यात व्यक्तीची ओळख तिच्या कौटुंबिक, सामाजिक आणि सांस्कृतिक पार्श्वभूमीवरून ठरत असे, परंतु कृत्रिम बुद्धिमत्तेच्या कार्यपद्धतीत ही ओळख डिजिटल स्वरूपात संकलित केलेल्या माहितीच्या संचातून निर्माण होते. यालाच 'अल्गोरिदम आधारित ओळख' असेही म्हणतात. जेव्हा एखादी व्यक्ती सरकारी योजना, आरोग्य सेवा किंवा आर्थिक

मदतीसाठी अर्ज करते, तेव्हा तिची पात्रता ही तिच्या जिवंत अनुभवांपेक्षा तिने डिजिटल स्वरूपात दिलेल्या माहितीच्या वर्गीकरणावर अधिक अवलंबून असते. भारतीय समाजात जिथे जाती, वर्ग आणि लिंगाच्या आधारे ऐतिहासिकदृष्ट्या लोकांचे वर्गीकरण केले गेले आहे, तिथे तंत्रज्ञानाद्वारे केले जाणारे हे नवीन डिजिटल वर्गीकरण पूर्वीचेच भेदभाव अधिक दृढ तर करत नाही ना, याची चिकित्सक तपासणी करणे समाजकार्यकर्त्यासाठी अत्यंत गरजेचे ठरते.

डेटा आधारित ओळख निर्माण होण्याच्या प्रक्रियेमध्ये 'वर्गीकरण' (Classification) हे सर्वात महत्त्वाचे साधन आहे. कृत्रिम बुद्धिमत्तेची प्रणाली व्यक्तीला तिच्या गुणांनुसार आणि वर्तणुकीनुसार विशिष्ट गटांमध्ये विभागते. उदाहरणार्थ, बँकिंग क्षेत्रात कर्ज देताना ग्राहकाचे वर्गीकरण 'विश्वासार्ह' आणि 'जोखमीचे' अशा दोन गटांत केले जाते. समाजकार्याच्या क्षेत्रातही जेव्हा आपण बाल हक्क किंवा महिला सक्षमीकरणाच्या योजना राबवतो, तेव्हा लाभार्थ्यांचे वर्गीकरण 'अति-संवेदनशील' (High Risk) किंवा 'सुरक्षित' अशा गटांत एआयच्या माध्यमातून केले जाऊ शकते. परंतु, हे वर्गीकरण ज्या माहितीवर आधारित असते, ती माहिती अनेकदा अपूर्ण किंवा पूर्वग्रहदूषित असू शकते. जर एआय प्रणालीने एखाद्या व्यक्तीला तिच्या निवासस्थानावरून किंवा समाजावरून विशिष्ट गटात टाकले, तर ती व्यक्ती केवळ एका तांत्रिक निकषामुळे मदतीपासून वंचित राहू शकते. अशा प्रकारे, डेटा आधारित ओळख ही व्यक्तीच्या सक्षमीकरणाऐवजी तिला एका ठराविक 'लेबल' मध्ये बंदिस्त करण्याचे काम करते, जे समाजकार्याच्या 'व्यक्तीचे वेगळेपण मान्य करण्याच्या' (Individualization) तत्त्वाच्या विरोधात आहे.

भारतीय सामाजिक वास्तवात हे डिजिटल वर्गीकरण अनेकदा 'डिजिटल दरी' (Digital Divide) वाढवणारे ठरते. ग्रामीण भागातील

नागरिक किंवा अशिक्षित श्रमिक वर्गाकडे आपली ओळख डिजिटल स्वरूपात सिद्ध करण्यासाठी पुरेशी साधने नसतात. ज्याचा डेटा सिस्टिममध्ये नाही किंवा ज्याची डिजिटल ओळख 'अपूर्ण' आहे, अशा व्यक्तीला समाजाच्या मुख्य प्रवाहातून बाहेर काढणे यंत्रणेला सोपे जाते. या प्रक्रियेला 'डेटा-चालित बहिष्कार' असे म्हणता येईल. उदाहरणार्थ, 'आधार' किंवा 'रॅशन कार्ड' लिंक करताना येणाऱ्या तांत्रिक अडचणींमुळे अनेक गरीब कुटुंबांना धान्य नाकारले गेल्याच्या घटना घडल्या आहेत. येथे त्या माणसाचे जिवंत असणे आणि त्याची भूक सत्य असूनही, यंत्रासाठी त्याची 'डेटा आधारित ओळख' अवैध ठरल्यामुळे त्याला न्याय मिळत नाही. समाजकार्यकर्ता म्हणून आपल्याला हे समजून घ्यावे लागेल की, एआय प्रणालीने केलेले वर्गीकरण हे अंतिम सत्य नसते, तर ते केवळ विशिष्ट माहितीवर आधारित एक अंदाज असतो. तांत्रिक ओळख ही मानवी अस्तित्वाचा पर्याय ठरू शकत नाही.

एआयच्या वर्गीकरण प्रक्रियेत 'पूर्वग्रहांचा शिरकाव' (Bias) होणे ही एक अत्यंत गंभीर समस्या आहे. कृत्रिम बुद्धिमत्ता ही स्वतःहून विचार करत नाही, तर ती तिला पुरवलेल्या ऐतिहासिक डेटावरून शिकते. जर मागील काही दशकांचा डेटा असे दर्शवत असेल की विशिष्ट समाजातील लोक अधिक गरीब आहेत किंवा त्यांच्यात शिक्षणाचे प्रमाण कमी आहे, तर एआय प्रणाली त्याच माहितीला आधार मानून भविष्यातील वर्गीकरण करते. यामुळे त्या समाजातील नवीन पिढीलाही 'मागास' किंवा 'अपात्र' म्हणून लेबल केले जाण्याची शक्यता असते. हे एका प्रकारच्या 'डिजिटल भेदभावा'ला (Digital Discrimination) जन्म देते. समाजकार्याची मूल्ये सामाजिक समतेचा पुरस्कार करतात, परंतु एआयचे वर्गीकरण विषमतेला तांत्रिक मुलामा देऊन ती अधिक न्याय्य असल्याचे भासवते. समाजकार्यकर्त्याला या तांत्रिक अन्यायाविरुद्ध आवाज उठवावा लागेल आणि हे सिद्ध करावे

लागेल की, माणसाचे भविष्य त्याच्या डेटावर आधारित वर्गीकरणापेक्षा कितीतरी मोठे आणि बदलण्यायोग्य असते.

डेटा आधारित ओळखीचा आणखी एक परिणाम म्हणजे 'देखरेख आणि नियंत्रण' (Surveillance and Profiling). जेव्हा व्यक्तीची ओळख केवळ डेटाच्या रूपात असते, तेव्हा तिच्या प्रत्येक कृतीवर लक्ष ठेवणे आणि तिचे 'प्रोफाईलिंग' करणे यंत्रणेला सोपे जाते. समाजकार्यात आपण लाभार्थ्यांच्या गोपनीयतेचे रक्षण करतो, परंतु एआय प्रणालीमध्ये लाभार्थ्यांची प्रत्येक हालचाल, त्याचे खर्च, त्याचे आजार आणि त्याचे सामाजिक संबंध डिजिटल नोंदींच्या स्वरूपात साठवले जातात. या माहितीचा वापर करून यंत्रणा लोकांच्या वर्तणुकीवर नियंत्रण मिळवू शकते. विशेषतः उपेक्षित आणि अल्पसंख्याक समुदायांच्या बाबतीत, ही देखरेख त्यांना अधिक अगतिक बनवते. जर एखाद्या कार्यकर्त्याला समुदायाचे संघटन करायचे असेल, तर त्याच्या डिजिटल ओळखीमुळे त्याच्यावर पाळत ठेवून त्याचे काम रोखले जाऊ शकते. अशा प्रकारे, तंत्रज्ञान हे स्वातंत्र्याचे साधन न राहता नियंत्रणाचे माध्यम बनण्याची भीती असते.

समाजातील दुर्बल घटकांवर होणारे या वर्गीकरणाचे परिणाम चिकित्सक पद्धतीने पाहणे आवश्यक आहे. एआय प्रणाली अनेकदा 'सरासरी' (Average) च्या आधारावर निर्णय घेते, परंतु समाजकार्य हे समाजातील शेवटच्या आणि अपवादात्मक स्थितीत असलेल्या माणसासाठी असते. जो माणूस 'सरासरी' निकषात बसत नाही, त्याला डेटा आधारित यंत्रणा सहजपणे डावलू शकते. उदाहरणार्थ, तृतीयपंथी (Transgender) समुदाय किंवा भटक्या जमातींचा डेटा अनेकदा पारंपरिक अर्जांमध्ये किंवा एआय मॉडेल्समध्ये योग्यरीतीने वर्गीकृत केलेला नसतो. यामुळे त्यांची डिजिटल ओळख अस्पष्ट राहते आणि त्यांना सामाजिक सुरक्षा मिळवण्यात अडचणी येतात. समाजकार्यकर्त्याने हे सुनिश्चित केले पाहिजे की, वर्गीकरणाची

कोणतीही तांत्रिक पद्धत ही मानवी विविधता मान्य करणारी आणि सर्वसमावेशक असावी.

अखेर, डेटा आधारित ओळख आणि वर्गीकरण ही प्रक्रिया मानवी प्रतिष्ठेसाठी आव्हानात्मक ठरू शकते. माणसाला केवळ एका 'नंबर' मध्ये किंवा 'गटात' रूपांतरित केल्यामुळे त्याच्यातील मानवी संवेदना आणि संघर्षाची तीव्रता कमी होते. समाजकार्यकर्ता हा या तांत्रिक वर्गीकरणापलीकडे जाऊन लाभार्थ्याशी मानवी नाते जोडण्याचे काम करतो. एआय प्रणाली आपल्याला माहितीचे व्यवस्थापन करण्यात मदत करू शकतात, पण कोणाला न्याय द्यायचा आणि कोणाची प्रतिष्ठा जपायची, याचा निर्णय घेण्याचे सामर्थ्य केवळ मानवी विवेकातच असते. समाजकार्यात आपण हे लक्षात ठेवले पाहिजे की, डेटा हा केवळ एक सांगाडा आहे, त्यात प्राण ओतण्याचे काम मानवी दृष्टिकोनाचे आहे. तंत्रज्ञानाच्या या जाळ्यात अडकलेला माणूस पुन्हा 'व्यक्ती' म्हणून कसा उभा राहील, हीच आजच्या काळातील समाजकार्याची खरी जबाबदारी आहे.

डेटा गोपनीयता व वैयक्तिक माहिती

महिती तंत्रज्ञानाच्या युगात 'डेटा गोपनीयता' (Data Privacy) हा केवळ तांत्रिक शब्द उरलेला नसून, तो मानवी सन्मान आणि स्वातंत्र्याचा एक अविभाज्य भाग बनला आहे. समाजकार्याच्या संदर्भात विचार करताना, गोपनीयता हे या व्यवसायाचे एक मूलभूत नैतिक मूल्य आहे. जेव्हा एखादा लाभार्थी समाजकार्यकर्त्याकडे मदतीसाठी येतो, तेव्हा तो आपल्या आयुष्यातील अत्यंत खाजगी आणि संवेदनशील माहिती विश्वासाने सुपूर्द करतो. पारंपारिक समाजकार्यात ही माहिती फाईल्समध्ये किंवा कार्यकर्त्याच्या वैयक्तिक डायरीत सुरक्षित असायची. मात्र, कृत्रिम बुद्धिमत्तेच्या आगमनामुळे या वैयक्तिक माहितीचे रूपांतर 'डिजिटल डेटामध्ये' झाले आहे. हा डेटा

आता केवळ समाजकार्यकर्त्यापुरता मर्यादित न राहता सर्व्हर, क्लाउड आणि विविध अल्गोरिदमच्या कक्षेत पोहोचला आहे. यामुळे गोपनीयतेचे स्वरूप बदलले असून, वैयक्तिक माहितीची सुरक्षा करणे हे समाजकार्यकर्त्यासमोरचे सर्वात मोठे आव्हान बनले आहे. भारतीय समाजात, जिथे गोपनीयतेबद्दलची कायदेशीर जागरूकता अद्याप प्राथमिक स्तरावर आहे, तिथे डेटा गोपनीयतेचा प्रश्न सामाजिक न्यायाशी थेट जोडला जातो.

डेटा गोपनीयतेची व्याख्या करताना आपल्याला हे समजून घ्यावे लागेल की, ही केवळ माहिती लपवण्याची प्रक्रिया नसून ती 'माहितीवरील नियंत्रण' मिळवण्याची क्षमता आहे. लाभार्थ्याला हे माहित असण्याचा आणि ठरवण्याचा अधिकार आहे की त्याची कोणती माहिती, कोणाद्वारे, किती काळासाठी आणि कोणत्या कारणास्तव वापरली जाणार आहे. समाजकार्यात आपण ज्या दुर्बल घटकांशी काम करतो, त्यांच्याकडे अनेकदा या तांत्रिक प्रक्रियेचे ज्ञान नसते. उदाहरणार्थ, ग्रामीण भागातील एखादी महिला जेव्हा सरकारी आरोग्य योजनेचा लाभ घेण्यासाठी आपली बायोमेट्रिक माहिती किंवा कौटुंबिक आरोग्य इतिहास डिजिटल स्वरूपात देते, तेव्हा तिला त्या माहितीच्या भविष्यातील प्रवासाची पुसटशीही कल्पना नसते. कृत्रिम बुद्धिमत्ता या माहितीचा वापर करून तिचे आरोग्यविषयक 'प्रोफाईलिंग' करू शकते. जर ही माहिती विमा कंपन्यांच्या किंवा खाजगी संस्थांच्या हाती लागली, तर त्या माहितीचा वापर करून त्या महिलेला भविष्यात विमा नाकारणे किंवा विशिष्ट सेवांपासून वंचित ठेवणे असे गंभीर परिणाम होऊ शकतात. अशा प्रकारे, गोपनीयतेचा भंग हा केवळ तांत्रिक चूक नसून तो लाभार्थ्याच्या जगण्याच्या अधिकारावर आलेली गदा ठरू शकतो.

भारतीय समाजरचनेचा विचार करता, डेटा गोपनीयतेचा प्रश्न हा अधिक गुंतागुंतीचा होतो कारण इथे 'डिजिटल साक्षरता' सर्वत्र समान

नाही. शहरी सुशिक्षित वर्ग आपल्या डेटाबद्दल थोडाफार जागरूक असला तरी, ग्रामीण आणि झोपडपट्टी भागातील लोकांसाठी 'डेटा' ही संकल्पनाच अमूर्त आहे. अशा परिस्थितीत, समाजकार्यकर्त्याची भूमिका एका 'माहिती रक्षकाची' (Data Guardian) होते. एआय प्रणालींचा वापर करणाऱ्या सामाजिक संस्था अनेकदा लाभार्थ्यांकडून 'माहितीपूर्ण संमती' (Informed Consent) घेतात, पण ही संमती केवळ तांत्रिक औपचारिकतेसाठी किंवा इंग्रजीतील क्लिष्ट अटी-शर्तींवर आधारित असते. लाभार्थ्याला त्या अटी समजत नाहीत आणि सरकारी योजनांचा लाभ मिळवण्यासाठी तो कोणत्याही कागदावर सही करण्यास तयार असतो. समाजकार्यकर्त्याने येथे मध्यस्थ म्हणून काम करून, लाभार्थ्याला त्याच्या माहितीच्या गोपनीयतेचे महत्त्व सोप्या भाषेत पटवून दिले पाहिजे. तंत्रज्ञान हे पारदर्शक असावे, पण ही पारदर्शकता लाभार्थ्याचे शोषण करण्यासाठी वापरली जाऊ नये, याची काळजी घेणे समाजकार्याच्या नैतिक चौकटीत येते.

कृत्रिम बुद्धिमत्ता आधारित डेटा संकलनामध्ये 'देखरेख' (Surveillance) हा एक मोठा नैतिक धोका दडलेला असतो. जेव्हा आपण उपेक्षित समुदायांचा डेटा गोळा करतो, तेव्हा कळत-नकळत त्यांच्यावर एक प्रकारची सततची डिजिटल नजर ठेवली जाते. उदाहरणार्थ, बालसुधारगृहातील मुलांचा किंवा गुन्हेगारी पार्श्वभूमी असलेल्या वस्त्यांमधील लोकांचा डेटा जर एआय प्रणालीमध्ये साठवला गेला, तर यंत्रणा त्यांच्या प्रत्येक हालचालीचे विश्लेषण करून त्यांना 'कायमस्वरूपी संशयित' म्हणून पाहू शकते. येथे गोपनीयतेचा अधिकार पूर्णपणे संपुष्टात येतो. समाजकार्य हे पुनर्वसन आणि परिवर्तनावर विश्वास ठेवते, पण एआयचा डेटा माणसाला त्याच्या भूतकाळातील नोंदींवरून सतत पारखत राहतो. जर एखाद्या व्यक्तीच्या खाजगी आयुष्यातील चुका किंवा कमतरता डेटाच्या स्वरूपात कायमस्वरूपी साठवल्या गेल्या, तर त्या व्यक्तीला सन्मानाने समाजात मिसळणे कठीण होते. गोपनीयतेचे रक्षण करणे

म्हणजे व्यक्तीला तिची नवी ओळख निर्माण करण्याची संधी देणे होय, जी यंत्राच्या निर्जीव स्मृतीमुळे हिरावली जाऊ शकते.

डेटा सुरक्षेच्या बाबतीत भारतीय कायद्यांचा आणि धोरणांचा विचार करणेही तितकेच महत्त्वाचे आहे. 'डिजिटल वैयक्तिक डेटा संरक्षण कायदा' (DPDP Act) सारखे कायदे जरी अस्तित्वात आले असले, तरी त्यांच्या अंमलबजावणीमध्ये समाजकार्यकर्त्याची भूमिका काय असेल, हे अद्याप स्पष्ट नाही. अनेकदा सामाजिक क्षेत्रात काम करणाऱ्या बिगर सरकारी संस्थांकडे (NGOs) प्रगत डेटा सुरक्षा यंत्रणा नसतात. साध्या एक्सेल शीट्स किंवा असुरक्षित ॲप्समध्ये लाभार्थ्यांची संवेदनशील माहिती साठवली जाते, जी सहजपणे हॅक होऊ शकते. समाजकार्यातील माहितीमध्ये जात, धर्म, आजार आणि लैंगिक कल यांसारख्या बाबींचा समावेश असतो. ही माहिती उघड झाल्यास लाभार्थ्याला सामाजिक बहिष्काराला किंवा हिंसाचाराला सामोरे जावे लागू शकते. त्यामुळे, समाजकार्यकर्त्याने केवळ एआयच्या फायद्यांकडे न पाहता, त्यातील तांत्रिक त्रुटी आणि माहिती गळतीच्या (Data Breach) शक्यतांकडे डोळसपणे पाहिले पाहिजे. एआय हे केवळ कार्यक्षमता वाढवण्यासाठी आहे, पण ही कार्यक्षमता लाभार्थ्याची गोपनीयता पणाला लावून मिळवता कामा नये.

चिकित्सक दृष्टीकोनातून पाहिल्यास, डेटा गोपनीयता हा मुद्दा केवळ तांत्रिक नसून तो सत्तेच्या संघर्षाचा भाग आहे. ज्यांच्याकडे डेटा आहे आणि जे तो नियंत्रित करतात, त्यांच्याकडे समाजाला दिशा देण्याची सत्ता असते. समाजकार्यात आपण सत्तेच्या विकेंद्रीकरणाचा विचार करतो, पण डेटा संकलनामुळे ही सत्ता काही मोजक्या संस्था किंवा कंपन्यांच्या हाती एकवटत आहे. लाभार्थ्याची वैयक्तिक माहिती ही आता एक 'उत्पादन' (Commodity) बनली आहे. समाजकार्यकर्त्याने हे सुनिश्चित केले पाहिजे की, लाभार्थ्याचा डेटा हा केवळ त्याच्या कल्याणासाठीच वापरला जावा, नफेखोरीसाठी किंवा राजकीय

नियंत्रणासाठी नाही. गोपनीयतेची जपणूक करणे म्हणजे लाभार्थ्याच्या आत्मसन्मानाची जपणूक करणे होय. तंत्रज्ञानाच्या झगमगाटात जर आपण माणसाच्या खाजगीपणाचे अधिकार हरवून बसलो, तर समाजकार्य हे केवळ एक यांत्रिक आणि कोरडे प्रशासन बनेल.

अखेर, डेटा गोपनीयता आणि वैयक्तिक माहितीचे संरक्षण ही समाजकार्याची एक नवी नैतिक सीमा आहे. आपण हे समजून घेणे आवश्यक आहे की, आपण जेव्हा एखाद्या लाभार्थ्याची माहिती टॅब्लेट किंवा मोबाईलमध्ये भरतो, तेव्हा आपण त्याच्या आयुष्याचा एक हिस्सा डिजिटल जगात सोपवत असतो. एआय प्रणाली आपल्याला माहितीचे विश्लेषण करून चांगले निकाल देऊ शकतात, परंतु त्या माहितीच्या सुरक्षिततेची आणि गोपनीयतेची अंतिम जबाबदारी ही मानवी कार्यकर्त्याचीच असते. तंत्रज्ञान हे नेहमीच बदलत राहणारे साधन आहे, परंतु मानवी प्रतिष्ठा आणि गोपनीयतेचे अधिकार हे चिरंतन आहेत. समाजकार्यातील मानवी दृष्टिकोन हा यंत्राला हेच सांगतो की, माहितीच्या प्रत्येक तुकड्यामागे एक जिवंत आयुष्य आहे आणि त्या आयुष्याचा सन्मान करणे हीच समाजकार्याची खरी यशस्विता आहे.

डेटा शक्ती व नियंत्रण

महिती तंत्रज्ञानाच्या युगात 'डेटा' हा केवळ तांत्रिक संच उरलेला नसून तो सत्तेचे आणि नियंत्रणाचे एक प्रबळ माध्यम बनला आहे. समाजकार्याच्या संदर्भात विचार करताना, ज्याच्याकडे माहितीचे संकलन आणि तिचे विश्लेषण करण्याची क्षमता आहे, त्याच्याकडे पर्यायाने समाजातील संसाधनांचे वाटप आणि मानवी वर्तनावर नियंत्रण मिळवण्याची ताकद एकवटते. ऐतिहासिक दृष्टिकोनातून पाहिल्यास, समाजात सत्ता ही जमिनीच्या मालकीतून किंवा भांडवलातून येत असे, परंतु आजच्या डिजिटल युगात सत्तेचे केंद्र हे 'डेटा' कडे सरकले आहे. या प्रक्रियेला आपण 'डेटा शक्ती' (Data

Power) म्हणू शकतो. समाजकार्य हे मुळातच सत्तेच्या विषम वाटपाविरोधात आणि दुर्बल घटकांच्या सक्षमीकरणासाठी कार्य करते. मात्र, कृत्रिम बुद्धिमत्तेच्या आगमनामुळे जेव्हा माणसाला केवळ डेटाच्या रूपात पाहिले जाते, तेव्हा त्याच्यावर देखरेख ठेवणे आणि त्याला विशिष्ट चौकटीत नियंत्रित करणे अधिक सोपे झाले आहे. भारतीय समाजात, जिथे आधीच सामाजिक स्तरावर मोठ्या प्रमाणात विषमता आहे, तिथे डेटा शक्तीचे हे केंद्रीकरण लोकशाही मूल्ये आणि मानवी हक्कांसाठी एक नवीन आव्हान उभे करत आहे.

डेटा शक्तीचे स्वरूप समजून घेण्यासाठी आपल्याला 'अल्गोरिदम आधारित नियंत्रण' ही संकल्पना अभ्यासावी लागेल. जेव्हा सरकार किंवा मोठ्या संस्थांकडे लोकांच्या खाजगी आयुष्यातील प्रत्येक नोंदीचा डेटा असतो, तेव्हा त्या माहितीच्या आधारे विशिष्ट अल्गोरिदम वापरून लोकांच्या गरजा, कल आणि वर्तणुकीचे भाकीत वर्तवले जाते. हे केवळ व्यवस्थापनासाठी केले जाते असे वाटत असले तरी, प्रत्यक्षात ते 'सॉफ्ट कंट्रोल' किंवा सूक्ष्म नियंत्रणाचे साधन असते. उदाहरणार्थ, सार्वजनिक वितरण प्रणाली (PDS) मध्ये डेटाच्या आधारे ठरवले जाते की कोण पात्र आहे आणि कोण नाही. जर यंत्रणेतील अल्गोरिदममध्ये त्रुटी असेल किंवा तो विशिष्ट निकषांवर आधारित असेल, तर हजारो लोक अन्नाच्या अधिकारापासून वंचित राहू शकतात. येथे डेटा हा सक्षमीकरणाचे साधन न राहता नाकारण्याचे आणि नियंत्रित करण्याचे अस्त्र बनतो. समाजकार्यकर्त्याची भूमिका येथे अत्यंत महत्त्वाची ठरते, कारण त्याला यंत्रणेच्या या 'डेटा-चालित' निर्णयांच्या मागे दडलेली अमानवीयता आणि अन्याय ओळखावा लागतो.

डेटा द्वारे नियंत्रण मिळवण्याच्या प्रक्रियेत 'देखरेख' (Surveillance) हा सर्वात गंभीर पैलू आहे. आज आपण डिजिटल पावलांच्या (Digital Footprints) जगात वावरतो आहोत. गरिबांसाठी राबवल्या जाणाऱ्या

योजनांमध्ये अनेकदा त्यांच्या प्रत्येक हालचालीची नोंद घेतली जाते. लाभार्थ्याने पैसे कोठे खर्च केले, त्याने कोणत्या सेवांचा लाभ घेतला, याचे सतत मॉनिटरिंग केले जाते. समाजकार्यातील 'स्वातंत्र्य' (Freedom) या मूल्याशी ही देखरेख विसंगत आहे. भारतीय ग्रामीण भागात जिथे लोकांकडे डिजिटल साक्षरता नाही, तिथे त्यांच्यावर ठेवलेली ही नजर त्यांना अधिक अगतिक बनवते. देखरेखीमुळे व्यक्तीचे नैसर्गिक वर्तन बदलते आणि ती नेहमी भीतीच्या छायेत राहते. जर एखाद्या व्यक्तीला वाटले की तिचा डेटा तिच्या विरोधात वापरला जाऊ शकतो, तर ती समाजकार्यकर्त्याशी मोकळेपणाने संवाद साधू शकत नाही. अशा प्रकारे, डेटा आधारित नियंत्रण हे समाजकार्यकर्ता आणि लाभार्थी यांच्यातील विश्वासाच्या नात्याला तडा देते.

चिकित्सक दृष्टीकोनातून पाहिल्यास, डेटा शक्ती ही 'ज्ञान-सत्ता' (Knowledge-Power) संबंधांचे आधुनिक रूप आहे. ज्या संस्थांकडे बिग डेटा आहे, त्या संस्था समाजातील नमुने (Patterns) ओळखू शकतात, जे सर्वसामान्य माणसाला किंवा स्थानिक कार्यकर्त्याला कळत नाहीत. या ज्ञानाच्या आधारे धोरणे आखली जातात, जी अनेकदा तळागाळातील वास्तवापासून तुटलेली असतात. उदाहरणार्थ, जर एआय प्रणालीने असा निष्कर्ष काढला की एका विशिष्ट भागात गुन्हेगारी वाढण्याची शक्यता आहे, तर तिथे विकासाच्या कामांऐवजी पोलिसांचा आणि देखरेखीचा बंदोबस्त वाढवला जाऊ शकतो. येथे डेटा त्या समुदायाला मदत करण्याऐवजी त्यांना 'कलंकित' (Stigmatize) करण्यासाठी वापरला जातो. समाजकार्यामध्ये आपण 'समुदाय विकास' (Community Development) प्रक्रियेत लोकांच्या सहभागाला महत्त्व देतो, पण डेटा आधारित नियंत्रणात लोकांचा सहभाग नसतो, तर केवळ त्यांचा डेटा गोळा करून वरून निर्णय लादले जातात. हे लोकशाही विकेंद्रीकरणाच्या तत्त्वांना हरताळ फासणारे आहे.

भारतीय समाजरचेतील 'डिजिटल दरी' डेटा शक्तीच्या विषमतेला अधिक तीव्र करते. ज्यांच्याकडे डेटा तयार करण्याची आणि तो वापरण्याची साधने आहेत, ते 'डेटा-श्रीमंत' आहेत आणि ज्यांचा केवळ डेटा गोळा केला जातो पण ज्यांना त्याचा फायदा मिळत नाही, ते 'डेटा-गरीब' आहेत. हे नवीन प्रकारचे वर्गीय विभाजन आहे. समाजकार्यकर्त्याला हे भान ठेवावे लागेल की एआय सर्वांसाठी समान आहे हा दावा फोल आहे. तंत्रज्ञान हे नेहमीच सत्तेच्या बाजूने झुकलेले असते. जेव्हा आदिवासी किंवा भटके-विमुक्त समुदायांचा डेटा गोळा केला जातो, तेव्हा त्यांना त्या प्रक्रियेत कोणताही शब्द नसतो. त्यांच्या माहितीची मालकी कोणाकडे आहे आणि ती कोणाला विकली जात आहे, हे त्यांना कधीच कळत नाही. डेटा शक्तीचे हे नियंत्रण त्यांना केवळ वस्तूमध्ये (Objects) रूपांतरित करते, ज्यामुळे त्यांची मानवी प्रतिष्ठा धोक्यात येते.

डेटा आधारित नियंत्रणामुळे समाजकार्यकर्त्याची भूमिकाही बदलत आहे. त्याला आता केवळ प्रत्यक्ष मदत करून चालणार नाही, तर त्याला 'डेटा ॲडव्होकेसी' (Data Advocacy) करावी लागेल. लाभार्थ्यांच्या डेटावर कोणाचे नियंत्रण असावे आणि तो डेटा कसा वापरावा, यासाठी त्याला संघर्ष करावा लागेल. जर तंत्रज्ञान हे केवळ गरिबांना शिस्त लावण्यासाठी आणि त्यांच्यावर पाळत ठेवण्यासाठी वापरले जात असेल, तर समाजकार्यकर्त्याने त्या तंत्रज्ञानाचा विरोध केला पाहिजे. समाजकार्य हे मानवी मूल्यांच्या अधीन असले पाहिजे, यंत्राच्या अल्गोरिदमच्या नाही. नियंत्रण मिळवणे हे व्यवस्थेचे उद्दिष्ट असू शकते, पण मुक्ती मिळवणे हे समाजकार्याचे ध्येय आहे. एआय हे नियंत्रणाचे साधन बनू नये, तर ते मानवी समस्या समजून घेण्याचे एक सहाय्यक साधन असावे, यावर समाजकार्यकर्त्याचा ठाम आग्रह हवा.

अखेर, डेटा शक्ती आणि नियंत्रण हे आधुनिक समाजकार्यापुढील एक मोठे आव्हानात्मक वास्तव आहे. आपण ज्या जगात काम करत आहोत

तिथे माहिती हेच शस्त्र आहे. हे शस्त्र जर चुकीच्या हातात गेले किंवा त्याचा वापर केवळ नफ्यासाठी आणि दडपशाहीसाठी झाला, तर समाजकार्याचा मूळ उद्देशच पराभूत होईल. डेटा हा माणसाला गुलामीकडे नेणारा नसावा, तर तो त्याला अन्यायाची जाणीव करून देणारा आणि हक्क मिळवून देणारा असावा. सत्तेच्या या डिजिटल खेळात माणसाचे 'माणूसपण' आणि त्याचे 'निर्णय स्वातंत्र्य' जपून ठेवणे, हीच खऱ्या अर्थाने आजच्या काळातील समाजकार्यकर्त्यांची सर्वात मोठी जबाबदारी आहे.

समाजकार्यामध्ये डेटा अवलंबित्व

समाजकार्याच्या क्षेत्रात ऐतिहासिकदृष्ट्या माहितीचे संकलन आणि विश्लेषण हे नेहमीच हस्तक्षेपाचे (Intervention) महत्त्वपूर्ण साधन राहिले आहे. सुरुवातीच्या काळात समाजकार्यकर्ते हे वैयक्तिक नोंदी आणि कागदोपत्री 'केस फाईल्स' वर अवलंबून असत, ज्याद्वारे ते लाभार्थ्यांच्या समस्यांची मुळे शोधण्याचा प्रयत्न करत. मात्र, आजच्या डिजिटल क्रांतीने या क्षेत्राला 'डेटा अवलंबित्व' (Data Dependency) असलेल्या नव्या वळणावर आणून ठेवले आहे. आता समाजकार्यातील निर्णय हे केवळ कार्यकर्त्यांच्या अनुभवावर किंवा निरीक्षणावर आधारित नसून, ते मोठ्या प्रमाणात उपलब्ध असलेल्या डिजिटल आकडेवारीवर अवलंबून आहेत. या प्रक्रियेत समाजकार्याचा मूळ उद्देश असलेल्या सामाजिक न्याय आणि मानवी हक्कांपेक्षा तांत्रिक अचूकतेला अधिक महत्त्व प्राप्त होत आहे. कृत्रिम बुद्धिमत्तेच्या कार्यपद्धतीमुळे डेटा हे आता केवळ माहितीचे साधन न राहता, ते संपूर्ण समाजकार्य प्रक्रियेला दिशा देणारे इंधन बनले आहे. या वाढत्या अवलंबित्वामुळे समाजकार्यातील मानवी स्पर्श हरवण्याची भीती निर्माण झाली असून, तंत्रज्ञान लाभार्थ्याला सक्षम करण्याऐवजी त्याला केवळ 'आकडेवारीचा संच' मानू लागले आहे.

समाजकार्यामध्ये डेटावरील अवलंबित्व वाढण्यामागे कार्यक्षमता आणि पारदर्शकता ही दोन प्रमुख कारणे सांगितली जातात. भारतीय संदर्भात, जेव्हा शासन किंवा मोठ्या बिगर-सरकारी संस्था (NGOs) विस्तीर्ण प्रदेशात कल्याणकारी योजना राबवतात, तेव्हा एआय आणि डेटा विश्लेषण त्यांना अचूकपणे गरजू व्यक्तींची निवड करण्यास मदत करते. उदाहरणार्थ, प्रधानमंत्री उज्ज्वला योजना किंवा आयुष्मान भारत यांसारख्या मोठ्या योजनांमध्ये लाभार्थ्यांची निवड ही सामाजिक-आर्थिक आणि जात जनगणनेच्या (SECC) डेटावर आधारित असते. अशा वेळी समाजकार्यकर्त्याला स्वतःच्या वैयक्तिक मतापेक्षा प्रणालीने दिलेल्या डेटावर अधिक विश्वास ठेवावा लागतो. या अवलंबित्वामुळे मानवी चुका कमी होतात असे मानले जात असले, तरी प्रत्यक्षात ही प्रक्रिया समाजकार्यकर्त्याच्या व्यावसायिक विवेकबुद्धीला मर्यादित करते. यंत्रणेने दिलेला डेटा जर अपूर्ण असेल, तर समाजकार्यकर्ता एखाद्या खऱ्या गरजू व्यक्तीला मदत करण्यास असमर्थ ठरतो, कारण तांत्रिक प्रणालीमध्ये त्या व्यक्तीची 'पात्रता' दिसत नसते.

डेटावर आधारित समाजकार्य प्रक्रियेत 'पुराव्यावर आधारित सराव' (Evidence-based Practice) या संकल्पनेला अधिक महत्त्व प्राप्त झाले आहे. याचा अर्थ असा की, कोणताही हस्तक्षेप करण्यापूर्वी त्यामागे ठोस आकडेवारी असणे अनिवार्य आहे. ही बाब संशोधनाच्या दृष्टीने सकारात्मक वाटत असली, तरी व्यावहारिक पातळीवर यामुळे एक प्रकारचे 'यांत्रिकीकरण' (Mechanization) निर्माण होत आहे. समाजकार्य हे भावना, संस्कृती आणि मानवी संबंधांचे शास्त्र आहे. जर आपण केवळ डेटावर अवलंबून राहिलो, तर आपण अशा समस्यांकडे दुर्लक्ष करतो ज्या आकड्यांमध्ये मांडता येत नाहीत. उदाहरणार्थ, ग्रामीण भागातील महिलांमधील मानसिक ताण किंवा कौटुंबिक छळाच्या सूक्ष्म छटा कोणत्याही डिजिटल फॉर्ममध्ये पूर्णपणे उतरू शकत नाहीत. समाजकार्यकर्त्याचे हे डेटावरील अति-अवलंबित्व

त्याला लाभार्थ्याशी थेट संवाद साधण्यापासून रोखू शकते, कारण त्याचा जास्तीत जास्त वेळ हा डेटा एंट्री आणि रिपोर्ट्स तयार करण्यात जातो.

या अवलंबित्वाचा एक चिकित्सक पैलू म्हणजे 'डेटाचा पूर्वग्रह' (Data Bias). समाजकार्य हे शोषित वर्गाच्या कल्याणासाठी असते, परंतु आपण ज्या डेटावर अवलंबून असतो, तो डेटाच अनेकदा भेदभावपूर्ण असतो. जर एआय प्रणालीला प्रशिक्षित करण्यासाठी वापरलेला ऐतिहासिक डेटा दलित, आदिवासी किंवा महिलांच्या विरोधात पूर्वग्रह ठेवणारा असेल, तर समाजकार्याचा कोणताही हस्तक्षेप हा त्या पूर्वग्रहांचाच विस्तार ठरतो. भारतीय समाजात जातीव्यवस्थेची पाळेमुळे खोलवर रुजलेली आहेत, आणि हा सामाजिक भेदभाव डेटा संकलनाच्या प्रक्रियेतही डोकावतो. जेव्हा समाजकार्यकर्ता अशा पूर्वग्रहदूषित डेटावर पूर्णपणे अवलंबून राहतो, तेव्हा तो नकळतपणे सामाजिक अन्यायाला तांत्रिक वैधता मिळवून देतो. अशा परिस्थितीत, तंत्रज्ञान हे विषमतेचे साधन बनते आणि समाजकार्याचे 'समानतेचे' उद्दिष्ट पराभूत होते.

डेटा अवलंबित्व हे समाजकार्यकर्त्याच्या भूमिकेला 'व्यवस्थापक' (Manager) किंवा 'डेटा ऑपरेटर'च्या पातळीवर आणून ठेवते. पूर्वी समाजकार्यकर्ता हा समुदायाचा भाग बनून काम करायचा, परंतु आता त्याला कार्यालयात बसून डॅशबोर्डवरील हालचालींवर लक्ष ठेवावे लागते. याला आपण 'सोशल वर्क थ्रू स्क्रीन' (Screen-mediated Social Work) म्हणू शकतो. यामुळे लाभार्थ्याचा जो विश्वास समाजकार्यकर्त्यावर असायचा, तो आता यंत्रणेकडे हस्तांतरित झाला आहे. लाभार्थ्याला असे वाटते की त्याला मदत मिळवण्यासाठी कार्यकर्त्यापेक्षाही सिस्टिममधील 'डेटा अपडेट' होणे अधिक महत्त्वाचे आहे. हे अवलंबित्व केवळ तांत्रिक नसून ते मानसिकही आहे. समाजकार्यकर्त्यांना आता स्वतःच्या निरीक्षणापेक्षा एआयने सुचवलेल्या

'पॅटर्न्स'वर अधिक विश्वास वाटू लागला आहे, जे मानवी बुद्धीच्या आणि हस्तक्षेपाच्या स्वायत्ततेवर आलेले संकट आहे.

भारतीय ग्रामीण भागात तंत्रज्ञानाचा पाया अद्याप कमकुवत आहे, तरीही धोरणात्मक पातळीवर डेटावरील अवलंबित्व वाढत आहे. अनेकदा इंटरनेट कनेक्टिव्हिटी नसल्यामुळे किंवा सर्व्हर डाऊन असल्यामुळे लाभार्थ्यांना आरोग्य सेवा किंवा रेशन नाकारले जाते. अशा वेळी समाजकार्यकर्ता हतबल ठरतो, कारण त्याने आपले निर्णय घेण्याचे अधिकार तंत्रज्ञानाला सोपवलेले असतात. डेटावर आधारित ही नियंत्रण पद्धती लोकशाही मूल्यांच्या विरोधात आहे, जिथे माणसापेक्षा 'डिजिटल नोंदी' श्रेष्ठ मानल्या जातात. समाजकार्याने नेहमीच 'माणूस' केंद्रस्थानी ठेवला पाहिजे, परंतु डेटा अवलंबित्व 'सिस्टिम' केंद्रस्थानी ठेवते. जर डेटा नसेल, तर मदत नाही, हे सूत्र समाजकार्याच्या वैश्विक मूल्यांना छेद देणारे आहे.

भविष्यात समाजकार्यकर्त्याला या अवलंबित्वाचे रूपांतर 'सक्षम वापरामध्ये' (Empowered Usage) करावे लागेल. तंत्रज्ञान हे केवळ माहिती देणारे साधन असावे, ते अंतिम निर्णयाचा मालक असता कामा नये. डेटावर अवलंबून राहताना समाजकार्यकर्त्याने हे विसरता कामा नये की, प्रत्येक आकडेवारीच्या मागे एक मानवी जीव आणि त्याचे हक्क दडलेले आहेत. एआय आपल्याला डेटा विश्लेषणाद्वारे कार्यक्षमता देऊ शकते, पण ते आपल्याला 'करुणा' आणि 'न्यायबुद्धी' देऊ शकत नाही. समाजकार्यात विद्यार्थ्यांना हे शिकवणे आवश्यक आहे की, डेटा हा केवळ एक मार्गदर्शक आहे, तो तुमचा मार्गदर्शक (Master) असू शकत नाही. तंत्रज्ञानाच्या झगमगाटात जर आपण लाभार्थ्यांशी असलेले मानवी नाते आणि सामाजिक बांधिलकी डेटाच्या बळी दिली, तर ते समाजकार्याचे सर्वात मोठे अपयश असेल.

या विवेचनावरून हे स्पष्ट होते की, समाजकार्यातील डेटा अवलंबित्व ही एक दुधारी तलवार आहे. ते आपल्याला गती आणि व्याप्ती देऊ

शकते, पण त्याच वेळी ते आपल्याला लाभार्थ्यापासून दूर नेऊ शकते. समाजकार्यकर्त्याने डेटाचा वापर हा केवळ तांत्रिक अचूकतेसाठी न करता, तो सामाजिक न्यायाचे शस्त्र म्हणून केला पाहिजे. डेटा आधारित ओळख आणि माहितीची सुरक्षा या प्रकरणातील मुद्द्यांवर चर्चा केल्यानंतर, आपण या प्रकरणाच्या शेवटाकडे आलो आहोत. समाजकार्यकर्त्याची भूमिका ही तंत्रज्ञानाचा गुलाम बनण्याची नसून, तंत्रज्ञानाला मानवी मूल्यांच्या चौकटीत बसवण्याची आहे.

प्रकरण ५. सहानुभूती विरुद्ध अल्गोरिदम

सहानुभूतीची संकल्पना

समाजकार्याच्या सैद्धांतिक आणि व्यावहारिक गाभ्यामध्ये 'सहानुभूती' (Empathy) ही केवळ एक भावना नसून ते या व्यवसायाचे सर्वात प्रबळ साधन आणि मूल्य आहे. व्यावसायिक समाजकार्याचा इतिहास पाहिला तर कार्ल रॉजर्सपासून ते समकालीन विचारवंतांपर्यंत सर्वांनीच लाभार्थ्यांशी जोडले जाण्यासाठी सहानुभूतीला अनन्यसाधारण महत्त्व दिले आहे. सहानुभूती म्हणजे केवळ दुसऱ्याबद्दल वाटणारी दया किंवा कीव (Sympathy) नव्हे, तर दुसऱ्या व्यक्तीच्या जागी स्वतःला ठेवून, तिचे जग तिच्याच दृष्टिकोनातून अनुभवणे आणि त्या अनुभवातील वेदना, संघर्ष व भावनांची कोणतीही पूर्वग्रह न ठेवता जाणीव करून घेणे होय. समाजकार्यामध्ये जेव्हा एखादा कार्यकर्ता एखाद्या वंचित समुदायासोबत किंवा पीडित व्यक्तीसोबत काम करतो, तेव्हा या सहानुभूतीमुळेच विश्वासाचे नाते निर्माण होते. कृत्रिम बुद्धिमत्तेच्या (AI) युगात, जिथे अल्गोरिदम माहितीवर प्रक्रिया करून मानवी वर्तनाचे नमुने शोधतात, तिथे सहानुभूतीची ही मानवी व्याख्या तांत्रिक कार्यक्षमतेच्या विरोधात उभी ठाकली आहे. अल्गोरिदम माहितीचे पृथक्करण करू शकतात, पण ते मानवी वेदनेचे 'अनुभवात्मक आकलन' करू शकत नाहीत, हीच या प्रकरणाची मूळ पार्श्वभूमी आहे.

सहानुभूतीची संकल्पना अधिक सखोलपणे समजून घेताना तिचे तीन प्रमुख पैलू लक्षात घेणे आवश्यक आहेः बोधनात्मक (Cognitive), भावनिक (Affective) आणि वर्तनात्मक (Behavioral). बोधनात्मक सहानुभूती म्हणजे समोरच्या व्यक्तीचा विचार समजून घेणे, भावनिक

सहानुभूती म्हणजे तिची वेदना स्वतः अनुभवणे आणि वर्तनात्मक सहानुभूती म्हणजे त्या जाणिवेतून समोरच्या व्यक्तीला मदत करण्यासाठी प्रत्यक्ष कृती करणे. समाजकार्यात ही त्रिस्तरीय प्रक्रिया अत्यंत नैसर्गिकरीत्या घडत असते. उदाहरणार्थ, एखाद्या बालविवाह पीडित मुलीशी संवाद साधताना समाजकार्यकर्ता केवळ तिची आकडेवारी गोळा करत नाही, तर तिच्या भीतीचे आणि हरवलेल्या बालपणाचे आकलन करतो. हे आकलन तांत्रिक माहितीपेक्षा खूप वरच्या दर्जाचे असते. एआय प्रणालींकडे 'कॉग्निटिव्ह एम्पथी' असल्याचा दावा केला जातो, कारण त्या भाषेतील नमुने ओळखून सहानुभूतीपूर्ण वाटणारी उत्तरे देऊ शकतात; परंतु त्यामागे 'भावनिक ओलावा' नसतो. यंत्राला हे समजू शकत नाही की, भारतीय समाजात सन्मान (Honor) किंवा जात (Caste) या गोष्टी एखाद्या व्यक्तीच्या मानसिक स्थितीवर कशा प्रकारे परिणाम करतात, कारण यंत्राचे प्रशिक्षण हे निर्जीव डेटावर झालेले असते, जिवंत मानवी अनुभवांवर नाही.

भारतीय समाजरचनेत सहानुभूती ही सांस्कृतिक मूल्यांशी खोलवर जोडलेली आहे. भारतामध्ये समाजकार्य करताना केवळ पाश्चात्य सिद्धांतांवर अवलंबून राहून चालत नाही, तर येथील कौटुंबिक रचना, धार्मिक श्रद्धा आणि सामाजिक उतरंड यांचा विचार करावा लागतो. एखादा वृद्ध व्यक्ती जेव्हा निराधार होतो, तेव्हा त्याला केवळ अन्न आणि छताची गरज नसते, तर त्याला त्याच्या अस्तित्वाच्या जाणिवेची आणि आदराची गरज असते. समाजकार्यकर्ता आपल्या सहानुभूतीपूर्ण दृष्टिकोनातून त्या वृद्धाच्या अगतिकतेला शब्दांपलीकडे जाऊन समजून घेतो. अल्गोरिदम अशा ठिकाणी अपयशी ठरतात, कारण ते मानवी जीवनातील 'अनपेक्षित' (Unpredictable) वळणांना समजू शकत नाहीत. अल्गोरिदम हे नेहमीच 'नॉर्म्स' किंवा सरासरीच्या आधारावर काम करतात, पण सहानुभूती ही 'अपवादात्मक' परिस्थितीला देखील महत्त्व देते. समाजकार्यामध्ये आपण 'व्यक्तीचे

वेगळेपण' (Individualization) जपतो आणि ही जपवणूक केवळ सहानुभूतीमुळेच शक्य होते. यंत्रासाठी प्रत्येक लाभार्थी हा डेटाचा संच असतो, तर समाजकार्यकर्त्यासाठी तो एक अनन्यसाधारण असा मानवी अनुभव असतो.

चिकित्सक दृष्टीने विचार केल्यास, सहानुभूती ही समाजकार्याला 'यांत्रिकीकरणा'पासून वाचवते. आजकाल 'इमोशनल एआय' (Emotional AI) सारखे प्रयोग केले जात आहेत, जे माणसाच्या चेहऱ्यावरील हावभाव पाहून तो दुखी आहे की आनंदी हे ओळखण्याचा प्रयत्न करतात. मात्र, चेहरा वाचणे आणि मन वाचणे यात जमीन-अस्मानाचा फरक आहे. अनेकदा शोषित वर्गातील लोक आपला राग किंवा दुःख व्यक्त करत नाहीत, ते शांत राहतात. अशा वेळी समाजकार्यकर्ता आपल्या सहानुभूतीपूर्ण अंतर्ज्ञानाने (Intuition) ती शांतता वाचू शकतो. अल्गोरिदम केवळ व्यक्त झालेल्या माहितीवर प्रक्रिया करतात, पण समाजकार्यकर्ता अव्यक्त भावनांपर्यंत पोहोचतो. विशेषतः गरिबी, बेरोजगारी आणि आरोग्य समस्यांनी ग्रासलेल्या भारतीय ग्रामीण भागात, जिथे लोक आपले प्रश्न तांत्रिक भाषेत मांडू शकत नाहीत, तिथे समाजकार्यकर्त्याची सहानुभूती हाच माहितीचा खरा स्रोत ठरतो. एआय कितीही प्रगत झाले तरी ते मानवी मनातील गुंतागुंत आणि सामाजिक संदर्भांची गुंफण कधीही पूर्णपणे आत्मसात करू शकणार नाही.

सहानुभूती आणि अल्गोरिदम यांच्यातील संघर्षात समाजकार्याच्या मूल्यांची भूमिका महत्त्वाची ठरते. एआय कार्यक्षमता (Efficiency) वाढवण्यावर भर देते, तर सहानुभूती मानवी प्रतिष्ठा (Human Dignity) जपण्यावर भर देते. जर एखाद्या यंत्राने असा निष्कर्ष काढला की, एखाद्या वस्तीतील लोकांच्या पुनर्वसनासाठी त्यांना तिथून हटवणे हे 'डेटा'नुसार फायदेशीर आहे, तर ते यंत्र त्या लोकांशी असलेल्या त्यांच्या जमिनीच्या भावनिक संबंधाचा विचार करणार

नाही. समाजकार्यकर्ता तिथे हस्तक्षेप करतो कारण त्याच्याकडे सहानुभूती आहे. तो हे जाणतो की, मातीशी असलेले नाते आकडेवारीत मांडता येत नाही. भारतीय संदर्भात विस्थापन, आपत्ती व्यवस्थापन आणि आदिवासी हक्क या क्षेत्रात काम करताना केवळ अल्गोरिदमवर आधारित निर्णय घेणे हे अमानवीय ठरू शकते. सहानुभूती आपल्याला नैतिक जबाबदारीची जाणीव करून देते, जी यंत्राकडे कधीही असू शकत नाही.

सहानुभूतीची ही संकल्पना समाजकार्यकर्त्याच्या भूमिकेला 'अंतिम निर्णय घेणारा' (Final Decision Maker) म्हणून अधोरेखित करते. एआय हा केवळ एक सहाय्यक असू शकतो, जो आपल्याला माहितीचे वर्गीकरण करून देईल. पण त्या माहितीचा वापर करून एखाद्या व्यक्तीचे आयुष्य सावरण्यासाठी जे भावनिक धाडस लागते, ते सहानुभूतीतून येते. सहानुभूती ही केवळ हळहळ वाटणे नाही, तर ती एक व्यावसायिक शक्ती आहे. जेव्हा आपण म्हणतो की एआय समाजकार्यकर्त्याची जागा घेईल, तेव्हा आपण हे विसरतो की समाजकार्य हे केवळ 'सोल्व्हिंग प्रॉब्लेम्स' (Solving problems) नाही, तर ते 'हीलिंग' (Healing) आहे. आणि जखमा भरून काढण्यासाठी मानवी स्पर्शाची आणि सहानुभूतीची गरज असते. एआयच्या निर्जीव अल्गोरिदममध्ये कितीही माहिती असली, तरी त्यात हीलिंगची क्षमता नसते. समाजकार्याच्या विद्यार्थ्यांना हे समजून घेणे आवश्यक आहे की, प्रगत तंत्रज्ञानाच्या युगात आपली सहानुभूती हीच आपली खरी ओळख आणि सामर्थ्य असणार आहे.

अखेर, सहानुभूती ही समाजकार्यातील मानवी अस्तित्वाचा पुरावा आहे. एआय आपल्याला वेगाने उत्तरे देऊ शकते, पण सहानुभूती आपल्याला योग्य प्रश्न विचारण्यास प्रवृत्त करते. 'या व्यक्तीला काय हवे आहे?' हे एआय सांगू शकेल, पण 'या व्यक्तीला काय जाणवत आहे?' हे समजून घेण्यासाठी समाजकार्यकर्त्याचे मनच लागते.

सहानुभूती आणि अल्गोरिदम यांच्यातील हा खेळ भविष्यातील समाजकार्याची दिशा ठरवणार आहे. तंत्रज्ञान आपल्या हातात हात घालून काम करू शकते, पण ते आपल्या हृदयाची जागा घेऊ शकत नाही. सहानुभूतीची ही प्रगल्भ जाण ठेवणे, हीच खऱ्या अर्थाने या डिजिटल युगातील समाजकार्याची नैतिकता आहे.

अल्गोरिदम म्हणजे काय?

कृत्रिम बुद्धिमत्तेच्या तांत्रिक विश्वामध्ये 'अल्गोरिदम' ही संज्ञा केंद्रस्थानी असली, तरी समाजकार्याच्या संदर्भात तिचा अर्थ केवळ गणिती सूत्रांपुरता मर्यादित नाही. तांत्रिक दृष्टिकोनातून, अल्गोरिदम म्हणजे एखाद्या विशिष्ट कार्याची पूर्तता करण्यासाठी किंवा समस्या सोडवण्यासाठी दिलेल्या क्रमिक सूचनांचा संच होय. ज्याप्रमाणे स्वयंपाकाची कृती (Recipe) ही पायरी-पायरीने एका विशिष्ट परिणामाकडे नेते, त्याचप्रमाणे अल्गोरिदम विदा किंवा डेटावर प्रक्रिया करून विशिष्ट निष्कर्ष काढतो. समाजकार्याच्या ऐतिहासिक प्रवासात आपण नेहमीच तर्कशुद्ध विचार आणि पुराव्यांवर आधारित हस्तक्षेपाचा (Evidence-based intervention) पुरस्कार केला आहे. मात्र, आधुनिक काळात हे तर्कशास्त्र मानवी मेंदूकडून डिजिटल कोडकडे हस्तांतरित झाले आहे. अल्गोरिदम आता केवळ माहितीचे वर्गीकरण करत नाहीत, तर ते मानवी वर्तणुकीचे नमुने शोधतात आणि भविष्यातील कृतींचे भाकीत करतात. समाजकार्याच्या विद्यार्थ्यांसाठी हे समजून घेणे आवश्यक आहे की, अल्गोरिदम हा एक अदृश्य निर्णयकर्ता बनला आहे, जो कोणाला मदत मिळायला हवी आणि कोणाला नाही, हे ठरवण्याचे सामर्थ्य बाळगतो.

अल्गोरिदमच्या कार्यपद्धतीचे विश्लेषण करताना 'इनपुट-प्रोसेस-आउटपुट' या त्रिसूत्रीचा विचार करणे महत्त्वाचे ठरते. समाजकार्यात जेव्हा आपण एखाद्या लाभार्थ्याची माहिती (इनपुट) यंत्रणेत भरतो,

तेव्हा अल्गोरिदम त्याच्या प्रोग्रामिंगनुसार त्या माहितीवर प्रक्रिया (प्रोसेस) करतो आणि त्या व्यक्तीची पात्रता किंवा जोखीम ठरवतो (आउटपुट). या प्रक्रियेला तांत्रिक परिभाषेत 'ब्लॅक बॉक्स' असेही म्हटले जाते, कारण अनेकदा अल्गोरिदमने तो विशिष्ट निर्णय 'का' आणि 'कसा' घेतला, हे स्वतः समाजकार्यकर्त्यालाही नीट समजत नाही. जेव्हा आपण या तंत्राला 'मशीन लर्निंग'ची जोड देतो, तेव्हा अल्गोरिदम स्वतःच्या अनुभवातून शिकू लागतो. समाजकार्य ही मानवी हक्कांवर आधारित विद्याशाखा आहे, परंतु अल्गोरिदम हा केवळ गणिती निकषांवर चालतो. यंत्रासाठी प्रत्येक लाभार्थी हा केवळ एक आकडा असतो आणि तो त्या आकड्याला पूर्व-निर्धारित साच्यात बसवण्याचा प्रयत्न करतो. येथेच अल्गोरिदम आणि मानवी विवेक यांतील संघर्षाची ठिणगी पडते, कारण मानवी जीवन हे गणिताच्या सूत्रात पूर्णपणे बांधले जाऊ शकत नाही.

भारतीय सामाजिक वास्तवात अल्गोरिदमचा वापर हा प्रशासकीय सोयीसाठी मोठ्या प्रमाणावर वाढला आहे. सार्वजनिक वितरण प्रणाली (PDS) असो किंवा थेट लाभ हस्तांतरण (DBT) योजना, या सर्व यंत्रणांच्या मागे अल्गोरिदमच काम करत असतात. उदाहरणार्थ, एखाद्या कुटुंबाला दारिद्र्यरेषेखालील (BPL) सवलती मिळतील की नाही, हे ठरवण्यासाठी जे सॉफ्टवेअर वापरले जाते, ते एका अल्गोरिदमवर आधारित असते. जर या अल्गोरिदममध्ये 'उत्पन्न' किंवा 'मालमत्ता' यांचे निकष अत्यंत कडक किंवा चुकीचे असतील, तर प्रत्यक्ष जीवनात अत्यंत गरीब असलेले कुटुंब देखील तांत्रिकदृष्ट्या 'अपात्र' ठरू शकते. समाजकार्यकर्ता म्हणून आपण हे जाणतो की गरिबीचे स्वरूप बहुआयामी असते, जे केवळ बँक बॅलन्सवरून ठरवता येत नाही. मात्र, अल्गोरिदममध्ये अशा सूक्ष्म मानवी पैलूंची दखल घेण्याची सोय नसते. तो केवळ त्याला दिलेल्या नियमांचे पालन करतो. अशा वेळी अल्गोरिदम हा सामाजिक न्यायाच्या मार्गातील एक

तांत्रिक अडथळा बनू शकतो, विशेषतः जेव्हा तो लाभार्थ्याच्या परिस्थितीतील गुंतागुंत समजून घेण्यास असमर्थ ठरतो.

चिकित्सक दृष्टीकोनातून पाहिल्यास, अल्गोरिदमची सर्वात मोठी मर्यादा म्हणजे त्याचा ऐतिहासिक डेटावरील अवलंबित्व आणि त्यातून निर्माण होणारा पक्षपातीपणा (Bias). अल्गोरिदम हे भूतकाळातील माहितीवरून शिकतात. जर भारतातील ऐतिहासिक डेटा असा असेल की विशिष्ट जातीच्या किंवा धर्माच्या वस्त्यांमध्ये शिक्षणाचे प्रमाण कमी आहे, तर एआय आधारित अल्गोरिदम भविष्यात त्या भागातील शाळांना मिळणारा निधी कमी करण्याचे किंवा तिथल्या विद्यार्थ्यांना कमी गुणवत्तेचे ठरवण्याचे 'तार्किक' समर्थन देऊ शकतो. याला 'अल्गोरिदमिक भेदभाव' (Algorithmic Discrimination) असे म्हणतात. समाजकार्य हे विषमतेच्या विरोधात लढणारे क्षेत्र आहे, परंतु अल्गोरिदम अनेकदा अस्तित्वात असलेली विषमता अधिक बळकट करण्याचे काम करतात. भारतीय समाजरचेतील जातीभेद, लिंगभेद आणि प्रादेशिक विषमता जर डेटाच्या रूपात यंत्राला दिली गेली, तर यंत्र त्याच भेदभावाला 'अचूक माहिती' समजून भविष्यातील धोरणे आखते. समाजकार्यकर्त्याला यंत्राच्या या 'कथित तटस्थतेवर' प्रश्न उपस्थित करावा लागेल, कारण तांत्रिक निर्णय हे नेहमीच सामाजिक संदर्भापासून तोडलेले असतात.

अल्गोरिदमचा समाजकार्यातील वापर हा 'मानवी हस्तक्षेपाची जागा' घेणारा नसावा, तर तो 'सहाय्यक' स्वरूपाचा असावा. समजा, एखादा अल्गोरिदम बालहक्क क्षेत्रात काम करताना अशा कुटुंबांची यादी देतो जिथे बालमजुरीची शक्यता जास्त आहे; तर समाजकार्यकर्त्याने त्या यादीला अंतिम सत्य न मानता तिथल्या प्रत्यक्ष परिस्थितीची पाहणी केली पाहिजे. यंत्राचा अल्गोरिदम केवळ 'प्रोबॅबिलिटी' किंवा शक्यता वर्तवतो, पण प्रत्यक्ष जीवनात प्रत्येक माणूस ही एक 'शक्यता' नसून एक 'सत्य' असतो. अल्गोरिदमकडे तर्क असतो पण करुणा नसते,

गणना असते पण जाणीव नसते. समाजकार्याच्या मूल्यांमध्ये 'प्रत्येक व्यक्तीचा स्वीकार' करणे अभिप्रेत आहे, तर अल्गोरिदम 'वर्गीकरण आणि निवड' करण्यावर भर देतो. यामुळे समाजकार्यकर्ता आणि लाभार्थी यांच्यातील संबंध हे यांत्रिक होण्याची भीती असते. जेव्हा समाजकार्यकर्ता स्वतःचे निर्णय स्वातंत्र्य अल्गोरिदमच्या हाती सोपवतो, तेव्हा तो आपल्या व्यवसायाची नैतिक जबाबदारी देखील सोपवत असतो, जे अत्यंत धोकादायक आहे.

भारतीय परिस्थितीतील 'डिजिटल दरी' लक्षात घेता, अल्गोरिदम आधारित निर्णय प्रक्रिया ही अनेकदा लोकशाहीविरोधी ठरू शकते. ज्यांच्याकडे इंटरनेट नाही किंवा जे तंत्रज्ञान समजू शकत नाहीत, त्यांच्याबद्दलचा डेटा सिस्टिममध्ये चुकीचा असतो. जेव्हा अल्गोरिदम या चुकीच्या डेटावर प्रक्रिया करतो, तेव्हा त्याचे निष्कर्षही चुकीचे निघतात. ग्रामीण भागातील एखादी विधवा महिला किंवा अपंग व्यक्ती जेव्हा यंत्राच्या तांत्रिक त्रुटीमुळे पेन्शनपासून वंचित राहते, तेव्हा तो केवळ सॉफ्टवेअरचा प्रॉब्लेम नसतो, तर तो त्या व्यक्तीच्या मानवी अधिकारांचा भंग असतो. समाजकार्यकर्त्याला 'अल्गोरिदम साक्षर' (Algorithm Literate) होणे आता गरजेचे आहे, जेणेकरून तो यंत्रणेतील या त्रुटींना आव्हान देऊ शकेल. अल्गोरिदम हा विज्ञानाचा भाग असला तरी त्याचा वापर हा पूर्णपणे सामाजिक आणि राजकीय असतो. कोणाच्या सोयीसाठी हे अल्गोरिदम लिहिले जात आहेत आणि त्यातून कोणाला वगळले जात आहे, हा प्रश्न समाजकार्यकर्त्याने सातत्याने विचारला पाहिजे.

अखेर, अल्गोरिदम म्हणजे काय हे समजून घेणे म्हणजे केवळ तंत्रज्ञान शिकणे नसून सत्तेचे नवीन रूप समजून घेणे होय. एआयच्या युगात समाजकार्यकर्त्याची भूमिका ही आता केवळ समुपदेशन किंवा समुदाय विकासापुरती मर्यादित नाही, तर तिला आता 'तांत्रिक न्यायाचा' पैलू जोडला गेला आहे. अल्गोरिदम हे केवळ आकडे मोडीचे साधन नसून

ते मानवी नशिबावर परिणाम करणारे घटक बनले आहेत. कोणताही अल्गोरिदम मानवी सहानुभूतीची आणि नैतिक विवेकाची जागा घेऊ शकत नाही. तंत्रज्ञान हे माणसाला मदत करण्यासाठी असावे, माणसाला नियंत्रित करण्यासाठी नाही. अल्गोरिदमच्या या तांत्रिक आणि सामाजिक विश्लेषणातून हेच स्पष्ट होते की, समाजकार्य हे नेहमीच यंत्रापेक्षा माणसाला श्रेष्ठ मानणारे शास्त्र राहील.

मानवी भावना विरुद्ध मशीन लॉजिक

मानवी भावना आणि मशीन लॉजिक (तांत्रिक तर्क) यांच्यातील संघर्ष हा कृत्रिम बुद्धिमत्तेच्या युगातील समाजकार्यासमोरचा सर्वात मूलभूत आणि तात्त्विक पेच आहे. समाजकार्य ही केवळ एक व्यावसायिक सेवा नसून ती मानवी नातेसंबंध, संवेदनशीलता आणि परस्पर विश्वासावर आधारलेली एक कला आणि शास्त्र आहे. समाजकार्याची मुळे मानवी दुःख समजून घेणे आणि त्यातून मुक्ती मिळवण्यासाठी सामूहिक प्रयत्न करणे यामध्ये रुजलेली आहेत. याउलट, मशीन लॉजिक किंवा तांत्रिक तर्क हा निव्वळ गणिती आकडेमोड, नमुने ओळखणे आणि पूर्वानुमानांवर आधारित असतो. ज्या ठिकाणी समाजकार्यकर्ता एखाद्या पीडितेच्या डोळ्यांतील अश्रू आणि आवाजातील कातरपणावरून तिची वेदना मोजतो, तिथे अल्गोरिदम केवळ माहितीच्या तुकड्यांचे विश्लेषण करून निष्कर्षापर्यंत पोहोचण्याचा प्रयत्न करतो. मानवी भावनांची व्याप्ती ही अमर्याद, गुंतागुंतीची आणि अनेकदा अतार्किक असते, तर मशीन लॉजिक हे पूर्णपणे तर्कसंगत आणि पूर्व-निर्धारित नियमांनी बांधलेले असते. या दोन भिन्न ध्रुवांवरील विचारसरणी जेव्हा समाजकार्याच्या क्षेत्रात एकत्र येतात, तेव्हा त्यातून निर्माण होणारी आव्हाने ही केवळ तांत्रिक नसून ती खोलवर नैतिक आणि सामाजिक स्वरूपाची असतात.

मशीन लॉजिकची कार्यपद्धती ही प्रामुख्याने कार्यक्षमता आणि अचूकता या दोन खांबांवर उभी असते. जेव्हा आपण 'सोशल वर्क ॲडमिनिस्ट्रेशन' किंवा धोरण निर्मितीचा विचार करतो, तेव्हा मशीन लॉजिक आपल्याला प्रचंड मोठ्या लोकसंख्येचा डेटा अल्पवेळात हाताळण्यास मदत करते. परंतु, समाजकार्याचा मुख्य हेतू हा केवळ व्यवस्थापकीय नसून तो मानवी परिवर्तनाशी जोडलेला आहे. मानवी भावनांमध्ये 'सहानुभूती' (Empathy) केंद्रस्थानी असते. सहानुभूती ही केवळ दुसऱ्याचे दुःख समजणे नाही, तर त्या दुःखाशी तादात्म्य पावून मदतीसाठी तत्पर होणे होय. यंत्राकडे 'इंटलिजन्स' (बुद्धिमत्ता) असू शकते, पण 'कॉन्शसनेस' (जाणीव) नसते. उदाहरणार्थ, जर एखादा एआय चॅटबॉट मानसिक आरोग्याच्या समस्येवर समुपदेशन करत असेल, तर तो पूर्व-प्रोग्राम केलेल्या उत्तरांद्वारे तात्पुरता आधार देऊ शकेल; परंतु माणसाच्या आवाजातील आश्वासकता आणि प्रत्यक्ष सहवासातून मिळणारी ऊब यंत्र देऊ शकत नाही. भारतीय कौटुंबिक व्यवस्थेत जिथे भावनिक आधार हा कोणत्याही औषधापेक्षा मोठा मानला जातो, तिथे केवळ मशीन लॉजिकवर अवलंबून राहणे हे उपचारात्मक प्रक्रियेत (Therapeutic process) अपुरे ठरू शकते.

समाजकार्याच्या क्षेत्रात आपण जेव्हा 'केस वर्क' किंवा 'ग्रुप वर्क' करतो, तेव्हा अनेकदा आपल्याला नियमांच्या पलीकडे जाऊन निर्णय घ्यावे लागतात. मशीन लॉजिक हे 'जर-तर' (If-Then) या चौकटीत चालते. जर लाभार्थ्याचे उत्पन्न ठराविक मर्यादेपेक्षा जास्त असेल, तर यंत्र त्याला अपात्र घोषित करेल. मात्र, समाजकार्यकर्ता हे पाहतो की त्या कुटुंबात एखादा दीर्घ आजारी रुग्ण आहे का किंवा त्यांच्यावर काही आकस्मिक आपत्ती आली आहे का. मानवी भावना आपल्याला लवचिकता (Flexibility) देतात, जी मशीन लॉजिकमध्ये दुर्मिळ असते. भारतीय ग्रामीण भागात जिथे कागदपत्रे अपूर्ण असतात किंवा तांत्रिक साक्षरता कमी असते, तिथे केवळ यंत्राच्या तर्काने काम केल्यास खरोखर गरजू लोक योजनेतून बाद होऊ शकतात. येथे

यंत्राचा तर्क हा 'वगळण्याचे' (Exclusion) साधन बनतो, तर मानवी भावना आणि विवेक हा 'समाविष्ट करण्याचे' (Inclusion) साधन ठरतो. समाजकार्यकर्त्याचा विवेक हा केवळ कायद्याने नाही, तर नैतिकतेने प्रेरित असतो, जे यंत्राला शिकवणे अद्याप तरी अशक्य आहे.

चिकित्सक दृष्टीकोनातून पाहिल्यास, मशीन लॉजिक हे ऐतिहासिक डेटावर आधारित असल्याने ते समाजात अस्तित्वात असलेल्या पूर्वग्रहांना (Bias) तांत्रिक अधिष्ठान प्राप्त करून देते. जर मागील माहितीनुसार विशिष्ट समुदायांना मागास ठरवले गेले असेल, तर यंत्राचा तर्क त्यांना भविष्यातही त्याच नजरेतून पाहतो. याउलट, समाजकार्य हे मानवाच्या 'बदलण्याच्या' आणि 'सुधारण्याच्या' क्षमतेवर विश्वास ठेवते. एखाद्या गुन्हेगारी पार्श्वभूमी असलेल्या व्यक्तीचे परिवर्तन होऊ शकते, हे समाजकार्यकर्त्याला आपल्या संवेदनशीलतेमुळे पटू शकते; परंतु यंत्रासाठी ती व्यक्ती केवळ एक 'हाय-रिस्क' डेटा पॉईंट असते. मशीन लॉजिकमध्ये क्षमा, पश्चात्ताप किंवा आशेला स्थान नसते; तिथे केवळ 'प्रोबॅबिलिटी' किंवा संभाव्यता असते. समाजकार्यामध्ये 'सक्षमीकरण' (Empowerment) म्हणजे व्यक्तीला तिच्या परिस्थितीवर मात करण्यासाठी प्रवृत्त करणे, तर मशीन लॉजिक व्यक्तीला तिच्या परिस्थितीचा गुलाम बनवते.

मशीन लॉजिकचे एक मोठे अपयश म्हणजे ते 'सांस्कृतिक संदर्भ' (Cultural Context) समजू शकत नाही. मानवी भावना या संस्कृतीनुसार बदलतात. भारतात दुःख व्यक्त करण्याची पद्धत किंवा सामाजिक नात्यांचे महत्त्व पाश्चात्य जगापेक्षा भिन्न आहे. एखादा अल्गोरिदम जो अमेरिकेत यशस्वी ठरला, तो भारतातील आदिवासी पट्ट्यात अपयशी ठरू शकतो कारण त्यामागील तर्क हा तिथल्या सामाजिक वास्तवाशी सुसंगत नसतो. समाजकार्यकर्ता हा स्थानिक भाषा, रीतीरिवाज आणि लोकांच्या भावनांचा आदर करून आपल्या

कार्यपद्धतीत बदल करतो. यंत्राचा तर्क हा सार्वत्रिक (Universal) असण्याचा दावा करतो, पण समाजकार्य हे नेहमीच स्थानिक (Contextual) असते. जेव्हा आपण मशीन लॉजिकला समाजकार्यात प्राधान्य देतो, तेव्हा आपण नकळतपणे मानवी अनुभवांचे साचेबद्धकरण (Standardization) करतो, ज्यामुळे वैविध्यपूर्ण मानवी भावनांची गळचेपी होते.

समाजकार्यकर्त्याची भूमिका या संघर्षात एका संतुलन राखणाऱ्या दुव्यासारखी आहे. त्याने एआयच्या तांत्रिक तर्काचा वापर केवळ माहितीचे संकलन आणि विश्लेषणासाठी एक 'साधन' म्हणून केला पाहिजे, पण अंतिम निर्णय घेताना मानवी भावना आणि विवेकाचाच आधार घेतला पाहिजे. एआय हे समाजकार्यकर्त्याचे 'डोके' असू शकेल जे आकडेमोड करेल, पण समाजकार्यकर्त्याचे 'हृदय' ते कधीच बनू शकणार नाही. यंत्राचा तर्क हा वेगवान असू शकतो, पण तो कधीही 'न्याय्य' असेलच असे नाही. सामाजिक न्यायाची व्याख्या ही केवळ नियमांचे पालन करणे नसून ती मानवी प्रतिष्ठा जपणे ही आहे. मशीन लॉजिक हे 'काय आहे' (What is) हे सांगू शकते, पण 'काय असायला हवे' (What ought to be) हे ठरवण्यासाठी मानवी संवदेनाच लागतात.

भविष्यात जेव्हा एआय अधिक प्रगत होईल, तेव्हा मानवी भावना आणि मशीन लॉजिक यांच्यातील ही सीमारेषा अधिक धूसर होण्याची शक्यता आहे. अशा वेळी समाजकार्यकर्त्याला अधिक जागरूक राहावे लागेल. तंत्रज्ञान हे माणसाला मदत करण्यासाठी आहे, माणसाला विस्थापित करण्यासाठी नाही. जर आपण समाजकार्यातून भावना काढून घेतल्या आणि केवळ तर्काला महत्त्व दिले, तर ते क्षेत्र केवळ एक 'सामाजिक अभियांत्रिकी' (Social Engineering) बनेल, समाजकार्य उरणार नाही. समाजकार्य हे आत्म्याशी जोडलेले क्षेत्र आहे, आणि यंत्राला आत्मा नसतो. त्यामुळे, अल्गोरिदम कितीही

अचूक असले तरी, ते मानवी सहानुभूतीची आणि करुणेची जागा घेऊ शकत नाहीत. प्रगत तांत्रिक युगात आपली 'माणूस' म्हणून असलेली संवेदनशीलता हीच आपली सर्वात मोठी व्यावसायिक क्षमता असणार आहे.

निर्णय प्रक्रियेत सहानुभूतीचे स्थान

समाजकार्याच्या व्यावसायिक चौकटीत 'निर्णय प्रक्रिया' ही केवळ प्रशासकीय निवड नसून ती एक नैतिक जबाबदारी आहे. समाजकार्याची मुळे सामाजिक न्याय, समता आणि मानवी प्रतिष्ठा या मूल्यांमध्ये खोलवर रुजलेली असल्याने, या प्रक्रियेत 'सहानुभूती' (Empathy) हे केवळ एक पूरक घटक नसून ते केंद्रस्थानी असणे अनिवार्य आहे. पारंपारिक समाजकार्यात जेव्हा एखादा कार्यकर्ता एखाद्या कठीण प्रसंगी निर्णय घेतो, तेव्हा तो केवळ उपलब्ध माहिती किंवा नियमावलीचा विचार करत नाही, तर त्या निर्णयाचा लाभार्थ्याच्या आयुष्यावर होणारा दीर्घकालीन भावनिक आणि सामाजिक परिणामही तपासतो. निर्णय प्रक्रियेतील सहानुभूती म्हणजे लाभार्थ्याच्या वेदनेचे आकलन करून, त्याच्या सामाजिक संदर्भांची जाणीव ठेवून आणि त्याच्या मानवी हक्कांचे रक्षण होईल अशा पद्धतीने केलेली कृती होय. आधुनिक युगात कृत्रिम बुद्धिमत्तेचे अल्गोरिदम वेगाने निर्णय घेण्याचे आश्वासन देतात, मात्र त्या प्रक्रियेत मानवी सहानुभूतीची कमतरता निर्णय प्रक्रियेला 'अमानवीय' बनवण्याचा धोका निर्माण करते.

निर्णय प्रक्रियेमध्ये सहानुभूतीचे स्थान हे 'केस वर्क' (Case Work) आणि 'समुदाय संघटन' (Community Organization) या दोन्ही स्तरांवर अत्यंत निर्णायक असते. समाजकार्यकर्ता जेव्हा एखाद्या लाभार्थ्याची समस्या हाताळतो, तेव्हा तो 'प्रामुख्याने व्यक्ती' या तत्त्वाचा वापर करतो. उदाहरणार्थ, कौटुंबिक हिंसाचाराच्या

प्रकरणात एखाद्या महिलेला आश्रय द्यायचा की नाही, हा निर्णय केवळ कागदपत्रांच्या आधारे घेतला जात नाही. समाजकार्यकर्ता त्या महिलेच्या चेहऱ्यावरील भीती, तिच्या मुलांचे भविष्य आणि तिला असलेल्या सामाजिक पाठिंब्याचा अभाव या सर्व गोष्टी सहानुभूतीने समजून घेतो. ही 'सहानुभूतीपूर्ण समज' त्याला अशा निर्णयाप्रत नेते जो केवळ कायदेशीररित्या योग्य नसून नैतिकदृष्ट्याही न्याय्य असतो. याउलट, कृत्रिम बुद्धिमत्तेवर आधारित निर्णय प्रक्रिया केवळ 'डेटा पॉईंट्स'वर चालते. जर यंत्राला दिलेली माहिती एखाद्या तांत्रिक निकषात बसत नसेल, तर यंत्र सहानुभूती दाखवू शकत नाही किंवा नियमांना मानवी दृष्टीकोनातून मुरड घालू शकत नाही.

भारतीय समाजरचेत निर्णय घेताना सहानुभूतीचे महत्त्व अधिकच अधोरेखित होते, कारण येथील समस्यांचे स्वरूप अत्यंत गुंतागुंतीचे आणि बहुआयामी आहे. गरिबी, बेरोजगारी आणि आरोग्य समस्यांनी ग्रासलेल्या समुदायांमध्ये काम करताना अनेकदा समाजकार्यकर्त्याला 'कठोर नियम' विरुद्ध 'मानवी गरज' असा संघर्ष अनुभवावा लागतो. समजा, एखादी वृद्ध व्यक्ती सरकारी पेन्शन योजनेसाठी अपात्र ठरत आहे कारण तिच्याकडे तांत्रिकदृष्ट्या आवश्यक असलेला कोणताही रहिवासी पुरावा नाही. अशा वेळी यंत्राचा अल्गोरिदम त्या व्यक्तीचा अर्ज तात्काळ फेटाळून लावेल. परंतु, सहानुभूती असलेला समाजकार्यकर्ता त्या वृद्धाच्या हतबलतेचे आकलन करतो आणि त्या तांत्रिक त्रुटीवर मात करण्यासाठी पर्यायी मार्ग शोधतो किंवा धोरणकर्त्यांशी त्या संदर्भात चर्चा करतो. येथे सहानुभूती ही निर्णय प्रक्रियेला 'लवचिकता' (Flexibility) आणि 'मानवी चेहरा' प्रदान करते, जी केवळ तांत्रिक तर्कशास्त्रावर आधारित यंत्रणेत अशक्य असते.

चिकित्सक दृष्टीकोनातून पाहिल्यास, निर्णय प्रक्रियेतील सहानुभूती ही समाजकार्यकर्त्याला 'पूर्वग्रहांपासून' (Bias) मुक्त होण्यास मदत

करते. जरी अल्गोरिदममध्ये ऐतिहासिक डेटाचा पूर्वग्रह असू शकतो, तरी मानवी सहानुभूती ही प्रत्यक्ष अनुभवावर आधारित असते. समाजकार्यकर्ता जेव्हा एखाद्या उपेक्षित समुदायासोबत बसतो, त्यांच्याशी संवाद साधतो, तेव्हा त्याला त्या लोकांच्या संघर्षाची जी बाजू समजते, ती कोणत्याही डेटासेटमध्ये नसते. सहानुभूतीमुळे निर्माण होणारे हे 'अनुभवात्मक ज्ञान' (Experiential Knowledge) निर्णय प्रक्रियेला अधिक अचूक आणि न्याय्य बनवते. एआय प्रणालींकडे माहितीची प्रचंड साठवणूक असू शकते, पण त्यांच्याकडे 'सामाजिक शहाणपण' (Social Wisdom) नसते. सामाजिक शहाणपण हे सहानुभूतीतूनच येते, जे सांगते की कधीकधी नियमांचे पालन करण्यापेक्षा माणसाचा जीव वाचवणे किंवा त्याची प्रतिष्ठा जपणे अधिक महत्त्वाचे असते.

समाजकार्यातील निर्णय प्रक्रिया ही केवळ 'समस्या सोडवणे' (Problem Solving) नसून ती 'सक्षमीकरण' (Empowerment) असते. जेव्हा एखादा निर्णय सहानुभूतीपूर्वक घेतला जातो, तेव्हा लाभार्थ्याला आपण केवळ एक 'केस नंबर' नसून एक 'माणूस' आहोत याची जाणीव होते. हा आत्मसन्मान लाभार्थ्याच्या पुनर्वसन प्रक्रियेत महत्त्वाची भूमिका बजावतो. कृत्रिम बुद्धिमत्ता आधारित निर्णय प्रक्रियेत लाभार्थ्याचा सहभाग नसतो; तिथे यंत्र वरून निर्णय लादते. परंतु, सहानुभूतीपूर्ण निर्णय प्रक्रियेत समाजकार्यकर्ता लाभार्थ्याला सहभागी करून घेतो, त्याच्या भावनांचा विचार करतो आणि त्याला स्वतःचे निर्णय घेण्यास सक्षम करतो. भारतीय ग्रामीण भागात जिथे लोकांचा सरकारी यंत्रणांवर असलेला विश्वास कमी आहे, तिथे सहानुभूतीपूर्ण संवादच हा विश्वास पुन्हा प्रस्थापित करू शकतो. यंत्राचा थंड आणि कोरडा निर्णय लोकांमध्ये उपकेपणाची आणि भीतीची भावना निर्माण करू शकतो.

निर्णय प्रक्रियेतील सहानुभूती ही समाजकार्यकर्त्याला 'नैतिक जबाबदारी' (Ethical Accountability) स्वीकारण्यास प्रवृत्त करते. जेव्हा माणूस निर्णय घेतो, तेव्हा त्या निर्णयाच्या परिणामांची जबाबदारी त्याची असते. जर एखादा निर्णय चुकला, तर सहानुभूती असलेला कार्यकर्ता त्या चुकीची दुरुस्ती करण्याचा प्रयत्न करतो. परंतु, जेव्हा निर्णय अल्गोरिदम घेतो, तेव्हा 'उत्तरदायित्वाचा' (Accountability) अभाव निर्माण होतो. यंत्राने घेतलेल्या चुकीच्या निर्णयासाठी कोणाला जबाबदार धरायचे, हा एक मोठा कायदेशीर आणि नैतिक प्रश्न आहे. समाजकार्यात निर्णय हा केवळ कागदोपत्री पुरावा नसून तो एका जिवंत माणसाचे भविष्य ठरवणारा कृती-कार्यक्रम असतो. त्यामुळे, सहानुभूती ही या प्रक्रियेतील सर्वात मोठे संरक्षण कवच आहे, जे तंत्रज्ञानाच्या आक्रमणात मानवी मूल्यांचा बळी दिला जाणार नाही याची खात्री करते.

समारोप करताना हे स्पष्ट करणे आवश्यक आहे की, कृत्रिम बुद्धिमत्ता हे समाजकार्यकर्त्याला माहिती देऊन मदत करू शकते, परंतु अंतिम निर्णयाची चावी ही मानवी सहानुभूतीकडेच असायला हवी. एआय हे निर्णय प्रक्रियेतील 'वेगा'चे प्रतिनिधित्व करते, तर सहानुभूती ही 'न्याया'चे प्रतिनिधित्व करते. वेगासाठी न्यायाचा बळी देणे हे समाजकार्याच्या मूल्यांशी विसंगत आहे. प्रगत सॉफ्टवेअर्स आणि अल्गोरिदम तुम्हाला आकडेवारी देऊ शकतील, पण त्या आकडेवारीमागील माणसाला न्याय देण्यासाठी तुम्हाला तुमच्या हृदयातील सहानुभूतीचाच वापर करावा लागेल. तंत्रज्ञान हे केवळ साधन आहे; त्या साधनाचा वापर करताना मानवी संवेदनांचा विसर पडू न देणे, हेच खऱ्या अर्थाने या डिजिटल युगातील समाजकार्याचे कौशल्य आहे.

अल्गोरिदमिक निर्णयांचे सामाजिक परिणाम

कृत्रिम बुद्धिमत्तेच्या युगात जेव्हा धोरणनिर्मिती आणि संसाधन वाटपाची सूत्रे अल्गोरिदमच्या हाती जातात, तेव्हा त्याचे सामाजिक परिणाम केवळ तांत्रिक उणिवांपुरते मर्यादित न राहता ते थेट मानवी हक्क आणि सामाजिक समतोल ढवळून काढणारे ठरतात. अल्गोरिदमिक निर्णय म्हणजे केवळ गणिताच्या आधारे घेतलेली निवड नसून ती सामाजिक वास्तवावर केलेला एक प्रकारचा तांत्रिक प्रहार आहे. समाजकार्याच्या दृष्टीकोनातून विचार करताना, हे निर्णय समाजातील उपेक्षित आणि वंचित घटकांच्या जीवनावर कसा परिणाम करतात, हे समजून घेणे अनिवार्य आहे. पारंपारिकपणे समाजकार्यात मानवी हस्तक्षेपाद्वारे व्यक्तीच्या विशिष्ट परिस्थितीचा विचार केला जात असे, परंतु अल्गोरिदमिक निर्णय प्रक्रियेत 'सर्वांसाठी एकच मापदंड' (One size fits all) लावल्यामुळे सामाजिक विविधतेचा आणि विषमतेचा विसर पडतो. भारतीय समाजात जिथे आजही जात, वर्ग आणि लिंगाच्या आधारे संसाधनांची विभागणी विषम आहे, तिथे अल्गोरिदमचे निर्जीव निर्णय हे जुन्याच अन्यायांना नवीन तांत्रिक स्वरूप प्राप्त करून देतात.

अल्गोरिदमिक निर्णयांचा सर्वात घातक सामाजिक परिणाम म्हणजे 'डिजिटल बहिष्करण' (Digital Exclusion). जेव्हा एखादा अल्गोरिदम एखाद्या लाभार्थ्याची पात्रता ठरवतो, तेव्हा तो केवळ उपलब्ध डिजिटल डेटाचा विचार करतो. भारतीय ग्रामीण भागात अनेकदा कागदपत्रांची अपूर्णता, नावातील चुका किंवा डिजिटल नोंदींचा अभाव यामुळे हजारो कुटुंबं रेशन, आरोग्य विमा किंवा पेन्शन योजनांपासून वंचित राहतात. याला 'अल्गोरिदमिक इन्व्हिजिबिलिटी' असेही म्हणता येईल; म्हणजेच जर तुमची माहिती यंत्राच्या भाषेत नसेल, तर तुम्ही तांत्रिकदृष्ट्या 'अस्तित्वातच' नसता. समाजकार्यकर्ता म्हणून आपल्याला हे लक्षात येते की, भूक आणि

आजारपण हे डिजिटल नोंदींवर अवलंबून नसतात, पण यंत्राचे निर्णय मात्र या नोंदींच्या अधीन असतात. यामुळे समाजातील सर्वात शेवटचा माणूस, ज्याच्याकडे तंत्रज्ञानाचा अभाव आहे, तो अधिकच अगतिक होतो आणि व्यवस्थेच्या परिघाबाहेर फेकला जातो.

दुसरा महत्त्वाचा परिणाम म्हणजे 'अल्गोरिदमिक पूर्वग्रह' (Algorithmic Bias) आणि त्यातून निर्माण होणारे 'लेबलिंग'. अल्गोरिदम हे भूतकाळातील डेटावरून शिकतात आणि जर भूतकाळ भेदभावपूर्ण असेल, तर यंत्र तोच भेदभाव भविष्यातही लागू करते. उदाहरणार्थ, जर पोलिसांनी वापरलेला गुन्हेगारी डेटा एखाद्या विशिष्ट समाजाला 'गुन्हेगार प्रवृत्तीचा' म्हणून दर्शवत असेल, तर एआय आधारित 'प्रेडिक्टिव्ह पोलिसिंग' अल्गोरिदम त्याच समाजाच्या वस्त्यांवर अधिक पाळत ठेवण्याचे किंवा त्यांच्या तरुणांना विनाकारण तपासणीसाठी रोखण्याचे निर्देश देऊ शकते. समाजकार्याच्या क्षेत्रात हे अत्यंत धोकादायक आहे, कारण आपण पुनर्वसन आणि परिवर्तनाच्या मूल्यांवर काम करतो, तर अल्गोरिदम माणसाला त्याच्या भूतकाळातील डेटावरून कायमस्वरूपी शिक्कामोर्तब करतो. यामुळे सामाजिक तेढ वाढू शकते आणि विशिष्ट समुदायांमध्ये यंत्रणेबद्दल अविश्वास आणि भीतीची भावना निर्माण होते.

अल्गोरिदमिक निर्णयांचा परिणाम मानवी प्रतिष्ठेवरही (Human Dignity) होतो. जेव्हा एखादा निर्णय यंत्राद्वारे घेतला जातो, तेव्हा त्या निर्णयामागचे 'का' आणि 'कसे' हे कोणालाच माहित नसते, ज्याला आपण 'ब्लॅक बॉक्स' समस्या म्हणतो. जर एखाद्या विद्यार्थ्याला त्याची स्कॉलरशिप नाकारली गेली किंवा एखाद्या रुग्णाला खाटा उपलब्ध नसल्याचे यंत्राने सांगितले, तर त्या व्यक्तीला दाद मागण्यासाठी कोणाकडे जावे हे समजत नाही. मानवी निर्णयामध्ये किमान स्पष्टीकरण मागण्याची किंवा विनंती करण्याची सोय असते, पण अल्गोरिदमच्या 'थंड' निर्णयापुढे माणूस हतबल होतो. समाजकार्यात

आपण 'व्यक्तीचे वेगळेपण' जपतो, पण अल्गोरिदम माणसाला केवळ एका 'नंबर' मध्ये किंवा 'गटात' रूपांतरित करतो. माणसाच्या जिवंत अनुभवांचे असे यांत्रिकीकरण होणे हे सामाजिक आरोग्यासाठी घातक आहे, कारण यामुळे समाजातील करुणा आणि परस्पर संवादाची जागा तांत्रिक कार्यक्षमता घेते.

भारतीय संदर्भात, अल्गोरिदमिक निर्णयांचा परिणाम महिला आणि अल्पसंख्याक घटकांवर अधिक तीव्रतेने दिसून येतो. अनेकदा डेटा संकलनाच्या वेळी महिलांचे घरगुती श्रम किंवा त्यांच्या आरोग्याच्या विशिष्ट समस्यांकडे दुर्लक्ष केले जाते. जेव्हा एआय प्रणाली या अपूर्ण माहितीवर आधारित निर्णय घेते, तेव्हा महिलांच्या गरजांसाठी असलेला निधी कमी केला जाऊ शकतो किंवा त्यांच्यासाठीच्या योजनांची आखणी चुकीच्या पद्धतीने होऊ शकते. तसेच, भाषेचे अडथळे असल्याने प्रादेशिक भाषांमधील डेटा अनेकदा एआयला नीट समजत नाही, ज्यामुळे अ-हिंदी किंवा अ-इंग्रजी भाषिक समुदायांना तांत्रिक प्रक्रियेत अडचणी येतात. अशा प्रकारे, अल्गोरिदम हा नकळतपणे केवळ एका ठराविक वर्गाच्या आणि भाषेच्या हिताचे रक्षण करणारे साधन बनतो, ज्यामुळे सामाजिक दरी अधिक रुंदावते.

समाजकार्यकर्त्यांसाठी अल्गोरिदमिक निर्णयांचा सामाजिक परिणाम हा 'उत्तरदायित्वाचा अभाव' (Lack of Accountability) या रूपात समोर येतो. जर एखाद्या एआय प्रणालीने चुकीचा निर्णय घेतला, तर त्याची जबाबदारी घेणारे कोणीच नसते. सॉफ्टवेअर कंपनी सरकारवर आणि सरकार तांत्रिक त्रुटीवर बोट दाखवते. या प्रक्रियेत लाभार्थ्यांचे होणारे नुकसान भरून निघत नाही. समाजकार्य हे सत्तेच्या विकेंद्रीकरणाचा आणि पारदर्शकतेचा पुरस्कार करते, परंतु अल्गोरिदमिक निर्णय हे सत्तेला अधिक केंद्रीभूत आणि गूढ बनवतात. कार्यकर्त्याला आता केवळ समुदायात काम करून चालणार नाही, तर

त्याला या तांत्रिक निर्णयांना आव्हान देण्यासाठी 'डेटा साक्षरता' आणि 'डिजीटल ॲडव्होकेसी' या क्षेत्रांतही स्वतःला सिद्ध करावे लागेल.

शेवटी, अल्गोरिदमिक निर्णयांचे सामाजिक परिणाम हे आपल्याला तंत्रज्ञानाकडे अधिक चिकित्सक नजरेने पाहण्यास प्रवृत्त करतात. एआय हे गरिबी निर्मूलन किंवा शिक्षण प्रसारासाठी एक उपयुक्त साधन ठरू शकते, पण ते केवळ एक 'साधन' म्हणून राहिले तरच. जर आपण निर्णयाची संपूर्ण प्रक्रिया यंत्राच्या स्वाधीन केली, तर आपण समाजाला एका अशा दिशेने नेऊ जिथे न्याय हा गणिताच्या सूत्रांवर अवलंबून असेल, मानवी मूल्यांवर नाही. समाजकार्याच्या विद्यार्थ्याने हे ध्यानात ठेवले पाहिजे की, कोणत्याही अल्गोरिदमची अचूकता ही माणसाच्या दुःखापेक्षा मोठी असू शकत नाही. आपल्याला तंत्रज्ञानाचा वापर अशा प्रकारे करावा लागेल जो मानवी संबंधांना बळकट करेल, त्यांना मोडून काढणार नाही.

समाजकार्यामध्ये मानवी हस्तक्षेपाची गरज

समाजकार्याच्या सैद्धांतिक आणि व्यावहारिक चौकटीमध्ये 'मानवी हस्तक्षेप' (Human Intervention) हा केवळ एक टप्पा नसून तो या विद्याशाखेचा आत्मा आहे. कृत्रिम बुद्धिमत्तेच्या वाढत्या प्रभावामुळे आज समाजकार्यातील अनेक प्रशासकीय आणि विश्लेषणात्मक कामे यंत्रांकडे सोपवली जात असली, तरी मानवी अस्तित्वाची आणि हस्तक्षेपाची गरज पूर्वीपेक्षा अधिक अधोरेखित झाली आहे. समाजकार्य म्हणजे केवळ संसाधनांचे वाटप किंवा अर्जांची छाननी नसून, ती एका व्यक्तीने दुसऱ्या व्यक्तीच्या जीवनात सकारात्मक बदल घडवून आणण्यासाठी केलेली जाणीवपूर्वक प्रक्रिया आहे. मानवी हस्तक्षेपामध्ये संवेदनशीलता, संस्कृतीची जाण आणि तत्काळ बदलणाऱ्या सामाजिक परिस्थितीला प्रतिसाद देण्याची क्षमता असते. जेव्हा आपण कृत्रिम बुद्धिमत्तेच्या संदर्भात समाजकार्याचा विचार करतो, तेव्हा हे

स्पष्ट होते की अल्गोरिदम कितीही अचूक असले, तरी ते मानवी अनुभवांची गुंतागुंत आणि सामाजिक संबंधांमधील ओलावा निर्माण करू शकत नाहीत. भारतीय समाजरचनेत, जिथे नातेसंबंध आणि सामुदायिक भावना अत्यंत प्रबळ आहेत, तिथे यंत्रापेक्षा माणसावर असलेला विश्वासच परिवर्तनाचा पाया ठरतो.

मानवी हस्तक्षेपाची पहिली आणि सर्वात महत्त्वाची गरज 'विश्वासाचे नाते' (Rapport Building) निर्माण करण्यासाठी असते. समाजकार्यात जेव्हा एखादा कार्यकर्ता पीडित व्यक्तीशी, समजा एखादी घरगुती हिंसाचारातून सावरलेली महिला किंवा अमली पदार्थांच्या आहारी गेलेला युवक यांच्याशी संवाद साधतो, तेव्हा तो केवळ माहिती गोळा करत नाही. तो आपल्या देहबोलीतून, आवाजातील आश्वासकता आणि डोळ्यांतील करुणेतून समोरच्या व्यक्तीला एक सुरक्षित वातावरण (Safe Space) उपलब्ध करून देतो. विश्वासाचे हे नाते कोणत्याही डिजिटल इंटरफेस किंवा चॅटबॉटद्वारे निर्माण होऊ शकत नाही. लाभार्थी आपली गुपिते आणि मनातील भीती यंत्रासमोर मांडण्यापेक्षा एका संवेदनशील माणसासमोर मांडणे पसंत करतो. समाजकार्यकर्ता समोरच्या व्यक्तीचे 'न बोललेले' शब्द ओळखू शकतो, जे एआयच्या तांत्रिक क्षमतेबाहेरचे आहे. हा मानवी स्पर्शच लाभार्थ्याला नैराश्यातून बाहेर काढण्यासाठी आणि त्याला स्वतःच्या निर्णयांवर ठाम राहण्यासाठी बळ देतो.

दुसरी महत्त्वाची बाब म्हणजे 'सांस्कृतिक आणि स्थानिक संदर्भांचे आकलन' (Cultural Contextualization). भारतीय समाज हा वैविध्याने नटलेला आहे; इथल्या प्रत्येक गावाची, जातीची आणि धर्माची आपली एक वेगळी संस्कृती आणि समस्यांची मुळे आहेत. कृत्रिम बुद्धिमत्तेची प्रणाली ही बहुधा सार्वत्रिक डेटावर आधारित असते, ज्यामुळे तिला स्थानिक बारकावे समजत नाहीत. उदाहरणार्थ, आदिवासी भागातील एखाद्या कुपोषण समस्येवर काम करताना,

केवळ आकडेवारी पाहून तोडगा काढणे अशक्य आहे. तिथे तिथल्या परंपरा, अन्नाबद्दलच्या समजुती आणि भौगोलिक अडथळे समजून घेण्यासाठी समाजकार्यकर्त्याचा प्रत्यक्ष वावर आणि हस्तक्षेप गरजेचा असतो. कार्यकर्ता लोकांमध्ये मिसळून त्यांच्या जीवनशैलीचा भाग बनतो आणि त्यातून जो बदल घडवतो, तो 'शाश्वत' असतो. एआय केवळ 'काय करावे' हे सुचवू शकते, पण ते लोकांच्या मनाचा कौल घेऊन 'कसे करावे' हे ठरवू शकत नाही. लोकांशी जोडून घेण्याची ही कला केवळ मानवी हस्तक्षेपातच सामावलेली आहे.

निर्णय प्रक्रियेतील 'नैतिक विवेक' (Ethical Discretion) हा मानवी हस्तक्षेपाचा तिसरा महत्त्वाचा स्तंभ आहे. अनेकदा समाजकार्यात अशा परिस्थिती निर्माण होतात जिथे नियम आणि माणुसकी यांच्यात संघर्ष असतो. यंत्रे ही केवळ नियमांचे आणि अल्गोरिदमचे पालन करतात; त्यांच्याकडे नैतिक लवचिकता नसते. समजा, एखाद्या मुलाला सरकारी वसतिगृहात प्रवेश द्यायचा आहे पण त्याच्याकडे तांत्रिकदृष्ट्या आवश्यक असलेले एक प्रमाणपत्र नाही. एआय त्याचा अर्ज तात्काळ फेटाळून लावेल. परंतु, समाजकार्यकर्ता त्या मुलाची कौटुंबिक परिस्थिती आणि त्याची निकड पाहून आपल्या विवेकाचा वापर करतो आणि नियमांच्या चौकटीत राहूनही त्या मुलाला आधार देण्याचे मार्ग शोधतो. हा मानवी विवेक आणि दयाळूपणा यंत्राला शिकवता येत नाही. समाजकार्य हे केवळ 'गणिता'वर चालत नाही, तर ते 'न्यायबुद्धी'वर चालते, आणि ही न्यायबुद्धी जागृत ठेवण्यासाठी मानवी हस्तक्षेपाची सातत्याने गरज असते.

चिकित्सक दृष्टीकोनातून पाहिल्यास, एआयमुळे येणारी 'अलिप्तता' (Alienation) रोखण्यासाठी मानवी हस्तक्षेप आवश्यक आहे. जर समाजकार्य पूर्णपणे डेटा आणि अल्गोरिदमवर अवलंबून राहिले, तर लाभार्थी हा केवळ एक 'केस नंबर' बनून राहील. यामुळे व्यवस्थेमध्ये अमानवीयता वाढू शकते. समाजकार्यकर्त्याचा हस्तक्षेप लाभार्थ्याला

त्याचे 'माणूसपण' परत मिळवून देतो. विशेषतः आपत्ती व्यवस्थापनाच्या काळात, जेव्हा लोक मानसिक धक्क्यात असतात, तेव्हा त्यांना तांत्रिक सल्ल्यापेक्षा एका मायेच्या हाताची गरज असते. पुराच्या किंवा भूकंपाच्या परिस्थितीत एआय आपल्याला मदतीचे नियोजन करून देईल, पण प्रत्यक्ष मदतीसाठी धावणारा कार्यकर्ताच त्या लोकांच्या मनात आशेचा किरण निर्माण करतो. ही 'सक्रिय उपस्थिती' समाजकार्याला एक जिवंत स्वरूप प्रदान करते, ज्यामुळे पीडित व्यक्तीला आपण समाजात एकटे नाही आहोत, ही भावना मिळते.

शिवाय, समाजकार्यामध्ये 'वकिली' (Advocacy) आणि 'धोरण बदल' (Policy Change) करण्यासाठी मानवी नेतृत्वाची गरज असते. एआय आपल्याला समाजातील समस्यांचे नमुने (Patterns) दाखवू शकते, पण त्या समस्यांच्या मुळाशी जाऊन व्यवस्थेच्या विरोधात संघर्ष करण्यासाठी मानवी धाडस आणि कल्पकता लागते. शोषित वर्गाचे संघटन करणे, त्यांच्या हक्कांसाठी मोर्चे काढणे किंवा सरकारला जाब विचारणे, या कृती केवळ आणि केवळ मानवी हस्तक्षेपामुळेच शक्य आहेत. एआय कधीही क्रांती करू शकत नाही किंवा प्रस्थापित सत्तेला आव्हान देऊ शकत नाही. समाजकार्यकर्ता हा केवळ सेवा देणारा घटक नसून तो 'सामाजिक परिवर्तनाचा वाहक' (Change Agent) आहे. त्याची ही भूमिका एआय कधीच हिरावून घेऊ शकणार नाही, उलट एआयने दिलेल्या माहितीचा वापर करून अधिक प्रभावीपणे हस्तक्षेप कसा करायचा, हेच समाजकार्यकर्त्याला शिकायचे आहे.

शेवटी, समाजकार्यातील मानवी हस्तक्षेपाची गरज ही 'करुणा आणि व्यावसायिकता' यांच्या समन्वयासाठी आहे. जरी भविष्य एआयचे असले, तरी समाजकार्याचा मूळ पाया मानवी मूल्यांवरच आधारलेला राहील. एआय हा केवळ एक उत्तम सहाय्यक ठरू शकतो, जो आपल्याला माहितीचे विश्लेषण करून देईल, पण त्या विश्लेषणाचे

'सामाजिक न्यायात' रूपांतर करण्याचे काम समाजकार्यकर्त्यांचेच असेल. यंत्रे कदाचित आपल्यापेक्षा वेगाने विचार करू शकतील, पण ती आपल्यासारखे 'अनुभवू' शकणार नाहीत. जोपर्यंत समाजात दुःख, अन्याय आणि विषमता आहे, तोपर्यंत त्या विरुद्ध लढण्यासाठी मानवी संवेदनांची आणि प्रत्यक्ष हस्तक्षेपाची गरज कायम राहील. तंत्रज्ञानाचे स्वागत करताना आपल्यातील 'माणूस' आणि आपली 'सहानुभूती' जपून ठेवणे, हेच खऱ्या अर्थाने या युगातील समाजकार्याचे यश असेल.

प्रकरण ६. समाजकार्यकर्त्याची ओळख संकटात

पारंपरिक समाजकार्यकर्त्याची भूमिका

समाजकार्याच्या व्यावसायिक इतिहासात 'पारंपरिक समाजकार्यकर्ता' ही संकल्पना अत्यंत उदात्त आणि मानवकेंद्रित मूल्यांवर आधारलेली आहे. विसाव्या शतकाच्या सुरुवातीपासून विकसित होत गेलेल्या या व्यवसायाने 'व्यक्ती' आणि 'तिचे पर्यावरण' यांच्यातील संबंधांना केंद्रस्थानी ठेवले आहे. पारंपारिक समाजकार्यकर्त्याची भूमिका ही केवळ सेवा पुरवठादार किंवा मदतनीस इतकीच मर्यादित नसून, तो एक बदल घडवणारा मध्यस्थ (Change Agent), समुपदेशक, वकिली करणारा कार्यकर्ता आणि समुदाय संघटक म्हणून ओळखला जातो. या भूमिकेचा उगम सामाजिक विषमतेतून निर्माण होणाऱ्या समस्यांचे निराकरण करण्यासाठी आणि दुर्बल घटकांना न्याय मिळवून देण्यासाठी झाला आहे. समाजकार्याची ही पारंपरिक व्याख्या प्रामुख्याने मानवी संबंधांची जपणूक, प्रत्यक्ष संवाद आणि नैतिक विवेकावर आधारलेली आहे. मात्र, कृत्रिम बुद्धिमत्तेच्या युगात जेव्हा तांत्रिक कार्यक्षमता ही मानवी संवेदनांपेक्षा श्रेष्ठ मानली जाऊ लागते, तेव्हा या पारंपरिक भूमिकेची स्वायत्तता आणि ओळख एका मोठ्या संकटात सापडल्याचे चित्र निर्माण होत आहे.

पारंपरिक समाजकार्यकर्त्याच्या भूमिकेचा सर्वात महत्त्वाचा पैलू म्हणजे 'प्रत्यक्ष संवाद' आणि 'वैयक्तिक लक्ष' (Individualization). जेव्हा एखादा कार्यकर्ता केस वर्क किंवा ग्रुप वर्कच्या माध्यमातून काम करतो, तेव्हा तो केवळ कागदोपत्री आकडेवारीवर अवलंबून नसतो. तो लाभार्थ्याच्या घरची परिस्थिती, त्याची सामाजिक पार्श्वभूमी आणि त्याच्या शब्दांमागील भावनांचा अभ्यास करतो. उदाहरणार्थ, ग्रामीण

भारतातील एखादा समाजकार्यकर्ता जेव्हा महिला सक्षमीकरणावर काम करतो, तेव्हा तो केवळ त्यांना कर्ज मिळवून देत नाही, तर त्यांच्यावर होणाऱ्या कौटुंबिक जाच आणि सामाजिक दडपशाहीच्या विरोधात त्यांना उभे राहण्यासाठी भावनिक बळ देतो. ही भूमिका अत्यंत लवचिक असते, जी समोरच्या व्यक्तीच्या गरजेनुसार स्वतःला बदलू शकते. ही लवचिकता आणि मानवी ओलावा हे पारंपरिक समाजकार्याचे वैशिष्ट्य आहे. एआय प्रणालींकडे माहितीचे डोंगर असू शकतात, परंतु त्यांच्याकडे या पारंपरिक समाजकार्यकर्त्यासारखी 'जिवंत समज' नसते. तरीही, धोरणात्मक स्तरावर आता मानवी निर्णयापेक्षा तांत्रिक डेटाला अधिक महत्त्व दिले जात असल्याने, समाजकार्यकर्त्याची ही अनुभवात्मक भूमिका दुय्यम ठरत चालली आहे.

भारतीय समाजरचनेत पारंपरिक समाजकार्यकर्त्याची भूमिका ही 'समुदाय विकास' (Community Development) प्रक्रियेत अत्यंत महत्त्वपूर्ण राहिली आहे. कार्यकर्ता हा समुदायाचा एक अविभाज्य भाग बनतो, लोकांसोबत बसतो, त्यांच्या संस्कृतीचा आदर करतो आणि त्यांच्या विश्वासाला पात्र ठरतो. समाजकार्यातील 'सहभाग' (Participation) या तत्त्वाचा वापर करून तो लोकांना त्यांच्या समस्या स्वतः सोडवण्यासाठी संघटित करतो. मात्र, कृत्रिम बुद्धिमत्तेच्या आगमनामुळे आता 'वरतून खाली' (Top-down) अशा तांत्रिक सूचना देण्याची पद्धत वाढली आहे. जिथे पूर्वी कार्यकर्ता लोकांमध्ये जाऊन त्यांच्या गरजांचा आराखडा तयार करायचा, तिथे आता एआय आधारित डॅशबोर्ड्स समुदायाच्या गरजा ठरवू लागले आहेत. यामुळे समाजकार्यकर्त्याचे अस्तित्व हे केवळ एक 'डेटा ऑपरेटर' किंवा 'यंत्रणेचा दूत' इतकेच मर्यादित झाले आहे. कार्यकर्त्याची ही ओळख पुसली जाणे हे सामाजिक परिवर्तनाच्या प्रक्रियेसाठी घातक आहे, कारण यंत्राला लोकांच्या सामूहिक संघर्षाची आणि अस्मितेची जाण नसते.

चिकित्सक दृष्टीकोनातून पाहिल्यास, पारंपरिक समाजकार्यकर्त्याची भूमिका ही 'सामाजिक न्याय' (Social Justice) आणि 'वकिली' (Advocacy) यांच्याशी घट्ट जोडलेली आहे. समाजकार्यकर्ता हा केवळ व्यवस्था राबवत नाही, तर तो व्यवस्थेतील त्रुटींवर बोट ठेवतो आणि शोषित घटकांच्या हक्कांसाठी लढतो. तो धोरणकर्त्यांना जमिनीवरील वास्तवाची जाणीव करून देतो. एआय आधारित सिस्टिम्समध्ये अशा प्रकारच्या बंडाला किंवा चिकित्सक भूमिकेला वाव नसतो. यंत्रे ही प्रस्थापित सत्तेने दिलेल्या डेटावर आणि नियमांवर चालतात. जेव्हा समाजकार्यकर्ता आपल्या पारंपरिक भूमिकेपासून दूर जाऊन केवळ तांत्रिक चौकटीत काम करू लागतो, तेव्हा त्याचे 'वकिली' करण्याचे सामर्थ्य कमी होते. तो केवळ एक सरकारी किंवा संस्थात्मक कर्मचारी बनून राहतो, ज्याचे काम नियमांचे पालन करणे इतकेच उरते. पारंपरिक समाजकार्यातील ही 'हक्क-आधारित' दृष्टी तंत्रज्ञानाच्या झगमगाटात हरवून जाणे, हे या व्यवसायापुढील सर्वात मोठे संकट आहे.

पुनर्वसन आणि समुपदेशनाच्या क्षेत्रात पारंपरिक समाजकार्यकर्त्याची भूमिका ही एक 'उपचारक' (Healer) म्हणून असते. मानवी मनातील गुंतागुंत, दुःख आणि नैराश्य हाताळण्यासाठी तांत्रिक ज्ञानापेक्षा 'सहानुभूती' आणि 'मानवी उपस्थिती' महत्त्वाची असते. एखादा समाजकार्यकर्ता जेव्हा आपत्तीग्रस्त व्यक्तीचा हात हातात घेतो किंवा एखाद्या अगतिक वृद्धाशी संवाद साधतो, तेव्हा तिथे एक विशेष मानवी ऊर्जा कार्य करते. कृत्रिम बुद्धिमत्तेच्या युगात आता चॅटबॉट्स आणि एआय समुपदेशक ही जागा घेऊ पाहत आहेत. यामुळे खर्च कमी होईल आणि व्याप्ती वाढेल असा युक्तिवाद केला जात असला तरी, या प्रक्रियेत समाजकार्यकर्त्याच्या भूमिकेचे 'अमानवीयकरण' होत आहे. समाजकार्याची ओळख ही एक 'हृदय असलेले शास्त्र' अशी होती, पण तंत्रज्ञान आता त्याला 'हृदय नसलेले तंत्र' बनवत आहे. यामुळे विद्यार्थ्यांमध्ये आपल्या व्यवसायाबद्दलची निष्ठा आणि आत्मियता कमी

होऊन केवळ तांत्रिक कौशल्यांवर भर दिला जाण्याची शक्यता वाढली आहे.

पारंपरिक समाजकार्यकर्त्याची भूमिका ही 'नैतिक मार्गदर्शक' (Ethical Guide) म्हणूनही महत्त्वाची असते. तो लाभार्थ्यांना त्यांचे हक्क आणि कर्तव्ये यांची जाणीव करून देतो, तसेच स्वतःच्या कामात पारदर्शकता राखतो. भारतीय ग्रामीण भागात जिथे लोकांकडे माहितीचा अभाव असतो, तिथे समाजकार्यकर्ता हा त्यांचा आधारस्तंभ असतो. आता एआयमुळे माहितीचे विकेंद्रीकरण झाले आहे असे वाटत असले, तरी प्रत्यक्षात ती माहिती अधिक क्लिष्ट आणि सर्वसामान्य माणसाच्या आवाक्याबाहेरची झाली आहे. अशा वेळी कार्यकर्त्याला ही माहिती लोकांच्या भाषेत समजावून सांगावी लागते. परंतु, जर कार्यकर्ताच तंत्रज्ञानाच्या अधीन झाला आणि त्याने मानवी हस्तक्षेपाची गरज नाकारली, तर तो आपला सर्वात मोठा नैतिक अधिकार गमावून बसेल. पारंपरिक समाजकार्याची ओळख ही लोकांसाठी आणि लोकांमध्ये राहून काम करणे अशी आहे, ती ओळख तंत्रज्ञानाच्या नावाखाली नष्ट होता कामा नये.

भविष्यात समाजकार्यकर्त्याच्या या पारंपरिक भूमिकेला अधिक बळकट करण्याची गरज आहे. तंत्रज्ञानाचा वापर हा एक सहाय्यक म्हणून केला जावा, पण कार्यकर्त्याची 'व्यावसायिक स्वायत्तता' (Professional Autonomy) जपली गेली पाहिजे. एआय आपल्याला माहिती देऊ शकते, पण ती माहिती कोठे आणि कशी वापरायची हे ठरवण्यासाठी समाजकार्यकर्त्याचा पारंपरिक विवेकच हवा. प्रगत सॉफ्टवेअर्स शिकणे ही काळाची गरज असली, तरी आपली मूळ ओळख ही 'सामाजिक बांधिलकी' आणि 'मानवी संवेदनशीलता' यामध्येच आहे. जर आपण केवळ आकडेवारीच्या मागे धावलो, तर आपण समाजकार्यकर्ते न राहता निव्वळ सांख्यिकी तज्ज्ञ बनू. आपली

पारंपरिक भूमिका हीच आपली शक्ती आहे आणि ती टिकवून ठेवणे हेच या तंत्रज्ञानाच्या युगातील सर्वात मोठे आव्हान आहे.

AI *मुळे बदलती व्यावसायिक ओळख*

कृत्रिम बुद्धिमत्तेच्या वेगाने होत असलेल्या विस्तारामुळे समाजकार्याच्या क्षेत्रातील व्यावसायिक ओळखीचा (Professional Identity) प्रश्न अधिक गुंतागुंतीचा झाला असून, समाजकार्यकर्त्याची पारंपरिक स्वायत्तता एका मोठ्या स्थित्यंतरातून जात आहे. ऐतिहासिकदृष्ट्या, समाजकार्य ही विद्याशाखा मानवी कौशल्ये, सहानुभूती आणि प्रत्यक्ष क्षेत्रीय कामावर आधारलेली आहे, जिथे कार्यकर्त्याची ओळख ही त्याच्या समुदायाशी असलेल्या जैविक आणि भावनिक नात्यातून निर्माण होत असे. मात्र, आजच्या तंत्रप्रधान युगात समाजकार्यकर्त्याची ही पारंपरिक ओळख धुसर होऊन त्याला 'डेटा-मध्यस्थ' किंवा 'अल्गोरिदमिक सहाय्यक' म्हणून पाहिले जात आहे. व्यावसायिक ओळख म्हणजे केवळ कामाचे स्वरूप नसून ती त्या व्यवसायाची नैतिकता, मूल्ये आणि समाजातील स्थानाचे प्रतीक असते. जेव्हा कृत्रिम बुद्धिमत्ता ही निर्णय प्रक्रियेत आणि समस्या निवारणात मानवी हस्तक्षेपापेक्षा श्रेष्ठ मानली जाते, तेव्हा समाजकार्यकर्त्याला स्वतःच्या अस्तित्वाचा आणि व्यावसायिक उपयुक्ततेचा फेरविचार करावा लागत आहे. ही बदलती ओळख केवळ तांत्रिक स्वीकारण्यापुरती मर्यादित नसून ती समाजकार्याच्या मूळ गाभ्यालाच आव्हान देणारी ठरत आहे.

व्यावसायिक ओळखीतील या बदलाचा पहिला महत्त्वाचा टप्पा म्हणजे 'तज्ञाकडून तंत्रज्ञाकडे' (From Expert to Technician) होणारे संक्रमण होय. पूर्वी समाजकार्यकर्ता हा एखाद्या सामाजिक समस्येचा सूक्ष्म अभ्यास करून स्वतःच्या विवेकबुद्धीने उपाययोजना सुचवणारा तज्ञ मानला जात असे. मात्र, एआयच्या आगमनानंतर

समाजकार्यकर्त्याची भूमिका ही केवळ यंत्रणेत डेटा भरण्यापुरती आणि यंत्राचे निष्कर्ष लाभार्थ्यांपर्यंत पोहोचवण्यापुरती मर्यादित होत चालली आहे. याला आपण 'डे-स्किलिंग' (De-skilling) किंवा कौशल्य-ऱ्हास म्हणू शकतो, जिथे कार्यकर्त्याच्या अनुभवापेक्षा यंत्राची 'प्रिसिजन' किंवा अचूकता अधिक महत्त्वाची ठरते. उदाहरणार्थ, बालहक्क क्षेत्रात काम करताना जर एखादे सॉफ्टवेअर मुलांच्या धोक्याचे (Risk assessment) प्रमाण ठरवत असेल, तर समाजकार्यकर्त्याचे स्वतःचे निरीक्षण गौण ठरवले जाते. यामुळे कार्यकर्त्याच्या मनात आपल्या व्यावसायिक कौशल्यांबद्दल न्यूनगंड निर्माण होऊ शकतो, ज्यामुळे त्याची व्यावसायिक स्वाभिमान आणि ओळख संकटात सापडते.

भारतीय समाजरचनेत समाजकार्यकर्त्याची ओळख ही प्रामुख्याने 'सामाजिक परिवर्तनाचा वाहक' अशी राहिली आहे. परंतु, एआयच्या प्रभावामुळे आता ही ओळख 'व्यवस्थापकीय' (Managerial) स्वरूपाची झाली आहे. आज मोठ्या स्वयंसेवी संस्था आणि सरकारी विभागांमध्ये समाजकार्यकर्त्यांना जास्तीत जास्त वेळ हा संगणकीय डॅशबोर्ड पाहण्यात आणि सांख्यिकीय अहवाल तयार करण्यात घालवावा लागतो. यामुळे प्रत्यक्ष समुदायातील संवाद कमी झाला असून, कार्यकर्त्याची ओळख 'लोकांचा माणूस' यावरून बदलून 'कार्यालयातील अधिकारी' अशी होत आहे. विशेषतः ग्रामीण भागात, जिथे समाजकार्यकर्त्याचा प्रत्यक्ष वावर हा विश्वासाचा पाया असायचा, तिथे आता तंत्रज्ञानामुळे एक प्रकारची अलिप्तता निर्माण झाली आहे. लाभार्थ्यांना असे वाटते की कार्यकर्ता त्यांच्या समस्यांपेक्षा यंत्राच्या नियमांना अधिक महत्त्व देत आहे. ही बदलती ओळख समाजकार्य आणि समाज यांच्यातील जैविक नाते तोडण्यास कारणीभूत ठरू शकते, जे भारतीय लोकशाहीतील सामाजिक कामाच्या मुळावर येणारे संकट आहे.

चिकित्सक दृष्टीकोनातून विचार करताना, एआयमुळे समाजकार्यकर्त्याच्या 'वकिली' (Advocacy) करण्याच्या भूमिकेवरही परिणाम झाला आहे. समाजकार्याची व्यावसायिक ओळख ही सत्तेला जाब विचारणारी आणि अन्यायाविरुद्ध उभी राहणारी अशी आहे. मात्र, जेव्हा निर्णय प्रक्रियेत अल्गोरिदमचा वापर होतो, तेव्हा कार्यकर्ता कोणाविरुद्ध आणि कसा आवाज उठवणार, हा प्रश्न निर्माण होतो. जर एखाद्या एआय प्रणालीने आदिवासींच्या जमिनीचे फेरवाटप किंवा पुनर्वसनाचा निर्णय 'डेटा'च्या आधारे घेतला असेल, तर कार्यकर्ता त्या निर्णयाला केवळ मानवी भावनेच्या आधारे आव्हान देऊ शकत नाही. यामुळे कार्यकर्त्याची ओळख एक 'बंडखोर' किंवा 'न्यायप्रेमी' वरून बदलून एक 'मूक अंमलबजावणी करणारा' (Passive implementer) अशी होऊ लागली आहे. ही व्यावसायिक ओळखीची घसरण केवळ कार्यकर्त्याच्या वैयक्तिक करिअरसाठी नाही, तर संपूर्ण समाजकार्य व्यवसायाच्या नैतिक अधिकारासाठी धोक्याची आहे.

या बदलत्या ओळखीचा एक गंभीर पैलू म्हणजे 'जबाबदारीचे हस्तांतरण'. जेव्हा एखादा समाजकार्यकर्ता स्वतःच्या विवेकाने निर्णय घेतो, तेव्हा त्या निर्णयाच्या यशापयशाची जबाबदारी त्याची असते. परंतु, एआयच्या युगात निर्णयांची जबाबदारी यंत्रावर ढकलली जात आहे. यामुळे समाजकार्यकर्त्यामधील 'नैतिक उत्तरदायित्व' (Ethical Accountability) कमी होत आहे. "हे सिस्टिमने ठरवले आहे, मी काही करू शकत नाही," ही भावना कार्यकर्त्याच्या व्यावसायिक ओळखीला कमकुवत करते. समाजकार्य हे मानवी प्रतिष्ठा जपण्याचे काम आहे; जर कार्यकर्ता स्वतःची जबाबदारी यंत्राला सोपवत असेल, तर तो आपल्या व्यवसायाची मूळ तत्त्वेच विसरत आहे. अशा प्रकारे, एआय केवळ कामाचे साधन न राहता ते कार्यकर्त्याच्या व्यावसायिक चारित्र्यावर आणि ओळखीवर नियंत्रण मिळवू लागले आहे, ज्यामुळे तो केवळ एक तांत्रिक नोकरशहा बनून राहण्याची भीती आहे.

भविष्यात समाजकार्यकर्त्याला आपली व्यावसायिक ओळख टिकवण्यासाठी 'सहयोगी' (Collaborator) ही नवी भूमिका स्वीकारावी लागेल, पण ती स्वायत्ततेच्या अटीवर. एआयला केवळ माहितीचे साधन मानून, त्यावर मानवी मूल्यांचा अंकुश ठेवण्याचे कौशल्य आत्मसात करावे लागेल. तंत्रज्ञान कितीही प्रगत झाले तरी ते 'सामाजिक जाणीव' आणि 'ऐतिहासिक संदर्भांची समज' निर्माण करू शकत नाही. आपली ओळख ही केवळ कार्यक्षमता नसून ती 'करुणा' आणि 'न्याय' या मूल्यांवर आधारलेली आहे. जोपर्यंत कार्यकर्ता आपल्या निर्णयांमध्ये मानवी संवेदनांचा समावेश करत नाही, तोपर्यंत त्याची व्यावसायिक ओळख अपूर्णच राहील. एआयच्या युगात समाजकार्यकर्त्याचे यश हे तो तंत्रज्ञानाचा किती वापर करतो यावर नसून, तो तंत्रज्ञानापासून मानवी मूल्यांचे किती रक्षण करतो यावर अवलंबून असेल.

कौशल्यांमधील बदल

कृत्रिम बुद्धिमत्तेच्या आगमनाने समाजकार्याच्या क्षेत्रातील व्यावसायिक कौशल्यांच्या पारंपरिक व्याख्येला पूर्णपणे बदलून टाकले आहे. ऐतिहासिकदृष्ट्या, समाजकार्यातील कौशल्यांचा केंद्रबिंदू हा 'मानवी संबंध हाताळणे' (Human Relation Skills) आणि 'प्रत्यक्ष क्षेत्रकार्य' (Field Work) यावर होता. समाजकार्यकर्त्याला संवाद कौशल्य, समुपदेशन, समुदाय संघटन आणि सामाजिक समस्यांचे चिकित्सक विश्लेषण यामध्ये निपुण मानले जात असे. मात्र, तंत्रज्ञानाच्या हस्तक्षेपामुळे आता केवळ ही पारंपरिक कौशल्ये पुरेशी ठरत नाहीत. 'कौशल्यांमधील बदल' (Shifting Skill Sets) ही प्रक्रिया आता केवळ तांत्रिक साक्षरतेपुरती मर्यादित नसून, ती समाजकार्यकर्त्याच्या विचार करण्याच्या आणि समस्या सोडवण्याच्या पद्धतीत होणारा आमूलाग्र बदल आहे. आजच्या काळात कौशल्यांची ही पुनर्रचना समाजकार्यकर्त्याला एका नव्या पेचात पाडत आहे, जिथे त्याला मानवी

संवेदनशीलता आणि डिजिटल कार्यक्षमता यांचा समतोल राखावा लागत आहे.

पारंपरिक समाजकार्यात 'माहिती गोळा करणे' हे एक प्राथमिक कौशल्य मानले जात असे, ज्यासाठी कार्यकर्ता तासनतास लाभार्थ्यांशी संवाद साधायचा. आता, एआयच्या युगात हे कौशल्य 'डेटा इंटरप्रिटेशन' किंवा माहितीच्या विश्लेषणाकडे वळले आहे. समाजकार्यकर्त्याला आता केवळ आकडेवारी गोळा करायची नाही, तर अल्गोरिदमने दिलेल्या निष्कर्षांमधील सामाजिक अर्थ शोधायचा आहे. उदाहरणार्थ, आरोग्य समाजकार्यात (Medical Social Work) एआय प्रणाली एखाद्या वस्तीतील साथीच्या रोगाचा प्रसार होण्याचा अंदाज वर्तवू शकते. येथे कार्यकर्त्याचे कौशल्य हे त्या तांत्रिक अंदाजाला तिथल्या सामाजिक वास्तवाशी जोडण्याचे आहे. जर कार्यकर्त्याकडे केवळ तांत्रिक माहिती असेल पण ती माहिती लोकांच्या भाषेत सांगण्याचे किंवा तिथल्या अंधश्रद्धा हाताळण्याचे कौशल्य नसेल, तर एआयचा तो अंदाज निरुपयोगी ठरतो. त्यामुळे, तांत्रिक साक्षरता आणि सामाजिक प्रगल्भता यांचे एकत्रीकरण हे आजच्या काळातील सर्वात महत्त्वाचे कौशल्य बनले आहे.

कौशल्यांमधील या बदलाचा एक चिकित्सक पैलू म्हणजे 'डिजीटल ॲडव्होकेसी' किंवा तांत्रिक वकिलीची गरज. भारतीय समाजरचनेत जात, वर्ग आणि लिंगाच्या आधारे जो डिजिटल भेदभाव (Digital Divide) आहे, तो दूर करण्यासाठी समाजकार्यकर्त्याला नवीन डिजिटल कौशल्यांची आवश्यकता आहे. पूर्वी कार्यकर्ता रस्त्यावर उतरून हक्कांची मागणी करायचा, आता त्याला 'अल्गोरिदमिक पारदर्शकतेसाठी' (Algorithmic Transparency) तांत्रिक स्तरावर युक्तिवाद करावा लागत आहे. जर एखादे सॉफ्टवेअर विशिष्ट समुदायाला कर्ज किंवा रेशन नाकारत असेल, तर त्या सिस्टिममधील 'बायस' किंवा पूर्वग्रह शोधण्याचे तांत्रिक कौशल्य कार्यकर्त्याकडे

असणे गरजेचे आहे. हे केवळ संगणक चालवण्याचे कौशल्य नसून, तांत्रिक चौकटीत सामाजिक न्यायाची मूल्ये शोधण्याचे आणि मांडण्याचे प्रगत कौशल्य आहे. यामुळे समाजकार्यकर्त्याची भूमिका ही अधिक आव्हानात्मक आणि बहुआयामी झाली आहे.

या प्रक्रियेत 'भावनिक बुद्धिमत्ता' (Emotional Intelligence) या कौशल्याचे स्वरूपही बदलत आहे. कृत्रिम बुद्धिमत्ता मानवी भावनांचे 'नमुने' (Patterns) ओळखू शकते, पण त्यामागील 'संदर्भ' (Context) समजू शकत नाही. येथे समाजकार्यकर्त्याच्या कौशल्याची गरज भासते. समुपदेशनाच्या प्रक्रियेत जेव्हा एखादा लाभार्थी आपली व्यथा मांडतो, तेव्हा कार्यकर्ता त्याच्या आवाजातील चढ-उतार आणि चेहऱ्यावरील सूक्ष्म छटा ओळखून प्रतिसाद देतो. एआय आधारित चॅटबॉट्स हे करू शकत नाहीत. त्यामुळे, भविष्यातील समाजकार्यकर्त्याला अशा गोष्टींवर लक्ष केंद्रित करावे लागेल ज्या यंत्रे करू शकत नाहीत, जसे की जटिल नैतिक पेच सोडवणे, समुदायामध्ये विश्वास निर्माण करणे आणि सांस्कृतिक संवेदनशीलतेने हस्तक्षेप करणे. याला 'हाय-टच' (High-touch) स्किल्स म्हटले जाते, जी हाय-टेक युगात अधिकच मौल्यवान झाली आहेत.

समाजकार्याच्या अभ्यासक्रमात आणि प्रत्यक्ष कार्यात आता 'डेटा एथिक्स' (Data Ethics) हे एक अनिवार्य कौशल्य म्हणून पुढे येत आहे. माहितीची गोपनीयता जपण्यासोबतच, तंत्रज्ञानाचा गैरवापर टाळणे हे समाजकार्यकर्त्याचे कौशल्य आहे. भारतीय संदर्भात, जिथे साक्षरतेचे प्रमाण कमी आहे, तिथे लाभार्थ्यांना त्यांच्या डिजिटल अधिकारांची जाणीव करून देणे हे कार्यकर्त्याचे कर्तव्य आहे. समाजकार्यकर्ता आता केवळ मदत करणारा राहत नाही, तर तो लाभार्थ्याचा 'डिजिटल पालक' (Digital Guardian) बनत आहे. यासाठी त्याला तांत्रिक भाषेतून सामाजिक हक्कांचे भाषांतर करण्याचे कौशल्य आत्मसात करावे लागेल. हे कौशल्य कार्यकर्त्याला केवळ

'डेटा ऑपरेटर' होण्यापासून वाचवेल आणि त्याची व्यावसायिक ओळख टिकवून ठेवण्यास मदत करेल.

तथापि, कौशल्यांमधील या बदलामुळे समाजकार्यकर्त्यांमध्ये एक प्रकारचे 'कौशल्य अंतर' (Skill Gap) निर्माण झाले आहे. जुन्या पिढीतील कार्यकर्त्यांना तंत्रज्ञानाची भीती वाटते, तर नवीन पिढीतील कार्यकर्त्यांकडे तंत्रज्ञान असूनही सामाजिक वास्तवाचा आणि क्षेत्रीय कामाचा अनुभव कमी पडतो. या दोघांच्या कौशल्यांचा मेळ घालणे हे समाजकार्य शिक्षणापुढील मोठे आव्हान आहे. कार्यकर्त्याला आता हे शिकावे लागेल की तंत्रज्ञान हे अंतिम उत्तर नसून ते केवळ एक साधन आहे. जेव्हा एखादा एआय अल्गोरिदम ग्रामीण विकासाचा आराखडा देतो, तेव्हा त्या आराखड्याची अंमलबजावणी करताना लोकांच्या भावना आणि सहभाग कसा मिळवायचा, हे मानवी कौशल्यच परिवर्तनाचा खरा वेग ठरवते.

शेवटी, समाजकार्यकर्त्याच्या कौशल्यांमधील बदल हा त्याला अधिक सक्षम करण्यासाठी आहे, त्याला निरुपयोगी ठरवण्यासाठी नाही. एआयमुळे कार्यकर्त्याची प्रशासकीय कामे कमी होऊन त्याला लाभार्थ्यांशी प्रत्यक्ष संवाद साधण्यासाठी अधिक वेळ मिळायला हवा. परंतु, प्रत्यक्षात कार्यकर्त्याचा वेळ जर केवळ डेटा एंट्रीमध्येच जात असेल, तर त्याच्या मूळ कौशल्यांचा ऱ्हास होतो. समाजकार्यकर्त्याचे खरे कौशल्य हे तंत्रज्ञानावर 'नियंत्रण' मिळवण्यात आहे, तंत्रज्ञानाचे 'गुलाम' होण्यात नाही. प्रगत तांत्रिक युगात तुमचे 'माणूसपण' आणि तुमची 'नैतिक विवेकबुद्धी' हीच तुमची सर्वात प्रबळ कौशल्ये असणार आहेत.

समाजकार्यकर्त्यांचे नैतिक द्वंद्व

कृत्रिम बुद्धिमत्तेच्या वेगाने होत असलेल्या विस्तारामुळे समाजकार्याच्या क्षेत्रात एक अभूतपूर्व 'नैतिक द्वंद्व' (Ethical

Dilemma) निर्माण झाले आहे. समाजकार्य हा व्यवसाय मुळातच मानवी हक्क, सामाजिक न्याय आणि व्यक्तीच्या सन्मानावर आधारित आहे. जेव्हा या मानवी मूल्यांच्या चौकटीत अल्गोरिदम आणि स्वयंचलित यंत्रणांचा प्रवेश होतो, तेव्हा समाजकार्यकर्त्यासमोर अनेक नैतिक प्रश्न उभे राहतात. नैतिक द्वंद्व म्हणजे अशी स्थिती, जिथे दोन स्पर्धात्मक मूल्यांपैकी एकाची निवड करणे कठीण होते किंवा जिथे तांत्रिक सोय आणि व्यावसायिक नैतिकता एकमेकांच्या विरोधात उभ्या ठाकतात. समाजकार्याच्या पारंपरिक पद्धतींमध्ये निर्णयाचा आधार हा कार्यकर्त्याचा विवेक आणि प्रस्थापित नैतिक तत्त्वे असायची, परंतु आता एआयच्या हस्तक्षेपामुळे हा निर्णयाचा अधिकार तांत्रिक प्रणालींकडे सरकत आहे. या पार्श्वभूमीवर, समाजकार्यकर्त्याची ओळख केवळ एक सेवा देणारा घटक म्हणून न राहता, ती तंत्रज्ञान आणि मानवता यांच्यातील संघर्षाचा केंद्रबिंदू बनली आहे.

या नैतिक द्वंद्वाचा सर्वात महत्त्वाचा पैलू म्हणजे 'गोपनीयता आणि डेटा सुरक्षा' विरुद्ध 'कार्यक्षमता'. समाजकार्यात लाभार्थ्याशी असलेला विश्वास हा गोपनीयतेच्या (Confidentiality) अटीवर टिकून असतो. लाभार्थी आपल्या आयुष्यातील अत्यंत खाजगी आणि संवेदनशील गोष्टी समाजकार्यकर्त्याला सांगतो. मात्र, जेव्हा ही माहिती एआय प्रणालीमध्ये भरली जाते, तेव्हा त्या माहितीच्या मालकीचा आणि सुरक्षेचा प्रश्न निर्माण होतो. कार्यकर्त्यासमोर द्वंद्व असे असते की, यंत्रणेची कार्यक्षमता वाढवण्यासाठी डेटा देणे आवश्यक आहे, पण तसे करताना लाभार्थ्याच्या खाजगीपणाचा बळी जात तर नाही ना? भारतीय संदर्भात, जिथे डेटा संरक्षणाचे कायदे अद्याप प्राथमिक अवस्थेत आहेत, तिथे उपेक्षित घटकांची माहिती सुरक्षित राहीलच याची खात्री देता येत नाही. जर हा डेटा लीक झाला किंवा त्याचा वापर कॉर्पोरेट कंपन्यांनी केला, तर त्या अन्यायाची नैतिक जबाबदारी कोणाची असेल, हा प्रश्न कार्यकर्त्याला अस्वस्थ करणारा आहे.

दुसरे मोठे द्वंद्व 'मानवी स्वायत्तता' (Human Autonomy) आणि 'अल्गोरिदमिक नियतीवाद' यांच्यात आहे. समाजकार्य हे व्यक्तीला स्वतःचे निर्णय घेण्यास सक्षम करण्यावर (Self-determination) भर देते. परंतु, एआय प्रणाली अनेकदा लाभार्थ्यांसाठी 'सर्वोत्तम' काय आहे, याचे भाकीत आधीच करतात. उदाहरणार्थ, एखाद्या बाल संरक्षण अधिकारणीसमोर एआयने असा निष्कर्ष काढला की, विशिष्ट कुटुंबातील मुलाला पालकांपासून वेगळे करणे हे डेटाच्या आधारे सुरक्षित आहे; अशा वेळी त्या अधिकारणीसमोर मोठे द्वंद्व उभे राहते. तिने यंत्राच्या 'अचूक' मानल्या जाणाऱ्या तर्कावर विश्वास ठेवावा की स्वतःच्या मानवी निरीक्षणावर? यंत्राचे ऐकल्यास ती मानवी नात्यांच्या गुंतागुंतीकडे दुर्लक्ष करते आणि स्वतःच्या निरीक्षणावर ठाम राहिल्यास तांत्रिकदृष्ट्या ती 'जोखीम' पत्करत असते. हे द्वंद्व समाजकार्यकर्त्याच्या व्यावसायिक आत्मविश्वासाला तडे देणारे ठरू शकते, कारण येथे तंत्रज्ञानाची शक्ती मानवी विवेकाला आव्हान देत आहे.

'भेदभाव आणि न्याय' हे देखील या द्वंद्वाचे एक गंभीर अंग आहे. एआय प्रणालींमधील अंगभूत पूर्वग्रह (Bias) हे सामाजिक अन्यायाला तांत्रिक स्वरूप देऊ शकतात. जर समाजकार्यकर्त्याला हे जाणवले की, ज्या सॉफ्टवेअरचा तो वापर करत आहे ते विशिष्ट जातीच्या किंवा धर्माच्या लोकांबाबत नकारात्मक निष्कर्ष काढत आहे, तर त्याने काय करावे? त्या सिस्टिमचा वापर थांबवणे म्हणजे कामात अडथळा आणणे ठरू शकते, आणि वापर सुरू ठेवणे म्हणजे अन्यायाला साथ देणे. भारतीय समाजात जिथे सामाजिक विषमता खोलवर रुजलेली आहे, तिथे तांत्रिक पक्षपातीपणा हा 'अदृश्य' असतो. कार्यकर्त्यासमोर हे द्वंद्व असते की, त्याने यंत्रणेचा भाग बनून आपली उत्पादकता वाढवावी की यंत्रणेतील या त्रुटींविरुद्ध संघर्ष करून स्वतःची व्यावसायिक मूल्ये जपून ठेवावीत. अनेकदा नोकरीची गरज आणि संस्थात्मक दडपण

यामुळे कार्यकर्त्याला आपल्या नैतिक मूल्यांशी तडजोड करावी लागते, ज्यामुळे त्याच्या व्यावसायिक ओळखीवर संकट येते.

तसेच, 'उत्तरदायित्वाचा अभाव' हे एक नवीन नैतिक संकट निर्माण करत आहे. पारंपारिक समाजकार्यात जर एखाद्या निर्णयामुळे लाभार्थ्याचे नुकसान झाले, तर कार्यकर्ता त्याबद्दल उत्तरदायी असतो. पण जेव्हा निर्णय एआयने घेतलेला असतो, तेव्हा कार्यकर्ता स्वतःची जबाबदारी झटकू शकतो. "सिस्टिमने असेच सुचवले होते," असे म्हणून पळवाट काढण्याचे प्रलोभन निर्माण होते. हे द्वंद्व कार्यकर्त्याच्या नैतिक चारित्र्यावर परिणाम करते. समाजकार्यकर्ता म्हणून आपली भूमिका केवळ आदेशाचे पालन करणे ही नसून, प्रत्येक निर्णयाच्या परिणामांची नैतिक जबाबदारी स्वीकारणे ही आहे. जर यंत्रामुळे ही जबाबदारी घेण्याची वृत्ती कमी झाली, तर समाजकार्य हे केवळ एक यांत्रिक काम बनेल आणि त्यातील 'नैतिक गांभीर्य' हरवून जाईल. यामुळे कार्यकर्त्याला स्वतःच्या नजरेत आपण 'समाजकार्यकर्ता' उरलो आहोत की निव्वळ एक 'ऑपरेटर' झालो आहोत, अशा द्वंद्वाचा सामना करावा लागतो.

भारतीय ग्रामीण भागात काम करताना डिजिटल दरीमुळे (Digital Divide) निर्माण होणारे द्वंद्व अधिक तीव्र असते. ज्या लोकांकडे स्मार्टफोन नाही किंवा जे अशिक्षित आहेत, त्यांना एआय आधारित सेवांपासून वंचित ठेवणे हे सामाजिक न्यायाच्या विरोधात आहे. कार्यकर्ता जेव्हा पाहतो की तंत्रज्ञान केवळ मूठभर लोकांसाठी सोयीचे ठरत आहे आणि बहुसंख्याकांसाठी अडथळा बनत आहे, तेव्हा त्याच्या मनात व्यवसायाच्या 'समानता' या मूल्याबद्दल प्रश्न निर्माण होतात. तांत्रिक प्रगतीच्या प्रवाहात सामील व्हायचे की तंत्रज्ञानामुळे मागे पडलेल्या लोकांसाठी जुन्याच पण मानवी पद्धतींचा आग्रह धरायचा, हे द्वंद्व कार्यकर्त्याला सतत सतावत असते. एआय सर्वांसाठी समान आहे हा दावा खोटा आहे हे कार्यकर्त्याला जमिनीवर काम करताना दिसत

असते, तरीही वरून येणाऱ्या तांत्रिक आदेशांचे पालन त्याला करावे लागते.

अखेर, समाजकार्यकर्त्याचे हे नैतिक द्वंद्व त्याला त्याच्या मूळ उद्देशाकडे पुन्हा वळण्यास प्रवृत्त करते. तंत्रज्ञान हे कधीही मूल्यांची जागा घेऊ शकत नाही, हे सत्य कार्यकर्त्याला स्वीकारावे लागेल. एआय हे एक दुधारी शस्त्र आहे; ते जितकी मदत करू शकते, तितकेच ते मानवी नातेसंबंधांना हानीही पोहोचवू शकते. या द्वंद्वावर मात करण्याचा एकमेव मार्ग म्हणजे 'सजगता' आणि 'नैतिक धैर्याचा' (Moral Courage) वापर करणे. समाजकार्यकर्त्याने हे लक्षात ठेवले पाहिजे की, यंत्राचा निष्कर्ष हा केवळ एक 'सल्ला' आहे, अंतिम निर्णय नाही. जोपर्यंत कार्यकर्ता मानवी प्रतिष्ठा आणि न्यायाला तंत्रज्ञानापेक्षा वरचे स्थान देतो, तोपर्यंत त्याचे हे द्वंद्व त्याला चुकीच्या मार्गावर जाण्यापासून रोखत राहील. व्यावसायिक ओळखीचे हे संकट प्रत्यक्षात कार्यकर्त्याला आपली मूल्ये अधिक घट्ट करण्याची संधी देत आहे.

मानवी भूमिका कमी होण्याची भीती

कृत्रिम बुद्धिमत्तेच्या वाढत्या प्रभावामुळे समाजकार्याच्या क्षेत्रात 'मानवी भूमिका कमी होण्याची भीती' (Fear of Dehumanization and Displacement) हा एक अत्यंत कळीचा आणि मानसिक चिंतेचा विषय बनला आहे. समाजकार्य हा मुळातच "माणसाने माणसासाठी" केलेला व्यवसाय आहे, जिथे मानवी उपस्थिती आणि संवेदनशीलता हे केवळ कार्यपद्धतीचे भाग नसून ते यशाचे निकष आहेत. ऐतिहासिकदृष्ट्या, समाजकार्यकर्त्याची ओळख ही संकटात सापडलेल्या व्यक्तीला आधार देणारा, तिच्याशी संवाद साधणारा आणि तिच्यासाठी व्यवस्थेशी लढणारा एक जिवंत दुवा म्हणून राहिलेली आहे. मात्र, जेव्हा संगणकीय अल्गोरिदम माहितीचे

विश्लेषण करू लागतात, चॅटबॉट्स समुपदेशनाची भूमिका निभावू लागतात आणि स्वयंचलित प्रणाली कोणाला मदत द्यायची हे ठरवू लागतात, तेव्हा समाजकार्यकर्त्याला आपल्या अस्तित्वाबद्दल शंका वाटू लागते. ही भीती केवळ रोजगार जाण्याबद्दल नसून, समाजकार्यातील 'मानवी ओलावा' आणि 'व्यावसायिक स्वायत्तता' नष्ट होण्याबद्दल आहे. तांत्रिक कार्यक्षमतेच्या नादात मानवी हस्तक्षेप दुय्यम ठरवला जाणे, हे या व्यवसायाच्या मूळ मूल्यांवर आलेले संकट आहे.

या भीतीचा प्राथमिक उगम समाजकार्यातील 'बदली प्रक्रिये'तून (Replacement Theory) होतो. अनेक संस्थांमध्ये आता प्रशासकीय कामे, लाभार्थ्यांचे स्क्रीनिंग आणि जोखीम मूल्यांकन (Risk Assessment) करण्यासाठी एआय प्रणालींचा वापर वाढला आहे. यामुळे समाजकार्यकर्त्याला असे वाटू लागले आहे की, जर यंत्रेच निर्णय घेणार असतील, तर मग कार्यकर्त्याची गरज काय? भारतीय संदर्भात, जिथे सामाजिक क्षेत्रासाठीचा निधी आधीच मर्यादित असतो, तिथे तंत्रज्ञानाचा वापर करून मानवी मनुष्यबळ कमी करण्याचे धोरण राबवले जाण्याची भीती अधिक प्रबळ आहे. उदाहरणार्थ, आरोग्य समाजकार्यात रुग्णांच्या सामाजिक-आर्थिक स्थितीचा अभ्यास करून त्यांना सवलती मिळवून देण्याचे काम पूर्वी कार्यकर्ता करायचा, आता ते काम सॉफ्टवेअरमधील डेटा पॉईंट्स करू लागले आहेत. या यांत्रिकीकरणामुळे समाजकार्यकर्ता हा समाजातील 'परिवर्तनाचा वाहक' राहण्याऐवजी केवळ एक 'डेटा एन्ट्री ऑपरेटर' बनण्याची भीती निर्माण झाली आहे, ज्यामुळे त्याच्या व्यावसायिक ओळखीला धक्का पोहोचतो.

चिकित्सक दृष्टीकोनातून पाहिल्यास, मानवी भूमिका कमी होणे म्हणजे केवळ नोकरी जाणे नव्हे, तर समाजकार्यातील 'नैतिक विवेकाचा' अंत होणे होय. यंत्रे ही माहितीवर प्रक्रिया करू शकतात,

पण ती माहिती ज्या जिवंत माणसाशी संबंधित आहे, त्याची प्रतिष्ठा (Dignity) यंत्राला समजत नाही. समाजकार्यकर्ता हा लाभार्थ्याच्या 'अव्याख्यायित' गरजा समजू शकतो. समजा, एखादी निराधार महिला केवळ अन्नाची मागणी करत असली, तरी तिच्या डोळ्यांतील अगतिकता ओळखून कार्यकर्ता तिला मानसिक आधार आणि कायदेशीर संरक्षणाची गरज आहे हे ओळखतो. एआय केवळ मागणीनुसार प्रतिसाद देतो; ते 'शब्दांच्या पलीकडले' वाचू शकत नाही. जर आपण समाजकार्यातून मानवी भूमिका कमी केली, तर आपण केवळ 'समस्यांचे व्यवस्थापन' करू, पण 'माणसांचे सक्षमीकरण' करू शकणार नाही. ही भीती समाजकार्यकर्त्याला सतावते कारण त्याला माहित आहे की, यंत्राचा कोरडा निर्णय अनेकदा सामाजिक अन्यायाला तांत्रिक मान्यता देणारा ठरू शकतो.

भारतीय समाजरचेतील डिजिटल दरी आणि भाषिक विविधता लक्षात घेता, मानवी भूमिका कमी होणे हे उपेक्षित घटकांसाठी आपत्तीजनक ठरू शकते. ग्रामीण भागातील अशिक्षित किंवा आदिवासी समुदायातील लोक यंत्राशी संवाद साधण्यास घाबरतात. त्यांना त्यांच्याच भाषेत, त्यांच्याच संस्कृतीचा भाग होऊन बोलणाऱ्या कार्यकर्त्याची गरज असते. जर आपण समाजकार्याचे पूर्णपणे 'ॲप-आधारित' किंवा 'स्वयंचलित' मॉडेल स्वीकारले, तर या लोकांचा व्यवस्थेवरील उरलासुरला विश्वासही उडून जाईल. कार्यकर्ता हा या लोकांसाठी केवळ माहिती देणारा नसून तो त्यांचा 'आश्रयदाता' असतो. जेव्हा ही मानवी भूमिका कमी केली जाते, तेव्हा तंत्रज्ञान हे मदतीचे साधन राहण्याऐवजी 'नियंत्रणाचे साधन' बनते. ही भीती केवळ कार्यकर्त्यालाच नाही, तर संपूर्ण समुदायाला व्यवस्थेपासून तोडणारी ठरू शकते, ज्यामुळे सामाजिक कामातील लोकशाही मूल्यांचा ऱ्हास होतो.

शिवाय, समाजकार्यातील 'समुदाय संघटन' (Community Organization) आणि 'वकिली' (Advocacy) या क्षेत्रांमध्ये मानवी भूमिकेची जागा कोणतेही तंत्रज्ञान घेऊ शकत नाही. लोकांचे संघटन करणे, त्यांच्यात चेतना निर्माण करणे आणि अन्यायाविरुद्ध मोर्चे काढणे यासाठी प्रत्यक्ष मानवी नेतृत्व आणि भावनिक आवाहन लागते. एआय आकडेवारी देऊ शकते की किती लोक बेरोजगार आहेत, पण त्या बेरोजगार तरुणांमध्ये आत्मसन्मानाची ज्योत पेटवण्यासाठी समाजकार्यकर्त्याचे शब्दच प्रभावी ठरतात. मानवी भूमिका कमी होण्याच्या भीतीमुळे कार्यकर्त्यांमध्ये एक प्रकारची निष्क्रियता निर्माण होऊ शकते. जर कार्यकर्त्याला वाटले की त्याचे विचार आणि कृती यंत्रापेक्षा कमी महत्त्वाची आहे, तर तो व्यवस्थेतील त्रुटींवर बोट ठेवण्याचे धाडस गमावून बसेल. समाजकार्य हा एक 'राजकीय आणि सामाजिक' हस्तक्षेप आहे; आणि राजकारण किंवा समाजकारण यंत्रांच्या स्वाधीन करणे म्हणजे मानवी अधिकारांच्या लढाईतून माघार घेणे होय.

समारोप करताना हे समजून घेणे आवश्यक आहे की, मानवी भूमिका कमी होण्याची ही भीती घालवण्यासाठी समाजकार्याला स्वतःची व्याख्या अधिक प्रगल्भ करावी लागेल. आपण तंत्रज्ञानाला आपला 'मालक' न मानता 'नोकर' मानले पाहिजे. एआय आपली कामे सोपी करू शकते, पण ते आपली जागा घेऊ शकत नाही, कारण समाजकार्य हे केवळ मेंदूने करण्याचे काम नसून ते हृदयाने करण्याचे काम आहे. कार्यकर्त्यांनी हे ओळखले पाहिजे की, यंत्रांची अचूकता ही त्यांच्या संवेदनशीलतेची बरोबरी करू शकत नाही. ही भीती बाळगण्यापेक्षा, तंत्रज्ञानाचा वापर करून आपली मानवी भूमिका अधिक प्रभावी कशी करता येईल, यावर लक्ष केंद्रित केले पाहिजे. यंत्रांकडे 'डेटा' असेल, पण कार्यकर्त्याकडे 'संदर्भ' आणि 'करुणा' असते. जोपर्यंत समाजात विषमता आणि दुःख आहे, तोपर्यंत मानवी

हस्तक्षेपाची गरज कधीही संपणार नाही; फक्त हस्तक्षेपाचे स्वरूप काळानुसार बदलावे लागेल.

नवीन कौशल्यांची गरज

कृत्रिम बुद्धिमत्तेच्या युगात समाजकार्यकर्त्याची व्यावसायिक ओळख केवळ संकटात नाही, तर ती एका अत्यंत महत्त्वाच्या वळणावर उभी आहे, जिथे 'नवीन कौशल्यांची गरज' (Need for New Skill Sets) ही केवळ काळाची गरज नसून अस्तित्वाची अट बनली आहे. पारंपारिक समाजकार्यात आपण प्रामुख्याने मानवी संबंध, संवाद आणि क्षेत्रकार्यावर भर दिला, परंतु आता तंत्रज्ञानाच्या हस्तक्षेपामुळे या कौशल्यांची व्याप्ती वाढवणे अनिवार्य झाले आहे. नवीन कौशल्ये म्हणजे केवळ संगणक चालवण्याचे तांत्रिक ज्ञान नव्हे, तर तंत्रज्ञान आणि समाजकार्य यांची सांगड घालणारी एक नवीन 'वैचारिक दृष्टी' होय. समाजकार्य ही एक गतिमान विद्याशाखा आहे, जिने प्रत्येक कालखंडात नवीन आव्हाने स्वीकारून स्वतःला सिद्ध केले आहे. एआयच्या संदर्भात, समाजकार्यकर्त्याला आता अशा कौशल्यांची आवश्यकता आहे जी त्याला केवळ माहितीचा वापरकर्ता न ठेवता, त्या माहितीचा सामाजिक कल्याणासाठी विनियोग करणारा एक 'सजग मध्यस्थ' म्हणून प्रस्थापित करतील.

नवीन कौशल्यांच्या या रचनेत 'डेटा साक्षरता आणि विश्लेषण' (Data Literacy and Analytics) हे प्रथम क्रमांकाचे कौशल्य ठरते. समाजकार्यकर्त्याला आता प्रचंड मोठ्या माहितीच्या साठ्यातून (Big Data) अर्थपूर्ण निष्कर्ष काढण्याचे कौशल्य आत्मसात करावे लागेल. उदाहरणार्थ, जर एखादा समाजकार्यकर्ता कुपोषण निर्मूलनासाठी काम करत असेल, तर त्याला एआय प्रणालीने दिलेल्या डेटावरून हे ओळखता आले पाहिजे की कोणत्या विशिष्ट भौगोलिक क्षेत्रात किंवा समुदायात मदतीची तातडीची गरज आहे. हे केवळ आकडे वाचणे

नाही, तर त्या आकड्यांमागील मानवी दुःख आणि सामाजिक कारणे शोधण्याचे कौशल्य आहे. विदा साक्षरता म्हणजे तंत्रज्ञानाने दिलेल्या माहितीला 'सामाजिक वास्तवाच्या' निकषावर तपासून पाहण्याची क्षमता होय. जर यंत्राने दिलेला निष्कर्ष जमिनीवरील वास्तवाशी विसंगत असेल, तर त्याला तांत्रिक आणि वैचारिक स्तरावर आव्हान देण्याचे धाडस आणि कौशल्य समाजकार्यकर्त्याकडे असणे आवश्यक आहे.

दुसरे महत्त्वाचे कौशल्य म्हणजे 'डिजीटल ॲडव्होकेसी' (Digital Advocacy) आणि तंत्रज्ञान आधारित वकिली. भारतीय समाजरचनेत जिथे डिजिटल दरी (Digital Divide) अत्यंत खोल आहे, तिथे समाजकार्यकर्त्याला लाभार्थ्यांच्या डिजिटल अधिकारांसाठी लढावे लागेल. अनेकदा तांत्रिक प्रक्रियेत साक्षरतेच्या अभावामुळे गरीब लोक मुख्य प्रवाहातून बाहेर फेकले जातात. अशा वेळी, तंत्रज्ञानाचा वापर करूनच या अन्यायाला वाचा फोडण्याचे कौशल्य कार्यकर्त्याला शिकावे लागेल. यामध्ये सोशल मीडियाचा प्रभावी वापर, ऑनलाईन मोहिमांचे आयोजन आणि सर्वात महत्त्वाचे म्हणजे एआय प्रणालींमधील 'अल्गोरिदमिक पूर्वग्रह' (Algorithmic Bias) शोधून काढणे समाविष्ट आहे. जर एखाद्या सरकारी पोर्टलवर तांत्रिक त्रुटीमुळे लाभार्थ्यांचे अर्ज बाद होत असतील, तर केवळ तक्रार न करता त्या तांत्रिक त्रुटीचे मूळ शोधून प्रशासनाला जाब विचारण्याचे नवीन कौशल्य आजच्या समाजकार्यकर्त्यासाठी अनिवार्य झाले आहे.

या तांत्रिक कौशल्यांसोबतच 'नैतिक निर्णयक्षमता' (Ethical Decision Making) हे कौशल्य अधिक प्रगत करणे गरजेचे आहे. कृत्रिम बुद्धिमत्ता माहिती देऊ शकते, पण ती नैतिकता देऊ शकत नाही. समाजकार्यकर्त्याला आता हे कौशल्य विकसित करावे लागेल की, यंत्राने सुचवलेला मार्ग समाजकार्याच्या 'सामाजिक न्याय' आणि 'मानवी प्रतिष्ठा' या मूल्यांशी सुसंगत आहे की नाही. उदाहरणार्थ,

बाल हक्क संरक्षणाच्या कामात एआय एखाद्या मुलाला त्याच्या पालकांपासून वेगळे करण्याचा सल्ला देऊ शकते, पण तिथे त्या मुलाच्या भावनिक भविष्याचा विचार करून अंतिम निर्णय घेण्याचे कौशल्य कार्यकर्त्याकडेच हवे. हे 'हाय-टच' कौशल्य आहे, जे तांत्रिक तर्काच्या पलीकडे जाऊन मानवी हिताचा विचार करते. तंत्रज्ञानाच्या युगात मानवी संवेदनांना तांत्रिक चौकटीत हरवू न देण्याचे कौशल्य हीच समाजकार्यकर्त्याची खरी ताकद ठरणार आहे.

चिकित्सक दृष्टीकोनातून पाहिल्यास, समाजकार्यकर्त्याला आता 'तांत्रिक संवादाचे भाषांतर' (Techno-Social Translation) करण्याचे कौशल्य शिकावे लागेल. याचा अर्थ असा की, तंत्रज्ञ आणि धोरणकर्ते ज्या तांत्रिक भाषेत बोलतात, तिचे साध्या सामाजिक भाषेत रूपांतर करून लाभार्थ्यांपर्यंत पोहोचवणे. भारतीय ग्रामीण भागात जिथे आजही लोक तंत्रज्ञानाकडे संशयाने पाहतात, तिथे एआय आधारित योजनांचा विश्वासार्ह प्रसार करण्याचे काम समाजकार्यकर्त्याला करावे लागेल. हे कौशल्य केवळ माहिती तंत्रज्ञानाचे नसून ते 'मानवी वर्तणूक शास्त्राचे' (Behavioral Science) आहे. लोकांना तंत्रज्ञानाशी जोडताना त्यांच्यातील भीती घालवणे आणि त्यांना स्वावलंबी बनवणे, हे एक उच्च दर्जाचे संवाद कौशल्य आहे जे समाजकार्य शिक्षणामध्ये आता समाविष्ट करणे आवश्यक झाले आहे.

तथापि, ही नवीन कौशल्ये आत्मसात करताना कार्यकर्त्याला 'सहयोगी नेतृत्व' (Collaborative Leadership) विकसित करावे लागेल. आता समाजकार्यकर्ता एकटा काम करू शकत नाही; त्याला डेटा सायंटिस्ट, सॉफ्टवेअर इंजिनिअर्स आणि धोरणकर्त्यांसोबत समन्वय साधावा लागेल. या समन्वयामध्ये समाजकार्याची मूल्ये दबली जाणार नाहीत, याची काळजी घेण्याचे राजकीय आणि सामाजिक कौशल्य कार्यकर्त्याकडे असायला हवे. तंत्रज्ञांच्या तांत्रिक जगात

'माणूस' हरवला जाणार नाही, हे पाहणे हे समाजकार्यकर्त्याचे सर्वात मोठे 'व्यावसायिक कौशल्य' असेल. एआयच्या युगात समाजकार्यकर्ता हा केवळ सेवा पुरवठादार नसून तो तंत्रज्ञानाचा 'मानवी चेहरा' (Human Face of Technology) म्हणून ओळखला गेला पाहिजे.

शेवटी, नवीन कौशल्यांची ही गरज समाजकार्यकर्त्याला अधिक प्रगल्भ आणि काळाशी सुसंगत बनवण्यासाठी आहे. तंत्रज्ञान हे आपल्याला विस्थापित करण्यासाठी आलेले नसून, आपल्या कामाची व्याप्ती आणि परिणामकारकता वाढवण्यासाठी आलेले आहे, ही जाणीव ठेवून कौशल्य विकास करणे आवश्यक आहे. जुनी कौशल्ये टाकून द्यायची नाहीत, तर त्यांना आधुनिक तंत्रज्ञानाची जोड द्यायची आहे. जोपर्यंत आपण स्वतःला तांत्रिकदृष्ट्या सक्षम करत नाही, तोपर्यंत आपण या डिजिटल युगात सामाजिक न्यायाची लढाई प्रभावीपणे लढू शकणार नाही. ही नवीन कौशल्येच समाजकार्यकर्त्याची 'संकटात असलेली ओळख' पुन्हा प्रस्थापित करतील आणि त्याला भविष्यातील सामाजिक प्रश्नांचे नेतृत्व करण्यासाठी सज्ज करतील.

प्रकरण ७. नैतिक पेचप्रसंग आणि जबाबदारी

नैतिकता व समाजकार्य

कृत्रिम बुद्धिमत्तेच्या युगात समाजकार्यासारख्या मानवकेंद्रित व्यवसायाचा विचार करताना 'नैतिकता' (Ethics) हा केवळ एक सैद्धांतिक भाग उरत नाही, तर तो या व्यवसायाचा मूळ पाया ठरतो. समाजकार्य ही केवळ सेवा देण्याची प्रक्रिया नसून ती मानवी हक्क, सामाजिक न्याय आणि समतेच्या मूल्यांवर आधारलेली एक नैतिक कृती आहे. ऐतिहासिकदृष्ट्या, समाजकार्याची नैतिकता ही 'इंटरनॅशनल फेडरेशन ऑफ सोशल वर्कर्स' (IFSW) आणि विविध राष्ट्रीय नियमावलींनुसार निश्चित केली गेली आहे, ज्यामध्ये लाभार्थ्यांची स्वायत्तता, गोपनीयता, सामाजिक न्याय आणि मानवी प्रतिष्ठा या तत्त्वांना सर्वोच्च स्थान दिले आहे. मात्र, जेव्हा आपण या प्रक्रियेत कृत्रिम बुद्धिमत्तेचा समावेश करतो, तेव्हा ही प्रस्थापित नैतिक तत्त्वे एका मोठ्या आव्हानाचा सामना करत आहेत. एआय आधारित सिस्टिम्स प्रामुख्याने कार्यक्षमता आणि नफ्यावर आधारित असू शकतात, तर समाजकार्याची नैतिकता ही 'करुणा' आणि 'वंचितांच्या हितावर' आधारलेली असते. हा नैतिक संघर्ष समजून घेणे आजच्या विद्यार्थ्यांसाठी अत्यंत आवश्यक आहे, कारण भविष्यात त्यांना केवळ सामाजिक प्रश्नांशीच नाही, तर तंत्रज्ञानाने निर्माण केलेल्या नैतिक गुंतागुंतीशीही लढावे लागणार आहे.

समाजकार्यातील नैतिकतेची प्राथमिक व्याख्या ही 'व्यक्तीचा सन्मान' या मूल्याभोवती फिरते. पारंपारिक समाजकार्यात जेव्हा एखादा कार्यकर्ता निर्णय घेतो, तेव्हा तो त्या निर्णयाच्या नैतिक परिणामांची जबाबदारी वैयक्तिकरित्या स्वीकारतो. कृत्रिम बुद्धिमत्तेच्या वापरामुळे

ही 'जबाबदारी' (Accountability) धुसर होण्याची भीती निर्माण झाली आहे. जर एखाद्या एआय अल्गोरिदमने चुकीचा निर्णय घेतला, तर त्याचा नैतिक ठपका कोणावर ठेवायचा? यंत्रावर, की ते यंत्र वापरणाऱ्या कार्यकर्त्यावर? समाजकार्याची नैतिकता सांगते की, तंत्रज्ञान हे केवळ साधन आहे आणि अंतिम नैतिक जबाबदारी ही मानवी कार्यकर्त्याचीच असते. भारतीय संदर्भात, जिथे जात, धर्म आणि लिंगाच्या आधारे आधीच अनेक सामाजिक विषमता अस्तित्वात आहेत, तिथे एआयचा वापर करताना कार्यकर्त्याला अधिक सजग राहावे लागते. केवळ यंत्राचा निष्कर्ष 'अचूक' आहे म्हणून तो स्वीकारणे हे समाजकार्याच्या नैतिकतेच्या विरोधात आहे, कारण यंत्राकडे माहिती असू शकते, पण सामाजिक संदर्भांची नैतिक समज नसते.

गोपनीयतेचे तत्त्व (Principle of Confidentiality) हा समाजकार्यातील नैतिकतेचा कणा आहे. लाभार्थ्याला खात्री असते की त्याची माहिती सुरक्षित राहील. मात्र, एआय प्रणालींना प्रशिक्षणासाठी प्रचंड मोठ्या डेटाची गरज असते. अशा वेळी लाभार्थ्याची संवेदनशील माहिती मोठ्या डेटाबेसेसमध्ये साठवली जाणे, हे नैतिकदृष्ट्या वादग्रस्त ठरते. समाजकार्यकर्त्यासमोर पेच हा असतो की, एआयमुळे मिळणारी कार्यक्षमता स्वीकारावी की लाभार्थ्याची गोपनीयता जपावी? अनेकदा डिजिटल दरीमुळे ग्रामीण भागातील लाभार्थ्यांना त्यांच्या डेटाचा वापर कसा होत आहे, हे समजतही नाही. अशा परिस्थितीत, लाभार्थ्याला अंधारात ठेवून त्याच्या माहितीचा तांत्रिक वापरासाठी उपयोग करणे, हे समाजकार्याच्या 'प्रामाणिकपणा' (Integrity) या मूल्याचा भंग करणारे आहे. समाजकार्यकर्त्याने येथे तंत्रज्ञानाचा 'रक्षक' न बनता लाभार्थ्याच्या 'हक्कांचा रक्षक' बनणे, हेच खरे नैतिक कार्य ठरेल.

सामाजिक न्यायाच्या (Social Justice) दृष्टीकोनातून पाहिले तर, एआय मधील 'पूर्वग्रह' (Bias) हे समाजकार्यापुढील सर्वात मोठे नैतिक संकट आहे. एआय प्रणाली ज्या डेटावर शिकतात, त्या डेटामध्येच जर ऐतिहासिक अन्याय सामावलेले असतील, तर यंत्र तोच अन्याय पुन्हा अधोरेखित करते. उदाहरणार्थ, जर एखाद्या एआय मॉडेलला असे वाटले की विशिष्ट वस्तीतील लोक गुन्हेगारी प्रवृत्तीचे आहेत, तर ते तिथे अधिक कडक देखरेख ठेवण्याचे सुचवेल. समाजकार्यकर्त्याची नैतिकता येथे त्याला यंत्राच्या विरोधात उभे राहण्यास प्रवृत्त करते. नैतिक समाजकार्यकर्ता अशा वेळी केवळ आकडेवारीवर विश्वास न ठेवता, त्या समुदायाच्या ऐतिहासिक शोषणाचा विचार करतो. तंत्रज्ञानाने दिलेला निष्कर्ष हा 'वैज्ञानिक' असला तरी तो 'न्याय्य' असेलच असे नाही, हे ओळखणे ही आजच्या काळातील समाजकार्याची नैतिक प्रगल्भता आहे. भारतीय समाजात जिथे दुर्बल घटकांचा आवाज दाबला जातो, तिथे एआय हा शोषणाचे नवीन आणि 'अदृश्य' हत्यार बनू नये, ही काळजी घेणे ही आपली नैतिक जबाबदारी आहे.

देखरेख आणि नियंत्रण (Surveillance and Control) हा या प्रकरणातील आणखी एक गंभीर नैतिक पैलू आहे. अनेकदा तंत्रज्ञानाचा वापर लाभार्थ्यांना 'मदत' करण्यापेक्षा त्यांच्यावर 'लक्ष' ठेवण्यासाठी केला जातो. समाजकार्याचे उद्दिष्ट हे सक्षमीकरण (Empowerment) आहे, नियंत्रण नाही. जेव्हा आपण एआय आधारित ट्रॅकिंग सिस्टिम्स वापरतो, तेव्हा आपण नकळतपणे लाभार्थ्याच्या स्वातंत्र्यावर गदा आणत असतो. समाजकार्यकर्त्याने हे तपासायला हवे की, तंत्रज्ञानाचा हा वापर लाभार्थ्याला स्वावलंबी बनवत आहे की त्याला अधिक अगतिक करत आहे. एखादी यंत्रणा जर लोकांच्या खासगी आयुष्यात विनाकारण डोकावत असेल, तर ती समाजकार्याच्या मूल्यांशी विसंगत आहे. कार्यकर्त्याला अशा वेळी धोरणकर्त्यांशी संघर्ष करावा लागेल, कारण एआय आधारित

'पॅनॉप्टिकॉन' (सर्वत्र लक्ष ठेवणारी यंत्रणा) हे लोकशाहीवादी समाजकार्याच्या तत्त्वांना तडा देणारे आहे.

समाजकार्यातील नैतिकतेचा एक महत्त्वाचा भाग म्हणजे 'व्यावसायिक नात्यातील सीमा' (Professional Boundaries). एआयच्या हस्तक्षेपामुळे मानवी नातेसंबंधांचे यांत्रिकीकरण होत आहे. जेव्हा एखादी व्यक्ती संकटात असते, तेव्हा तिला तांत्रिक उत्तरापेक्षा मानवी सहानुभूतीची गरज असते. जर समाजकार्यकर्ता केवळ एआयने सुचवलेले 'उपाय' लाभार्थ्यावर लादत असेल, तर तो त्या नात्यातील माणुसकी हरवून बसतो. समाजकार्याची नैतिकता ही यंत्राच्या 'लॉजिक'पेक्षा मानवाच्या 'मॅजिक'वर (संवेदनांवर) जास्त विश्वास ठेवते. त्यामुळे, एआय कितीही प्रगत झाले तरी समाजकार्यकर्त्याने आपली भावनिक आणि नैतिक गुंतवणूक कमी करता कामा नये. तंत्रज्ञान हे केवळ कामाची गती वाढवण्यासाठी असावे, ते माणसाच्या विवेकाची जागा घेऊ शकत नाही, हे सत्य समाजकार्याच्या अभ्यासक्रमात ठामपणे मांडणे गरजेचे आहे.

अखेर, एआय युगातील समाजकार्याची नैतिकता ही 'चिकित्सक मानववादावर' (Critical Humanism) आधारलेली असायला हवी. समाजकार्यकर्त्याने तंत्रज्ञानाकडे डोळे मिटून पाहावे किंवा त्याला पूर्णपणे नाकारावे असे नाही, तर प्रत्येक तांत्रिक पावलाची सामाजिक न्यायाच्या तागडीत तोलमाप करावे. एआय प्रणालींची रचना करतानाच त्यामध्ये समाजकार्याची मूल्ये कशी अंतर्भूत करता येतील, यासाठी आपण तंत्रज्ञांशी संवाद साधला पाहिजे. जोपर्यंत तंत्रज्ञान हे उपेक्षितांच्या हितासाठी आणि मानवी प्रतिष्ठा जपण्यासाठी वापरले जाते, तोपर्यंतच ते नैतिक म्हणता येईल. प्रगत तांत्रिक युगात तुमचे 'कौशल्य' तुम्हाला नोकरी मिळवून देईल, पण तुमची 'नैतिकता' तुम्हाला एक खरा समाजकार्यकर्ता म्हणून ओळख मिळवून देईल.

AI *आणि नैतिक जबाबदारी*

कृत्रिम बुद्धिमत्तेच्या (AI) व्यापक प्रसारामुळे समाजकार्याच्या क्षेत्रात 'नैतिक जबाबदारी' (Ethical Responsibility) या संकल्पनेला एक नवीन आणि गुंतागुंतीचे परिमाण प्राप्त झाले आहे. पारंपारिक समाजकार्यात नैतिक जबाबदारी ही स्पष्टपणे समाजकार्यकर्त्याच्या व्यावसायिक भूमिकेशी जोडलेली असते, जिथे कार्यकर्ता आपल्या निर्णयांच्या परिणामांसाठी वैयक्तिक आणि कायदेशीररीत्या उत्तरदायी (Accountable) असतो. समाजकार्याची नैतिकता ही लाभार्थ्याचे हित, सामाजिक न्याय आणि मानवी प्रतिष्ठा या तत्त्वांवर आधारलेली आहे. मात्र, जेव्हा निर्णय प्रक्रियेत एआय प्रणालींचा समावेश होतो, तेव्हा "जबाबदारी कोणाची?" हा प्रश्न अत्यंत कळीचा ठरतो. एआय हे केवळ एक निर्जीव साधन नसून ते स्वतःहून 'शिकणारे' आणि 'निष्कर्ष काढणारे' तंत्रज्ञान असल्याने, त्यातून उद्भवणाऱ्या अनपेक्षित परिणामांची नैतिक जबाबदारी स्वीकारणे हे आजच्या समाजकार्यकर्त्यापुढील मोठे आव्हान आहे. या प्रक्रियेत जबाबदारीचे 'मानवीकरण' टिकवून ठेवणे ही समाजकार्याच्या मूल्यांचे रक्षण करण्यासाठी अनिवार्य अट आहे.

एआय आणि नैतिक जबाबदारीच्या संदर्भात सर्वात मोठा पेच हा 'उत्तरदायित्वातील पोकळी' (Accountability Gap) हा आहे. जेव्हा एखादा एआय अल्गोरिदम एखाद्या लाभार्थ्याला सरकारी योजनेसाठी अपात्र ठरवतो किंवा एखाद्या मुलाच्या संरक्षणाबाबत चुकीचा निर्णय देतो, तेव्हा त्या चुकीचा दोष कोणाला द्यायचा, हे निश्चित करणे कठीण होते. यंत्राला शिक्षा दिली जाऊ शकत नाही आणि यंत्र बनवणारे डेव्हलपर्स सामाजिक परिस्थितीपासून लांब असतात. अशा वेळी समाजकार्यकर्त्याची भूमिका अत्यंत महत्त्वाची ठरते. समाजकार्यकर्त्याने हे समजून घेणे आवश्यक आहे की, जरी त्याने यंत्राचा सल्ला घेतला असला, तरी अंतिम नैतिक जबाबदारी त्याचीच

राहते. भारतीय समाजरचनेत, जिथे गरिबी आणि अज्ञानामुळे लोक आधीच व्यवस्थेच्या छळाला सामोरे जात आहेत, तिथे तांत्रिक चुकांमुळे होणारा अन्याय हा 'दैवी प्रकोप' किंवा 'तांत्रिक त्रुटी' म्हणून सोडून देणे अनैतिक आहे. समाजकार्यकर्त्याला या तांत्रिक निर्णयांचे समर्थन किंवा विरोध करण्याचे नैतिक धैर्य दाखवावे लागेल, कारण लाभार्थ्यासाठी तोच व्यवस्थेचा मानवी चेहरा असतो.

चिकित्सक दृष्टीकोनातून पाहिल्यास, एआय प्रणालींमधील 'अल्गोरिदमिक पूर्वग्रह' (Algorithmic Bias) हे सामाजिक न्यायाच्या तत्त्वाला तडा देणारे आहेत. जर एआय प्रणालीने ऐतिहासिक शोषणातून निर्माण झालेल्या डेटाच्या आधारे एखाद्या विशिष्ट समुदायाला (उदा. दलित, आदिवासी किंवा महिला) पूर्वग्रहाने दुय्यम वागणूक दिली, तर त्या पक्षपातीपणाची नैतिक जबाबदारी समाजकार्यकर्त्याला टाळता येत नाही. यंत्राने दिलेला निर्णय हा 'वैज्ञानिक' आहे असा खोटा दावा करून अलिप्त राहणे, हे समाजकार्याच्या मूल्यांशी प्रतारणा करणारे आहे. कार्यकर्त्याची नैतिक जबाबदारी ही केवळ सेवा पुरवणे नसून, वापरल्या जाणाऱ्या तंत्रज्ञानातील त्रुटी शोधणे आणि त्यातून होणारा अन्याय रोखणे ही देखील आहे. तंत्रज्ञान हे कधीही तटस्थ नसते; ते ज्यांच्या हातात आहे त्यांच्या आवडी-निवडी आणि पूर्वग्रह त्यात प्रतिबिंबित होतात. त्यामुळे, एआयला प्रश्न विचारणे आणि त्याच्या मर्यादा स्पष्ट करणे, ही समाजकार्यकर्त्याची नवीन नैतिक जबाबदारी बनली आहे.

भारतीय परिस्थितीतील 'डिजिटल दरी' (Digital Divide) ही नैतिक जबाबदारीच्या मुद्द्याला अधिक धारदार बनवते. जेव्हा आपण एआय आधारित सेवांचा आग्रह धरतो, तेव्हा तंत्रज्ञानापासून लांब असलेल्या मोठ्या लोकसंख्येला आपण विसरतो. ग्रामीण भागात जिथे इंटरनेट आणि विजेची शाश्वती नाही, तिथे केवळ तांत्रिक प्रक्रियेवर विसंबून राहणे हे नैतिकदृष्ट्या चुकीचे आहे. समाजकार्यकर्त्याची ही

जबाबदारी आहे की त्याने तंत्रज्ञानामुळे कोणीही वंचित राहणार नाही, याची खात्री करावी. तंत्रज्ञान हे सर्वांसाठी समान संधी निर्माण करत आहे की केवळ मूठभर लोकांच्या सोयीसाठी वापरले जात आहे, याचा चिकित्सक विचार करणे गरजेचे आहे. जर एआयमुळे संसाधनांचे वाटप अधिक विषम होत असेल, तर अशा तंत्रज्ञानाच्या वापराला विरोध करणे ही समाजकार्यकर्त्याची नैतिक बांधीलकी आहे.

डेटा गोपनीयता (Data Privacy) आणि देखरेख (Surveillance) हे नैतिक जबाबदारीचे आणखी दोन महत्त्वाचे पैलू आहेत. समाजकार्यात लाभार्थ्याची माहिती ही 'पवित्र' मानली जाते, पण एआय प्रणालींना या माहितीचा वापर करून लोकांच्या वर्तनाचे नियंत्रण करणे सोपे जाते. समाजकार्यकर्त्याची ही जबाबदारी आहे की त्याने लाभार्थ्याला त्याच्या डेटाच्या वापराबद्दल पूर्ण कल्पना द्यावी आणि त्याचे शोषण होणार नाही याची काळजी घ्यावी. जर तंत्रज्ञानाचा वापर केवळ लोकांवर पाळत ठेवण्यासाठी किंवा त्यांच्या खासगी आयुष्यात डोकावण्यासाठी केला जात असेल, तर ते समाजकार्याच्या सक्षमीकरणाच्या (Empowerment) तत्वाच्या विरोधात आहे. कार्यकर्त्याला हे स्पष्ट करावे लागेल की तंत्रज्ञान हे लाभार्थ्याला स्वातंत्र्य मिळवून देण्यासाठी आहे, त्याला 'डेटा' मध्ये रूपांतरित करून गुलाम करण्यासाठी नाही.

अखेर, एआय युगातील नैतिक जबाबदारी ही केवळ कार्यकर्त्यापुरती मर्यादित नसून ती संपूर्ण समाजकार्य व्यवसायाच्या भविष्याशी जोडलेली आहे. समाजकार्यकर्त्याने एआयचा वापर करताना 'सजगता' (Mindfulness) आणि 'व्यावसायिक विवेक' (Professional Wisdom) यांचा वापर करणे अनिवार्य आहे. एआय हा केवळ एक 'सल्लागार' आहे आणि अंतिम निर्णय हा मानवी संवेदनशीलतेनेच घेतला पाहिजे, हे तत्त्व ठामपणे मांडणे गरजेचे आहे. जर आपण केवळ तांत्रिक कार्यक्षमतेच्या नादात मानवी

संवेदनांना दुय्यम स्थान दिले, तर समाजकार्य ही विद्याशाखा आपली नैतिक ओळख गमावून बसेल. यंत्राला 'काय' (What) करायचे हे माहित असते, पण समाजकार्यकर्त्याला 'का' (Why) आणि 'कोणासाठी' (For whom) करायचे आहे, याची जाण असते. हीच जाण समाजकार्याला तांत्रिक जगात नैतिकदृष्ट्या जिवंत ठेवते.

गोपनीयता व डेटा संरक्षण

कृत्रिम बुद्धिमत्तेच्या युगात समाजकार्यासारख्या संवेदनशील क्षेत्रासमोर 'गोपनीयता आणि ड़ेटा संरक्षण' (Privacy and Data Protection) हे सर्वात मोठे नैतिक आणि तांत्रिक आव्हान म्हणून उभे राहिले आहे. समाजकार्याच्या मूळ तत्त्वांमध्ये 'गोपनीयता' ही केवळ एक व्यावसायिक अट नसून, ती लाभार्थी आणि समाजकार्यकर्ता यांच्यातील विश्वासाचा पाया आहे. पारंपारिक समाजकार्यात लाभार्थ्याची माहिती एका फाईलमध्ये किंवा कार्यकर्त्याच्या वैयक्तिक स्मृतीत सुरक्षित असायची, जिथे तिचा अनधिकृत वापर होण्याची शक्यता अत्यंत मर्यादित होती. मात्र, कृत्रिम बुद्धिमत्ता आणि 'बिग डेटा'च्या आगमनामुळे लाभार्थ्यांचे खाजगी आयुष्य डिजिटल विदेमध्ये (Digital Data) रूपांतरित झाले आहे. समाजकार्य म्हणजे केवळ कागदपत्रांची पूर्तता नसून, त्यामध्ये एखाद्या व्यक्तीच्या मानसिक आरोग्यापासून ते त्याच्या आर्थिक संघर्षापर्यंतच्या अत्यंत वैयक्तिक माहितीचा समावेश असतो. जेव्हा ही माहिती एआय प्रणालींद्वारे संकलित, विश्लेषित आणि साठवली जाते, तेव्हा त्या माहितीच्या संरक्षणाची जबाबदारी आणि गोपनीयतेचे उल्लंघन होण्याचे धोके यावर सखोल चर्चा करणे अनिवार्य ठरते.

गोपनीयतेच्या संकल्पनेचा विचार करताना समाजकार्यकर्त्याला प्रथम हे समजून घ्यावे लागेल की, एआय प्रणालींना कार्यक्षमतेने चालवण्यासाठी प्रचंड मोठ्या प्रमाणावर डेटाची आवश्यकता असते.

या प्रक्रियेत अनेकदा 'डेटा मायनिंग' (Data Mining) केले जाते, ज्यामुळे लाभार्थ्याला कल्पनेही नसेल अशा पद्धतीने त्याच्या माहितीचा वापर केला जाऊ शकतो. उदाहरणार्थ, जर एखादा समाजकार्यकर्ता कुपोषित बालकांच्या नोंदी एआय सॉफ्टवेअरमध्ये करत असेल, तर त्या मुलांचे आरोग्य, त्यांचे पत्ते आणि त्यांच्या पालकांची जात किंवा उत्पन्न ही माहिती केवळ सरकारी मदतीसाठी वापरली जाते की ती माहिती इतर त्रयस्थ संस्थांच्या किंवा कंपन्यांच्या हाती लागते, हा गंभीर नैतिक प्रश्न आहे. भारतीय संदर्भात, जिथे अनेकदा लाभार्थ्यांना 'सहमती' (Consent) या तांत्रिक प्रक्रियेबद्दल पुरेशी माहिती नसते, तिथे त्यांची डिजिटल माहिती संकलित करणे हे त्यांच्या मूलभूत अधिकारांचे उल्लंघन ठरू शकते. समाजकार्यकर्त्याची ही जबाबदारी आहे की त्याने तंत्रज्ञानाच्या वापरापेक्षा लाभार्थ्याच्या खाजगीपणाला (Right to Privacy) प्राधान्य द्यावे.

डेटा संरक्षणाचा मुद्दा अधिक गंभीर होतो जेव्हा आपण एआयमधील 'पुनर्ओळख' (Re-identification) या धोक्याचा विचार करतो. तांत्रिक भाषेत असा दावा केला जातो की माहितीमधील नावे हटवून ती निनावी (Anonymized) केली जाते, परंतु प्रगत एआय अल्गोरिदम वेगवेगळ्या स्त्रोतांकडून माहिती जोडून निनावी माहितीमधूनही विशिष्ट व्यक्तीची ओळख पुन्हा पटवू शकतात. समाजकार्यात काम करताना आपण अनेकदा एचआयव्ही/एड्स बाधित व्यक्ती, लैंगिक अत्याचारातून सावरलेल्या महिला किंवा शोषित अल्पसंख्याक समुदायांशी काम करतो. जर अशा संवेदनशील व्यक्तींची माहिती सार्वजनिक झाली किंवा डेटा चोरीला गेला, तर त्याचे सामाजिक परिणाम भयंकर असू शकतात. अशा व्यक्तींना समाजात पुन्हा बहिष्काराला सामोरे जावे लागू शकते. त्यामुळे, डेटा संरक्षण म्हणजे केवळ पासवर्ड लावणे नव्हे, तर लाभार्थ्याच्या अस्तित्वाचे संरक्षण करणे आहे. कार्यकर्ता जेव्हा एआय आधारित साधनांचा वापर करतो, तेव्हा त्याने त्या सॉफ्टवेअरची सुरक्षा मानके आणि डेटा साठवण्याची

ठिकाणे (Data Centers) याबद्दल चिकित्सक माहिती घेणे गरजेचे आहे.

भारतीय समाजरचनेत ग्रामीण आणि शहरी भागातील डिजिटल साक्षरतेची दरी ही डेटा संरक्षणाच्या प्रश्नाला अधिक गुंतागुंतीचे बनवते. अनेकदा ग्रामीण भागातील लाभार्थ्यांना असा गैरसमज असतो की अंगठा देणे किंवा ओटीपी (OTP) सांगणे ही केवळ सरकारी प्रक्रिया आहे. त्यांना त्यांच्या माहितीचा डेटाबेस तयार होतोय आणि तो एआयद्वारे भविष्यात त्यांच्यावर पाळत ठेवण्यासाठी वापरला जाऊ शकतो, याची जाणीव नसते. येथे समाजकार्यकर्त्याची भूमिका एका 'डिजिटल रक्षकाची' (Digital Guardian) असावी लागते. त्याने लाभार्थ्याला त्याच्या डेटाचे महत्त्व समजावून सांगणे आणि त्याची माहिती कोठेही गैरवापरली जाणार नाही याची तांत्रिक खात्री करणे हे त्याचे नैतिक कर्तव्य आहे. जर तंत्रज्ञान हे पारदर्शक नसेल, तर ते समाजकार्याच्या 'प्रामाणिकपणा' (Integrity) या मूल्याला बाधा पोहचवते.

चिकित्सक दृष्टीकोनातून पाहिल्यास, एआयमुळे होणारे 'डेटा पाळत ठेवणे' (Data Surveillance) हे समाजकार्याच्या सक्षमीकरणाच्या तत्त्वाच्या विरोधात आहे. अनेकदा सरकारी किंवा निमसरकारी संस्था एआयचा वापर करून लाभार्थ्यांच्या हालचालींवर आणि खर्चावर लक्ष ठेवतात. जर एखाद्या लाभार्थ्याला मिळणारी मदत त्याच्या वागणुकीवरून यंत्राने ठरवली, तर ते व्यक्तीच्या स्वातंत्र्यावर गदा आणणारे आहे. समाजकार्यकर्ता म्हणून आपण व्यक्तीला स्वावलंबी बनवतो, तिला 'पिंजऱ्यात' ठेवत नाही. गोपनीयतेचे उल्लंघन केवळ माहिती चोरण्यापुरते मर्यादित नसते, तर ती माहिती वापरून माणसाला नियंत्रित करणे हे देखील अमानवीय आहे. म्हणूनच, एआय आणि डेटा संरक्षणाबाबत धोरणनिर्मिती करताना समाजकार्यकर्त्यांनी

तांत्रिक तज्ज्ञांसोबत बसून 'डेटा एथिक्स' (Data Ethics) नियमावली तयार करणे आवश्यक आहे.

या सर्व प्रक्रियेत समाजकार्यकर्त्याची भूमिका ही केवळ तंत्रज्ञान वापरण्यापुरती मर्यादित न राहता ती अधिक सजग आणि जबाबदार असावी लागते. एआय युगात गोपनीयतेचे रक्षण करण्यासाठी कार्यकर्त्याला नवीन तांत्रिक कौशल्ये आत्मसात करावी लागतील, जसे की सुरक्षित डेटा ट्रान्सफर, एन्क्रिप्शनची प्राथमिक माहिती आणि सायबर सुरक्षेचे नियम. परंतु, तांत्रिक ज्ञानापेक्षाही महत्त्वाची आहे ती म्हणजे 'नैतिक सतर्कता'. जर एखादी संस्था केवळ डेटा गोळा करण्याच्या उद्देशाने समाजकार्य करत असेल, तर अशा ठिकाणी कार्यकर्त्याला आपल्या मूल्यांशी तडजोड न करण्याचा खंबीरपणा दाखवावा लागेल. डेटा हा आजच्या काळातील 'नवीन तेल' (New Oil) म्हटले जाते, पण समाजकार्यात तो तेल नसून लाभार्थ्याचा 'विश्वास' आहे आणि तो जपणे हीच समाजकार्यकर्त्याची खरी व्यावसायिक ओळख आहे.

कोणताही एआय अल्गोरिदम लाभार्थ्याच्या गोपनीयतेपेक्षा मोठा नसतो. तंत्रज्ञानाचा वापर हा लाभार्थ्याच्या जगण्याचे ओझे हलके करण्यासाठी असावा, त्याचे जगणे डेटाच्या विळख्यात अडकवण्यासाठी नसावा. गोपनीयतेचे रक्षण करणे म्हणजे मानवी प्रतिष्ठेचे रक्षण करणे होय. जोपर्यंत आपण डिजिटल युगात लाभार्थ्याच्या अधिकारांचे रक्षण करण्यासाठी भक्कम डेटा संरक्षण कायदे आणि नैतिक चौकटींचा आग्रह धरत नाही, तोपर्यंत एआयचा समाजकार्यातील वापर हा एक धोकादायक प्रयोगच राहील. समाजकार्यकर्त्याचा 'विवेकी हस्तक्षेप' हाच डेटा चोरीच्या आणि गोपनीयतेच्या उल्लंघनाच्या धोक्यापासून लाभार्थ्याला वाचवू शकतो.

पक्षपात (Bias) आणि भेदभाव

कृत्रिम बुद्धिमत्तेच्या तांत्रिक प्रगतीमध्ये 'पक्षपात' (Bias) आणि 'भेदभाव' (Discrimination) हे दोन अत्यंत कळीचे आणि गंभीर नैतिक पेचप्रसंग म्हणून समोर आले आहेत. समाजकार्य हा व्यवसाय मुळातच ज्या सामाजिक न्यायाच्या आणि समतेच्या तत्त्वांवर उभा आहे, त्या तत्त्वांना एआयमधील हे तांत्रिक दोष थेट आव्हान देतात. पक्षपात म्हणजे एखादी यंत्रणा किंवा अल्गोरिदम जेव्हा विशिष्ट घटकांप्रती पूर्वग्रहदूषित निर्णय घेते, तर भेदभाव म्हणजे त्या पूर्वग्रहातून एखाद्या व्यक्तीला किंवा समुदायाला त्यांच्या हक्कांपासून वंचित ठेवणे होय. समाजकार्याच्या संदर्भात हे समजून घेणे आवश्यक आहे की, कृत्रिम बुद्धिमत्ता ही स्वतःहून विचार करत नाही, तर ती मानवाकडून मिळालेल्या माहितीवर (Data) आधारित निर्णय घेते. जर या माहितीमध्येच ऐतिहासिक अन्याय, सामाजिक विषमता किंवा पूर्वग्रह सामावलेले असतील, तर एआय प्रणाली त्या अन्यायाला तांत्रिक स्वरूप देऊन तो अधिक प्रबळ करते. यामुळे, तंत्रज्ञान हे तटस्थ न राहता शोषणाचे एक नवीन, सूक्ष्म आणि अदृश्य माध्यम बनण्याची भीती निर्माण झाली आहे.

एआयमधील पक्षपाताचा उगम प्रामुख्याने 'प्रशिक्षण डेटा' (Training Data) मध्ये असतो. जेव्हा एखादे मॉडेल विकसित केले जाते, तेव्हा त्याला भूतकाळातील हजारो नोंदी पुरवल्या जातात. भारतीय समाजरचनेत जातीवाद, पितृसत्ता आणि वर्गभेद हे वास्तवाचे भाग आहेत. जर आपण एखादे एआय मॉडेल गुन्हेगारी रोखण्यासाठी किंवा सरकारी योजनांच्या निवडीसाठी वापरत असू आणि त्याला जुना डेटा दिला, तर ते मॉडेल विशिष्ट जातीच्या किंवा धर्माच्या वस्त्यांना 'गुन्हेगारी प्रवण' (High Risk) घोषित करू शकते किंवा महिलांपेक्षा पुरुषांना अधिक सक्षम मानू शकते. उदाहरणार्थ, जर एखाद्या बँकेने कर्ज देण्यासाठी एआय वापरले आणि त्या एआयने असा निष्कर्ष

काढला की ग्रामीण भागातील किंवा विशिष्ट समुदायातील लोकांना कर्ज देणे जोखमीचे आहे, तर तो त्या समुदायाविरुद्धचा तांत्रिक भेदभाव ठरतो. समाजकार्यकर्त्यासाठी हा एक मोठा नैतिक पेच आहे, कारण इथे 'वैज्ञानिक अचूकते'च्या नावाखाली सामाजिक विषमतेला खतपाणी घातले जात असते आणि अशा अन्यायाला तांत्रिक आधार असल्याने तो सिद्ध करणेही कठीण होते.

चिकित्सक दृष्टीकोनातून पाहिल्यास, एआयमधील भेदभाव हा केवळ माहितीपुरता मर्यादित नसून तो 'डिजिटल दरी'शीही (Digital Divide) जोडलेला आहे. भारतीय समाजात इंटरनेट, स्मार्टफोन आणि तंत्रज्ञानाची उपलब्धता सर्वांना समान नाही. जेव्हा सामाजिक सेवांचे वितरण एआयद्वारे केले जाते, तेव्हा ज्या समुदायांकडे डिजिटल साधने नाहीत, ते आपोआपच 'डेटासेट' मधून बाहेर फेकले जातात. ज्याचा डेटा सिस्टिममध्ये नाही, त्याचे अस्तित्वही यंत्रासाठी नसते. यामुळे आदिवासी भागातील लोक किंवा शहरातील झोपडपट्ट्यांमधील रहिवासी या तांत्रिक प्रक्रियेत अदृश्य होतात. समाजकार्यकर्त्याला या 'तांत्रिक बहिष्कारा'विरुद्ध (Technical Exclusion) लढावे लागेल. समाजकार्याची व्याख्या सांगते की, वंचितांना मुख्य प्रवाहात आणणे हे आपले ध्येय आहे; पण जर आपण पक्षपाती एआय प्रणालींचा वापर केला, तर आपण नकळतपणे त्या बहिष्कारालाच पाठिंबा देत असतो. यंत्राची 'कार्यक्षमता' वाढवण्यासाठी सामाजिक 'समानते'चा बळी देणे हे समाजकार्याच्या मूल्यांशी प्रतारणा करणारे आहे.

एआयमधील पक्षपाताचा आणखी एक गंभीर परिणाम म्हणजे 'अल्गोरिदमिक प्रोफाइलिंग'. यामध्ये लोकांच्या वागणुकीचा अंदाज लावण्यासाठी त्यांच्या सामाजिक पार्श्वभूमीचा वापर केला जातो. समजा, बालकल्याण क्षेत्रात एखादा समाजकार्यकर्ता एआयचा वापर करत असेल आणि त्या प्रणालीने केवळ गरिबी किंवा पालकांचे कमी

शिक्षण या कारणावरून एखाद्या मुलाला 'धोक्यात' असल्याचे घोषित केले, तर तो त्या कुटुंबावर झालेला अन्याय आहे. अशा निर्णयामुळे समाजकार्यकर्त्याचे त्या कुटुंबाशी असलेले नाते बिघडते आणि लाभार्थ्यांमध्ये व्यवस्थेबद्दल अविश्वास निर्माण होतो. समाजकार्यकर्ता म्हणून आपली जबाबदारी ही यंत्राच्या निष्कर्षांना मानवी संवेदनशीलतेच्या तागडीत तोलण्याची आहे. कार्यकर्त्याला हे ओळखावे लागेल की, यंत्राला 'सहसंबंध' (Correlation) समजतो, पण 'कार्यकारणभाव' (Causation) समजत नाही. गरिबी असणे म्हणजे गुन्हेगारी वृत्ती असणे नव्हे, हा साधा मानवी तर्क यंत्राकडे नसतो, त्यामुळे कार्यकर्त्याचा हस्तक्षेप येथे अनिवार्य ठरतो.

भेदभावाचा हा पेच सोडवण्यासाठी समाजकार्यकर्त्याला 'तांत्रिक पारदर्शकता' (Algorithmic Transparency) आणि 'उत्तरदायित्व' या मुद्द्यांवर भर द्यावा लागेल. भारतीय समाजात जिथे भाषेचे आणि साक्षरतेचे मोठे अडथळे आहेत, तिथे एआय प्रणाली कशा प्रकारे निर्णय घेतात हे लाभार्थ्यांना समजत नाही. याला 'ब्लॅक बॉक्स' (Black Box) समस्या म्हणतात, जिथे काय घडतेय हे कोणालाच माहित नसते. समाजकार्यकर्त्याची ही नैतिक जबाबदारी आहे की त्याने या तांत्रिक निर्णयांची चौकणी करावी आणि जर तिथे भेदभाव आढळला, तर त्या प्रणालीला विरोध करावा. आपण केवळ तंत्रज्ञानाचे वापरकर्ते न राहता, त्याचे चिकित्सक परीक्षक बनणे गरजेचे आहे. जर एखादे सॉफ्टवेअर महिलांना कमी लेखत असेल किंवा ट्रान्सजेंडर समुदायाचा डेटा स्वीकारण्यास नकार देत असेल, तर त्या तांत्रिक त्रुटीला सामाजिक अन्यायाचे रूप मानून त्याचा निषेध करणे हे समाजकार्याचे कर्तव्य आहे.

एआय आणि पक्षपाताच्या संदर्भात 'समानतेचे' धोरण राबवताना आपल्याला हे मान्य करावे लागेल की, तंत्रज्ञान हे जादुई औषध नाही. ते समाजातील आरसा आहे; समाज जेवढा पूर्वग्रहदूषित असेल,

तेवढेच तंत्रज्ञानही असेल. पक्षपाती एआय प्रणाली केवळ तांत्रिक समस्या नसून त्या 'सामाजिक मानवी समस्या' आहेत. या प्रणालींच्या निर्मिती प्रक्रियेत समाजकार्यकर्त्यांचा सहभाग असायला हवा, जेणेकरून त्यामध्ये मानवी हक्क आणि सामाजिक न्यायाची मूल्ये सुरुवातीपासूनच अंतर्भूत केली जातील. जोपर्यंत आपण यंत्रांना 'नैतिकता' शिकवत नाही, तोपर्यंत ती केवळ अन्यायाची पुनरावृत्ती करत राहतील. समाजकार्यकर्त्याची ओळख ही या तांत्रिक युगात 'न्यायबुद्धी' जपणाऱ्या पहारेकऱ्याची असली पाहिजे.

निर्णयांतील पारदर्शकता

कृत्रिम बुद्धिमत्तेच्या तांत्रिक गुंतागुंतीमध्ये 'निर्णयांतील पारदर्शकता' (Transparency in Decision Making) हा मुद्दा समाजकार्याच्या नैतिक चौकटीत अत्यंत कळीचा मानला जातो. समाजकार्य ही एक लोकशाहीवादी आणि उत्तरदायी प्रक्रिया आहे, जिथे प्रत्येक निर्णयामागे ठोस तार्किक आणि मानवी कारणे असणे अभिप्रेत असते. पारंपारिक समाजकार्यात जेव्हा एखादा कार्यकर्ता लाभार्थ्याला मदत देण्याचा किंवा नाकारण्याचा निर्णय घेतो, तेव्हा तो निर्णय कोणत्या निकषांवर आधारित आहे, हे लाभार्थ्याला समजावून सांगणे ही कार्यकर्त्याची नैतिक जबाबदारी असते. मात्र, कृत्रिम बुद्धिमत्तेच्या हस्तक्षेपामुळे ही पारदर्शकता एका मोठ्या संकटात सापडली आहे. एआय प्रणाली अनेकदा 'ब्लॅक बॉक्स' (Black Box) प्रमाणे कार्य करतात, जिथे माहिती आत जाते आणि थेट निष्कर्ष बाहेर येतो, पण तो निष्कर्ष नक्की कोणत्या आधारे काढला गेला, हे खुद्द तंत्रज्ञांनाही नीट सांगता येत नाही. समाजकार्याच्या संदर्भात ही 'अपारदर्शकता' केवळ तांत्रिक अडथळा नसून, ती सामाजिक न्याय आणि लाभार्थ्यांच्या 'माहितीच्या अधिकारा'चे उल्लंघन करणारी ठरते.

एआय युगात पारदर्शकतेचा अभाव हा प्रामुख्याने अल्गोरिदमच्या क्लिष्टतेमुळे निर्माण होतो. जेव्हा आपण 'मशीन लर्निंग' सारख्या प्रगत तंत्रज्ञानाचा वापर सामाजिक धोरणांच्या अंमलबजावणीसाठी करतो, तेव्हा यंत्रे लाखो डेटा पॉइंट्सचे विश्लेषण करून निर्णय घेतात. उदाहरणार्थ, जर एखाद्या एआय प्रणालीने असा निर्णय दिला की विशिष्ट कुटुंबाला सरकारी घरकुल योजनेचा लाभ मिळू नये, तर तो निर्णय कोणत्या घटकामुळे घेतला गेला (उत्पन्न, जात, भौगोलिक स्थान की अन्य काही), हे स्पष्ट असणे गरजेचे आहे. जर समाजकार्यकर्त्यालाच या निर्णयामागची तर्कसंगती माहित नसेल, तर तो लाभार्थ्याला काय उत्तर देणार? भारतीय समाजरचनेत जिथे सरकारी यंत्रणांकडे आधीच संशयाने पाहिले जाते, तिथे अशा प्रकारची तांत्रिक अपारदर्शकता प्रशासनावरील विश्वास अधिकच कमी करण्यास कारणीभूत ठरते. पारदर्शकता म्हणजे केवळ माहिती देणे नव्हे, तर घेतलेल्या निर्णयाचे 'नैतिक आणि तार्किक समर्थन' करण्याची क्षमता होय, जी यंत्रांकडे उपजत नसते.

चिकित्सक दृष्टीकोनातून पाहिल्यास, पारदर्शकतेचा अभाव हा थेट 'उत्तरदायित्वा'शी (Accountability) जोडलेला आहे. समाजकार्यात प्रत्येक कृतीला जबाबदारीचे अधिष्ठान असते. जर एआय प्रणालीने घेतलेला एखादा अपारदर्शक निर्णय चुकीचा ठरला आणि त्यामुळे एखाद्या लाभार्थ्याचे नुकसान झाले, तर त्याची जबाबदारी कोणाची? यंत्राला जाब विचारता येत नाही आणि तांत्रिक गुंतागुंतीच्या नावाखाली प्रशासन आपली जबाबदारी झटकू शकते. अशा वेळी समाजकार्यकर्त्याची भूमिका ही या 'ब्लॅक बॉक्स'ला प्रश्न विचारण्याची असायला हवी. 'एक्स्प्लेनेबल एआय' (XAI - Explainable AI) ही संकल्पना आता जोर धरत आहे, ज्याचा अर्थ असा की एआयने घेतलेला निर्णय मानवी भाषेत समजावून सांगता आला पाहिजे. जोपर्यंत तंत्रज्ञान स्वतःला पारदर्शक करत नाही, तोपर्यंत

समाजकार्यकर्त्याने अशा यंत्रणांच्या निर्णयांवर आंधळेपणाने विश्वास ठेवणे हे व्यावसायिक नैतिकतेच्या विरोधात आहे.

भारतीय परिस्थितीतील 'डिजिटल दरी' आणि भाषिक अडथळे पारदर्शकतेच्या प्रश्नाला अधिक गंभीर बनवतात. भारतातील ग्रामीण भागातील बहुसंख्य लाभार्थी हे तंत्रज्ञानाबद्दल अनभिज्ञ आहेत. त्यांना त्यांचे हक्क नाकारले गेल्यास त्याविरुद्ध दाद कशी मागायची, हे माहित नसते. जर एखादी एआय प्रणाली अपारदर्शक असेल, तर ती या अज्ञानाचा फायदा घेऊन शोषणाचे नवीन माध्यम बनू शकते. उदाहरणार्थ, सार्वजनिक वितरण प्रणालीत (PDS) जर अंगठा न जुळल्यामुळे किंवा एआय आधारित पडताळणीत दोष असल्यामुळे एखाद्या गरिबाला रेशन नाकारले गेले, तर त्या निर्णयाची पारदर्शकता तपासणे हे केवळ तांत्रिक काम नसून ते एक 'मानवी हक्क' कार्य आहे. समाजकार्यकर्त्याला येथे एक 'तर्जमाकार' (Translator) म्हणून काम करावे लागेल, जो तांत्रिक माहितीचे रूपांतर सामाजिक न्यायाच्या भाषेत करून लाभार्थ्याला त्याचे अधिकार मिळवून देईल. पारदर्शकता नसेल तर सामाजिक न्याय हा केवळ कागदावर किंवा कोडिंगमध्ये उरेल, प्रत्यक्ष जीवनात नाही.

देखरेख आणि नियंत्रणाच्या (Surveillance) संदर्भात पारदर्शकता हा मुद्दा लाभार्थ्यांच्या स्वातंत्र्याशी निगडित आहे. अनेकदा संस्था आणि सरकारे एआयचा वापर करून लाभार्थ्यांच्या वर्तनाचे सूक्ष्म निरीक्षण करतात, पण हे निरीक्षण नक्की कशासाठी आणि कसे केले जात आहे, याची पारदर्शक माहिती लाभार्थ्याला दिली जात नाही. समाजकार्य हे 'सक्षमीकरणा'साठी (Empowerment) आहे, 'पाळत' ठेवण्यासाठी नाही. जर तंत्रज्ञानाचा वापर केवळ लोकांवर नियंत्रण मिळवण्यासाठी केला जात असेल आणि त्या प्रक्रियेत पारदर्शकता नसेल, तर ते समाजकार्याच्या मूलभूत मूल्यांशी विसंगत आहे. समाजकार्यकर्त्याला हे सुनिश्चित करावे लागेल की कोणतीही एआय

प्रणाली लाभार्थ्यांच्या माहितीचा वापर करताना त्यांना विश्वासात घेते आणि त्या प्रक्रियेत पूर्ण पारदर्शकता राखते. माहितीची गोपनीयता आणि निर्णयाची पारदर्शकता या दोन विरुद्ध टोकांच्या वाटणाऱ्या गोष्टींमध्ये समतोल राखणे ही आजच्या कार्यकर्त्याची नवीन नैतिक परीक्षा आहे.

यावर उपाय म्हणून समाजकार्यात 'तांत्रिक लोकशाहीकरणा'ची (Democratic Technology) गरज आहे. याचा अर्थ असा की, एआय प्रणालींचे निकष आणि कार्यपद्धती ही केवळ सॉफ्टवेअर इंजिनिअर्सनी ठरवू नये, तर त्यामध्ये समाजकार्यकर्ते, समाजशास्त्रज्ञ आणि खुद्द लाभार्थ्यांचाही सहभाग असावा. जोपर्यंत निर्णयाचे निकष सार्वजनिक आणि स्पष्ट नसतात, तोपर्यंत आपण तंत्रज्ञानाला 'मानवी चेहरा' देऊ शकणार नाही. प्रगत तांत्रिक प्रगती ही पारदर्शकतेची जागा घेऊ शकत नाही. तंत्रज्ञान कितीही प्रगत झाले तरी "निर्णय का घेतला गेला?" या प्रश्नाचे उत्तर देणे ही समाजकार्याची नैतिक बांधीलकी आहे. जर आपण अपारदर्शक एआय प्रणालींचे समर्थन केले, तर आपण नकळतपणे एका अशा 'तांत्रिक हुकूमशाही'ला जन्म देऊ, जिथे सामान्य माणूस हा केवळ एक 'डेटा पॉईंट' बनून राहील.

कायदेशीर व सामाजिक जबाबदाऱ्या

कृत्रिम बुद्धिमत्तेच्या सामाजिक हस्तक्षेपाने समाजकार्याच्या क्षेत्रात 'कायदेशीर आणि सामाजिक जबाबदारी' (Legal and Social Responsibility) या संकल्पनेला एक नवीन तांत्रिक परिमाण प्राप्त करून दिले आहे. समाजकार्य हे केवळ सेवाभावी कृत्य नसून ते घटनात्मक चौकटीत राहून केलेले एक व्यावसायिक कार्य आहे, जिथे कार्यकर्त्याला कायद्याचे पालन आणि सामाजिक हित या दोन्ही आघाड्यांवर उत्तरदायी राहावे लागते. ऐतिहासिकदृष्ट्या, समाजकार्यातील जबाबदारी ही मानवी चुकांशी किंवा नैतिक पतनाशी

जोडलेली असायची. मात्र, आज जेव्हा एआय प्रणाली निर्णय प्रक्रियेत सहभागी होतात, तेव्हा कायदेशीर जबाबदारीचे स्वरूप धूसर होऊ लागले आहे. सामाजिक जबाबदारी म्हणजे समाजात समता आणि न्याय प्रस्थापित करण्याची नैतिक बांधीलकी, तर कायदेशीर जबाबदारी म्हणजे प्रचलित नियमावली आणि मानवी हक्कांच्या संरक्षणाची घटनात्मक खात्री होय. या दोन जबाबदाऱ्यांचा मेळ घालणे ही आजच्या एआय-प्रभावित समाजकार्यातील सर्वात मोठी कसरत ठरत आहे, कारण तंत्रज्ञान अनेकदा कायद्याच्या संथ प्रक्रियेपेक्षा वेगाने पुढे जाते, ज्यामुळे एक प्रकारचे 'नियमन पोकळी' (Regulatory Vacuum) निर्माण होते.

कायदेशीर जबाबदारीचा विचार करताना 'उत्तरदायित्वाचे हस्तांतरण' हा एक अत्यंत गुंतागुंतीचा मुद्दा ठरतो. पारंपारिक समाजकार्यात जर एखाद्या चुकीच्या हस्तक्षेपामुळे लाभार्थ्याचे नुकसान झाले, तर भारतीय दंड संहिता किंवा नागरी सेवा नियमांनुसार समाजकार्यकर्त्याला जबाबदार धरले जाते. परंतु, जर एखाद्या एआय अल्गोरिदमने दिलेला चुकीचा सल्ला कार्यकर्त्यांनी अमलात आणला आणि त्यातून लाभार्थ्याचे नुकसान झाले—उदा. एखाद्या आपत्ती व्यवस्थापन मोहिमेत एआयने दिलेल्या चुकीच्या माहितीमुळे बचाव कार्यात अडथळा येऊन जीवितहानी झाली—तर त्या गुन्ह्याची कायदेशीर जबाबदारी नक्की कोणाची? सॉफ्टवेअर इंजिनिअरची, त्या कंपनीची की तो सल्ला स्वीकारणाऱ्या कार्यकर्त्याची? सध्याच्या भारतीय कायद्यांमध्ये एआयला 'कायदेशीर व्यक्ती' (Legal Person) म्हणून मान्यता नाही, त्यामुळे सर्व कायदेशीर भार हा कार्यकर्त्यावरच येण्याची शक्यता असते. समाजकार्यकर्त्यांनी हे ओळखणे गरजेचे आहे की, यंत्राचा वापर करताना 'अज्ञानाचे समर्थन' (Plea of Ignorance) कायद्यात चालत नाही; त्यामुळे तंत्रज्ञानाचा प्रत्येक वापर हा कायदेशीर जोखीम ओळखूनच करणे ही त्याची व्यावसायिक जबाबदारी ठरते.

सामाजिक जबाबदारीच्या संदर्भात, समाजकार्यकर्त्याला एआयमुळे निर्माण होणाऱ्या 'डिजिटल विषमते'चा विचार करणे अनिवार्य आहे. भारतीय समाजात गरिबी, निरक्षरता आणि ग्रामीण-शहरी दरी यामुळे तंत्रज्ञानाचा लाभ सर्वांपर्यंत पोहोचत नाही. जर समाजकार्य संस्था केवळ एआय आणि डिजिटल प्लॅटफॉर्मचा वापर करून सेवा देत असतील, तर समाजातील सर्वात दुर्बल घटक या प्रक्रियेतून बाहेर फेकले जाण्याची भीती आहे. येथे कार्यकर्त्याची सामाजिक जबाबदारी ही 'तांत्रिक समावेशकता' (Technical Inclusion) सुनिश्चित करण्याची आहे. केवळ कार्यक्षमता वाढते म्हणून तंत्रज्ञानाचा वापर करणे ही व्यावसायिकता असू शकते, पण त्या तंत्रज्ञानामुळे समाजातील एक मोठा गट वंचित राहत असेल, तर ती सामाजिक बेजबाबदारपणाची कृती ठरते. कार्यकर्त्याला हे सुनिश्चित करावे लागेल की एआय हा केवळ मूठभर लोकांच्या सुविधेचे साधन न बनता, तो शेवटच्या माणसाला न्याय मिळवून देण्यासाठी वापरला गेला पाहिजे.

चिकित्सक दृष्टीकोनातून पाहिल्यास, एआय प्रणालींमधील 'अल्गोरिदमिक पारदर्शकता' ही एक सामाजिक जबाबदारी आहे. अनेक एआय मॉडेल हे 'व्यावसायिक गुपित' (Trade Secret) म्हणून कंपन्यांकडून राखून ठेवले जातात. समाजकार्यात काम करताना जर आपण अशा अपारदर्शक प्रणालींचा वापर केला, तर आपण लाभार्थ्यांच्या 'माहितीच्या अधिकारा'चा संकोच करत असतो. जर एखाद्या महिलेला एआयने सरकारी योजनेसाठी अपात्र ठरवले असेल, तर तिला त्या निर्णयाचे कायदेशीर कारण मिळण्याचा अधिकार आहे. कार्यकर्त्यांनी या तांत्रिक जटिलतेच्या मागे लपण्याऐवजी, यंत्रणेला जाब विचारण्याचे धाडस दाखवले पाहिजे. ही सामाजिक जबाबदारी आहे की तंत्रज्ञान हे मानवी मूल्यांपेक्षा मोठे होऊ नये. तंत्रज्ञानाची निवड करताना ते लोकशाही मूल्यांशी सुसंगत आहे की नाही, हे

तपासणे ही कार्यकर्त्याची नवीन नैतिक भूमिका आहे, अन्यथा आपण कळत-नकळत तांत्रिक हुकूमशाहीला खतपाणी घालू शकतो.

भारतीय संदर्भात डेटा सुरक्षेची कायदेशीर जबाबदारी अधिकच आव्हानात्मक आहे. 'वैयक्तिक डेटा संरक्षण' कायद्यांच्या अंमलबजावणीच्या काळात समाजकार्यकर्त्याला लाभार्थ्यांची माहिती सुरक्षित ठेवण्याची दुहेरी जबाबदारी पार पाडावी लागते. ग्रामीण भागातील लाभार्थ्यांना त्यांच्या माहितीचा गैरवापर कसा होऊ शकतो, याची कल्पना नसते. अशा वेळी त्यांच्याकडून 'सहमती' (Consent) घेणे ही केवळ तांत्रिक प्रक्रिया न ठेवता ती एक सामाजिक शिक्षणाची प्रक्रिया बनवणे, ही कार्यकर्त्याची जबाबदारी आहे. जर लाभार्थ्याचा डेटा लीक झाला आणि त्याचा वापर त्याला सामाजिकरित्या कलंकित करण्यासाठी किंवा आर्थिक फसवणुकीसाठी झाला, तर त्याची कायदेशीर जबाबदारी समाजकार्य संस्थेवर येते. त्यामुळे, एआयचा वापर करताना केवळ त्याचे फायदे न पाहता, त्यातून उद्भवणाऱ्या कायदेशीर परिणामांची आगाऊ तयारी करणे हे व्यावसायिक परिपक्वतेचे लक्षण आहे.

एआय युगात समाजकार्यकर्त्याची ओळख ही एका 'नैतिक पहारेकऱ्याची' (Ethical Guardian) असायला हवी. समाजकार्य हे केवळ धोरणांची अंमलबजावणी करणे नसून ते धोरणांमधील त्रुटींवर बोट ठेवणे देखील आहे. जर एआय प्रणाली पक्षपाती निर्णय घेत असतील, तर त्याविरुद्ध आवाज उठवणे ही सामाजिक जबाबदारी आहे. आपण हे विसरता कामा नये की समाजकार्य हे प्रामुख्याने मानवी हक्कांचे रक्षण करण्यासाठी आहे. तंत्रज्ञान जर या हक्कांना बाधा आणत असेल, तर कार्यकर्त्यांनी तंत्रज्ञानाच्या वापराला मर्यादित ठेवण्याचा किंवा पर्यायी मानवी मार्ग शोधण्याचा विचार केला पाहिजे. एआय हा एक सहाय्यक असू शकतो, पण तो कधीही समाजकार्यातील

मानवी करुणा आणि कायदेशीर उत्तरदायित्वाची जागा घेऊ शकत नाही.

प्रगत तांत्रिक प्रगती आणि कायदेशीर जबाबदारी यांचा मेळ घालण्यासाठी त्यांना केवळ समाजकार्याचेच नव्हे, तर प्राथमिक तंत्रज्ञान कायद्यांचे (Cyber Laws) ज्ञान असणेही आवश्यक आहे. कायदेशीर जबाबदारी आपल्याला शिस्त शिकवते, तर सामाजिक जबाबदारी आपल्याला आपल्या कामाचे व्यापक उद्दिष्ट विसरू देत नाही. जोपर्यंत आपण तंत्रज्ञानाला मानवी मूल्यांच्या आणि कायद्याच्या चौकटीत बांधून ठेवत नाही, तोपर्यंत ते समाजासाठी वरदान ठरू शकणार नाही. समाजकार्यकर्त्याचा विवेक हाच एआयच्या या तांत्रिक जगात शेवटचा आणि सर्वात प्रभावी कायदेशीर व सामाजिक नियंत्रक असणार आहे.

प्रकरण ८. भारतीय समाज विरुद्ध पाश्चिमात्य AI

भारतीय समाजरचना व मूल्ये

भारतीय समाजरचना ही पाश्चिमात्य जगापेक्षा पूर्णपणे भिन्न, गुंतागुंतीची आणि विविध स्तरांवरील विविधतेने नटलेली आहे, त्यामुळे पाश्चिमात्य देशांत विकसित झालेली कृत्रिम बुद्धिमत्ता (AI) जेव्हा भारतीय संदर्भात वापरली जाते, तेव्हा एक मोठा तात्त्विक आणि व्यावहारिक संघर्ष निर्माण होतो. भारतीय समाज हा प्रामुख्याने समुदायप्रधान (Collectivist) आहे, जिथे व्यक्तीपेक्षा कुटुंब, जात, धर्म आणि समुदाय या घटकांना अधिक महत्त्व दिले जाते, याउलट पाश्चिमात्य एआय मॉडेल्स हे व्यक्ती स्वातंत्र्य (Individualism) आणि निवडीच्या अधिकारावर आधारित असतात. भारतीय समाजरचनेत सामाजिक स्तरीकरण हे केवळ आर्थिक वर्गावर आधारित नसून ते जातीव्यवस्था, भाषिक वैविध्य आणि धार्मिक परंपरांनी प्रभावित आहे. अशा स्थितीत, पाश्चिमात्य मूल्यव्यवस्थेतून जन्मलेले तंत्रज्ञान जेव्हा भारतीय सामाजिक न्यायाच्या क्षेत्रात उतरते, तेव्हा ते येथील स्थानिक गरजा आणि मूल्यांशी सुसंगत ठरेलच याची खात्री नसते. समाजकार्याच्या दृष्टीकोनातून पाहिल्यास, भारतीय समाजात 'धर्मदाय' आणि 'परस्पर सहकार्य' यांसारखी पारंपरिक मूल्ये खोलवर रुजलेली आहेत, जी केवळ तांत्रिक कार्यक्षमतेच्या चौकटीत बसवणे कठीण असते.

कृत्रिम बुद्धिमत्तेचे मूळ हे पाश्चिमात्य तर्कशास्त्र आणि डेटावर आधारित आहे, जो डेटा अनेकदा भारतीय वास्तव प्रतिबिंबित करत नाही. भारतीय समाजात 'कुटुंब' ही एक मूलभूत सामाजिक संस्था आहे, जिथे निर्णय घेण्याची प्रक्रिया ही सामूहिक असते. उदाहरणार्थ,

आरोग्य किंवा शिक्षणाशी संबंधित समुपदेशन करताना पाश्चिमात्य एआय केवळ त्या व्यक्तीच्या डेटाचा विचार करेल, परंतु भारतीय समाजकार्यकर्त्याला त्या व्यक्तीच्या कुटुंबाचा, समुदायाचा आणि सामाजिक दबावांचाही विचार करावा लागतो. जर एखाद्या ग्रामीण भागातील महिलेला एआय आधारित आरोग्याचा सल्ला दिला गेला, तर तो सल्ला अमलात आणण्यासाठी तिला तिच्या घरातील सामाजिक चौकटीत परवानगी मिळेल का, याचा विचार ते तंत्रज्ञान करू शकत नाही. येथेच पाश्चिमात्य एआयची मर्यादा स्पष्ट होते आणि भारतीय समाजरचनेतील 'संदर्भ' (Context) महत्त्वाचा ठरतो. समाजकार्य ही केवळ तांत्रिक प्रक्रिया नसून ती मानवी नातेसंबंधांची वीण आहे, जी भारतीय संस्कृतीत अधिक संवेदनशीलपणे हाताळावी लागते.

भारतीय समाजात प्रचलित असलेली जातीव्यवस्था आणि सामाजिक विषमता हा एआयपुढील सर्वात मोठा नैतिक अडथळा आहे. पाश्चिमात्य एआय सिस्टिम्स अनेकदा वंशभेदाच्या (Racism) संदर्भात पक्षपाती असल्याचे दिसून आले आहे, पण भारतात हा पक्षपातीपणा जातीच्या (Casteism) रूपात प्रकट होऊ शकतो. जर समाजकार्यात धोरणनिर्मितीसाठी एआय वापरले गेले आणि त्यातील प्रशिक्षण डेटा हा ऐतिहासिकदृष्ट्या वरचढ असलेल्या घटकांकडून आलेला असेल, तर ते तंत्रज्ञान नकळतपणे शोषितांविरुद्ध भेदभाव करू शकते. उदाहरणार्थ, दलित किंवा आदिवासी समुदायांना सरकारी योजनांचा लाभ देताना एआय प्रणाली त्यांच्या भौगोलिक स्थानावरून किंवा पारंपरिक व्यवसायावरून त्यांना 'जोखीम' म्हणून वर्गीकृत करू शकते. भारतीय संदर्भात सामाजिक न्याय प्रस्थापित करण्यासाठी अशा तंत्रज्ञानाचे सखोल चिकित्सक परीक्षण करणे गरजेचे आहे. समाजकार्यकर्त्याची भूमिका येथे महत्त्वाची आहे, कारण त्याला माहित आहे की भारतीय समाजातील न्याय हा केवळ तांत्रिक निकषांवर नाही, तर ऐतिहासिक दुरुस्तीच्या (Historical Reparation) तत्वावर आधारलेला असावा लागतो.

डिजिटल दरी (Digital Divide) हा भारतीय समाजातील आणखी एक कटू वास्तव आहे, जे पाश्चिमात्य एआय मॉडेल्स अनेकदा गृहीत धरत नाहीत. पाश्चिमात्य देशात उच्च इंटरनेट साक्षरता आणि वीज उपलब्ध आहे, मात्र भारतातील ग्रामीण भागात ही स्थिती उलट आहे. जेव्हा आपण समाजकार्यासाठी एआय चा आग्रह धरतो, तेव्हा आपण नकळतपणे अशा एका वर्गाला मदत करतो ज्याच्याकडे स्मार्टफोन आणि इंटरनेट आहे, आणि ज्यांच्याकडे ही साधने नाहीत त्यांना मुख्य प्रवाहातून बाहेर फेकतो. हे 'तांत्रिक बहिष्कार' (Technological Exclusion) भारतीय समाजातील आर्थिक दरी अधिक रुंद करण्यास कारणीभूत ठरू शकते. गरिबी निर्मूलन किंवा आपत्ती व्यवस्थापन क्षेत्रात काम करताना जर तंत्रज्ञान केवळ शहरांमधील डेटावर आधारित असेल, तर ग्रामीण भारतातील जटिल प्रश्न सुटण्याऐवजी अधिक गुंतागुंतीचे होतील. भारतीय मूल्यांमध्ये 'अंत्योदय' म्हणजेच शेवटच्या माणसाचा विकास अपेक्षित आहे, जो केवळ एआयच्या आधारे साध्य करणे अशक्यप्राय वाटते.

भाषिक वैविध्य हे भारतीय समाजरचनेचे एक महत्त्वाचे अंग आहे. पाश्चिमात्य एआय प्रामुख्याने इंग्रजी किंवा काही मोजक्या जागतिक भाषांमध्ये निपुण असते, परंतु भारताच्या ग्रामीण भागात बोलल्या जाणाऱ्या शेकडो बोलीभाषा आणि त्यांच्यातील सांस्कृतिक छटा समजून घेण्यात ही यंत्रे अपयशी ठरतात. समाजकार्यात समुपदेशन करताना शब्दांपेक्षा भावना आणि सांस्कृतिक संदर्भ महत्त्वाचे असतात. एखादा पीडित व्यक्ती जेव्हा आपल्या भाषेत वेदना व्यक्त करतो, तेव्हा त्यातील व्याकुळता ओळखण्याचे कौशल्य मानवी कार्यकर्त्याकडे असते. पाश्चिमात्य एआय मॉडेल्स हे भाषेचे केवळ 'शब्दशः भाषांतर' करतात, ज्यामुळे संदेशाचा मूळ हेतू हरवू शकतो. भारतीय समाजातील निरक्षरता आणि भाषिक अडथळ्यांमुळे तंत्रज्ञानावर आधारित समाजकार्य हे केवळ अभिजनवर्गापुरते मर्यादित

राहण्याचा धोका असतो, जो समाजकार्याच्या लोकशाहीवादी मूल्यांशी विसंगत आहे.

सामाजिक जबाबदारी आणि उत्तरदायित्व ही भारतीय समाजकार्याची महत्त्वाची मूल्ये आहेत. पाश्चिमात्य जगात तंत्रज्ञानाच्या चुकांची जबाबदारी घेण्याची कायदेशीर प्रक्रिया स्पष्ट असली, तरी भारतात सामान्य नागरिकाला तांत्रिक अन्यायाविरुद्ध दाद मागणे कठीण असते. जर एआय प्रणालीने एखाद्या व्यक्तीला चुकीच्या पद्धतीने अपात्र ठरवले, तर त्या तांत्रिक निर्णयाला आव्हान देण्याचे सामर्थ्य भारतीय लाभार्थ्यांकडे नसते. अशा वेळी समाजकार्यकर्त्याला तंत्रज्ञान आणि लाभार्थी यांच्यातील दुवा बनावे लागते. भारतीय समाजरचनेत 'विश्वास' हा घटक यंत्रांपेक्षा माणसावर अधिक असतो. एखाद्या संकटाच्या वेळी लोकांना तांत्रिक चॅटबॉटपेक्षा प्रत्यक्ष भेटून धीर देणाऱ्या कार्यकर्त्याची अधिक गरज वाटते. ही मानवी उपस्थिती भारतीय मूल्यांचा गाभा आहे, जी पाश्चिमात्य एआय कधीही प्रदान करू शकत नाही. तंत्रज्ञानाचा वापर हा या मूल्यांना पूरक असावा, त्यांचा पर्याय नव्हे.

भविष्यात भारतीय समाजासाठी उपयुक्त ठरेल असे एआय विकसित करायचे असेल, तर ते पाश्चिमात्य कॉपी-पेस्ट मॉडेल असू शकत नाही. आपल्याला भारतीय समाजातील सहिष्णुता, समुदाय-आधारित निर्णय प्रक्रिया आणि आध्यात्मिक सामाजिक मूल्यांचा विचार करावा लागेल. समाजकार्य हे केवळ समस्या सोडवण्याचे शास्त्र नसून ते मानवी प्रतिष्ठेचे जतन करणारे शास्त्र आहे. पाश्चिमात्य एआय कार्यक्षम असू शकते, पण ते 'कल्याणकारी' (Welfare-oriented) असेलच असे नाही. भारतीय संदर्भात एआयचा वापर करताना तो येथील लोकशाही मूल्यांना बाधक ठरणार नाही आणि उपेक्षित घटकांचे हक्क हिरावून घेणार नाही, याची काळजी घेणे हीच खरी व्यावसायिक जबाबदारी आहे. जोपर्यंत आपण भारतीय सामाजिक

वास्तवाचे भान ठेवून तंत्रज्ञानाचा चिकित्सक स्वीकार करत नाही, तोपर्यंत पाश्चिमात्य एआय हे भारतीय समाजासाठी एक परकी आणि त्रासदायक व्यवस्थाच राहील.

पाश्चिमात्य AI *मॉडेल्सची वैशिष्ट्ये*

पाश्चिमात्य कृत्रिम बुद्धिमत्ता (AI) मॉडेल्सचा उगम प्रामुख्याने अमेरिका आणि युरोपातील प्रगत तांत्रिक परिसंस्थेत झाला असून, ही मॉडेल्स तिथल्या सामाजिक, सांस्कृतिक आणि आर्थिक मूल्यांचे प्रतिबिंब आहेत. या मॉडेल्सची रचना ज्या मूलभूत तत्त्वांवर आधारित आहे, त्यांना 'पाश्चिमात्य उदारमतवादी मूल्ये' असे संबोधले जाते. यामध्ये प्रामुख्याने व्यक्तिगत स्वायत्तता (Individual Autonomy), निवडीचे स्वातंत्र्य आणि तर्कनिष्ठ कार्यक्षमता (Logical Efficiency) यांना सर्वोच्च स्थान दिले जाते. तांत्रिक दृष्टिकोनातून, ही मॉडेल्स 'बिग डेटा' आणि उच्च दर्जाच्या संगणकीय क्षमतेवर आधारलेली असून, त्यांचा उद्देश कमीत कमी वेळात जास्तीत जास्त अचूकता साध्य करणे हा असतो. मात्र, जेव्हा ही पाश्चिमात्य वैशिष्ट्ये समाजकार्यासारख्या संवेदनशील क्षेत्रात वापरली जातात, तेव्हा त्यामागील तात्विक अधिष्ठान समजून घेणे गरजेचे ठरते, कारण या मॉडेल्सची रचना ज्या डेटावर केली जाते तो प्रामुख्याने पाश्चिमात्य जीवनशैली, तिथले कायदे आणि तिथल्या सामाजिक समस्यांशी निगडित असतो.

पाश्चिमात्य एआय मॉडेल्सचे पहिले महत्त्वाचे वैशिष्ट्य म्हणजे 'व्यक्ती-केंद्रितता' (Individualism). पाश्चिमात्य समाजव्यवस्थेत व्यक्तीला स्वतंत्र घटक मानले जाते, त्यामुळे तिथली एआय मॉडेल्स एखाद्या व्यक्तीच्या वर्तणुकीचे विश्लेषण करताना तिला तिच्या समुदायापासून किंवा कुटुंबापासून वेगळे काढून पाहतात. समाजकार्याच्या संदर्भात हे वैशिष्ट्य 'स्वतःचे निर्णय स्वतः घेणे'

(Self-determination) या मूल्याला तांत्रिक बळ देते, परंतु त्यात सामाजिक गुंतागुंतीचा अभाव असतो. उदाहरणार्थ, पाश्चिमात्य एआयवर आधारित मानसिक आरोग्याचे ॲप्स केवळ व्यक्तीच्या भावना आणि प्रतिसादांवर लक्ष केंद्रित करतात. भारतीय समाजकार्यात मात्र व्यक्ती ही तिच्या जात, धर्म आणि विस्तारित कुटुंबाशी घट्ट जोडलेली असते. पाश्चिमात्य मॉडेलमध्ये ही 'सामूहिक ओळख' (Collective Identity) अनेकदा एक 'नॉईज' किंवा अनावश्यक माहिती म्हणून दुर्लक्षित केली जाते, ज्यामुळे या मॉडेल्सनी दिलेले निष्कर्ष भारतीय कौटुंबिक चौकटीत अपूर्ण किंवा विसंगत वाटू शकतात.

कार्यक्षमता आणि उत्पादकता (Efficiency and Productivity) हे या मॉडेल्सचे दुसरे प्रमुख वैशिष्ट्य आहे. ही मॉडेल्स सामाजिक समस्यांना 'लॉजिस्टिक' किंवा व्यवस्थापकीय दृष्टिकोनातून पाहतात. सामाजिक प्रश्नांचे निराकरण करण्यासाठी जास्तीत जास्त संसाधनांचा कमीत कमी वेळात वापर कसा करता येईल, यावर या मॉडेल्सचा भर असतो. पाश्चिमात्य देशांत जिथे लोकसंख्येची घनता कमी आहे आणि व्यवस्थांचे औपचारिकीकरण (Formalization) झाले आहे, तिथे ही कार्यक्षमता उपयुक्त ठरते. परंतु, भारतीय समाजकार्याचा विचार करता, जिथे गरिबी, कुपोषण आणि बेरोजगारी यांसारखे प्रश्न ऐतिहासिक शोषणातून निर्माण झाले आहेत, तिथे केवळ कार्यक्षमता महत्त्वाची नसते. समाजकार्य म्हणजे केवळ 'डिलिव्हरी ऑफ सर्व्हिसेस' नसून ते सामाजिक न्यायासाठी केलेला संघर्ष आहे. पाश्चिमात्य मॉडेल्स अनेकदा या संघर्षाच्या प्रक्रियेला तांत्रिक प्रक्रियेत रूपांतरित करण्याचा प्रयत्न करतात, ज्यामुळे प्रश्नाचे मूळ कारण शोधण्याऐवजी केवळ वरवरची लक्षणे सोडवण्यावर भर दिला जातो.

भाषिक आणि सांस्कृतिक एकसंधता (Linguistic and Cultural Homogeneity) हे पाश्चिमात्य एआय मॉडेल्सचे आणखी एक वैशिष्ट्य आहे. ही मॉडेल्स प्रामुख्याने इंग्रजी आणि इतर युरोपियन भाषांमधील डेटावर प्रशिक्षित केलेली असतात. या भाषांमधील व्याकरणाची रचना, सांस्कृतिक संकेत आणि शब्दांचे अर्थ हे पाश्चिमात्य संदर्भाशी जोडलेले असतात. जेव्हा हे तंत्रज्ञान भारतात येते, तेव्हा ते येथील २२ अधिकृत भाषा आणि शेकडो बोलीभाषांमधील सूक्ष्म छटा समजून घेण्यात अपयशी ठरते. भारतीय समाजकार्यात संवाद हा केवळ शब्दांचा नसून तो देहबोली, सामाजिक प्रतिष्ठा आणि स्थानिक रुढींशी संबंधित असतो. पाश्चिमात्य एआयमध्ये या सांस्कृतिक वैशिष्ट्यांचा अंतर्भाव नसल्यामुळे, ते भारतीय लाभार्थ्यांशी संवाद साधताना अत्यंत कोरडे आणि यांत्रिक वाटते. ही मर्यादा समाजकार्यकर्त्याच्या भूमिकेला अधिक कठीण बनवते, कारण त्याला या पाश्चिमात्य तांत्रिक चौकटीचे भारतीय वास्तवात रूपांतर करावे लागते.

डेटाच्या उपलब्धतेबाबतचा 'पाश्चिमात्य पूर्वग्रह' हे देखील एक महत्त्वाचे वैशिष्ट्य आहे. ही मॉडेल्स ज्या डेटावर आधारित आहेत, तो डेटा अशा समाजातून आलेला आहे जिथे प्रत्येक नागरिकाची डिजिटल नोंद उपलब्ध आहे. भारतात मात्र एक मोठा वर्ग आजही 'डिजिटल अंधारात' आहे. पाश्चिमात्य मॉडेल्स गृहीत धरतात की डेटा हा वस्तुनिष्ठ असतो, परंतु प्रत्यक्षात डेटा हा नेहमीच पूर्वग्रहदूषित असू शकतो. पाश्चिमात्य देशांतील वंशभेदाचा (Racism) इतिहास तिथल्या पोलिसांच्या किंवा रोजगाराच्या डेटामध्ये दिसून येतो, ज्यामुळे तिथली एआय मॉडेल्स पक्षपाती ठरली आहेत. भारताच्या बाबतीत, जर आपण हीच मॉडेल्स वापरली, तर ती येथील जातीय भेदभाव (Caste-based bias) ओळखू शकणार नाहीत किंवा त्या अन्यायाला तांत्रिक मान्यता देतील. समाजकार्याच्या मूल्यांनुसार, तंत्रज्ञान हे तटस्थ न राहता ते शोषितांच्या बाजूने उभे राहायला हवे,

परंतु पाश्चिमात्य मॉडेल्सची रचना प्रामुख्याने यथास्थिती (Status Quo) टिकवून ठेवण्याकडे कललेली असते.

पाश्चिमात्य एआय मॉडेल्सचे धोरणात्मक स्वरूप हे प्रामुख्याने 'प्रिस्क्रिप्टिव्ह' (Prescriptive) म्हणजेच उपाय सुचवणारे असते. यंत्राने दिलेला निर्णय हा अंतिम किंवा सर्वाधिक अचूक आहे, असा एक प्रकारचा 'तांत्रिक अहंकार' या मॉडेल्सच्या रचनेत दिसून येतो. समाजकार्यात मात्र प्रत्येक केस ही वेगळी असते आणि तिथे 'युनिट ऑफ इंटरव्हेन्शन' हे परिस्थितीनुसार बदलते. पाश्चिमात्य मॉडेल्समधील ही कडक शिस्त (Rigidity) भारतीय समाजातील लवचिकता आणि मानवी नात्यांच्या गुंतागुंतीशी जुळत नाही. भारतीय ग्रामीण भागात समुपदेशन करताना कार्यकर्त्याला कधीकधी नियमांच्या पलीकडे जाऊन मानवी दृष्टिकोनातून विचार करावा लागतो, जे पाश्चिमात्य एआयच्या अल्गोरिदममध्ये बसत नाही. हे मॉडेल मानवी विवेकापेक्षा तांत्रिक तर्काला (Logic) जास्त महत्त्व देते, जे समाजकार्याच्या 'समग्रवादी' (Holistic) दृष्टिकोनाच्या विरोधात आहे.

सरतेशेवटी, पाश्चिमात्य एआय मॉडेल्सची ही वैशिष्ट्ये तांत्रिक दृष्ट्या प्रगत असली, तरी ती भारतीय समाजकार्यासाठी जशीच्या तशी स्वीकारणे धोकादायक ठरू शकते. ही मॉडेल्स नफा आणि कार्यक्षमता या भांडवलशाही मूल्यांवर आधारित असलेल्या कंपन्यांनी विकसित केली आहेत, तर समाजकार्य हे सामाजिक कल्याण आणि समतेच्या समाजवादी व लोकशाहीवादी मूल्यांवर आधारित आहे. या दोन मूल्यांमधील संघर्ष हाच या प्रकरणाचा गाभा आहे. पाश्चिमात्य मॉडेल्स ही एक उत्तम 'साधने' असू शकतात, पण ती भारतीय समाजाच्या सामाजिक समस्यांचे 'उत्तर' असू शकत नाहीत. समाजकार्यकर्त्याला या तांत्रिक वैशिष्ट्यांच्या मर्यादा ओळखून त्यांचा वापर केवळ

सहाय्यक म्हणून करावा लागेल, अन्यथा तंत्रज्ञान हेच शोषणाचे नवीन माध्यम बनण्याची शक्यता नाकारता येत नाही.

सांस्कृतिक फरक

कृत्रिम बुद्धिमत्तेच्या तांत्रिक प्रगतीचा विचार करताना 'सांस्कृतिक फरक' (Cultural Differences) हा मुद्दा अत्यंत मूलभूत ठरतो, कारण कोणतेही तंत्रज्ञान हे ज्या समाजात विकसित होते, त्या समाजाच्या सांस्कृतिक मूल्यांना आणि जाणिवांना स्वतःमध्ये सामावून घेते. पाश्चिमात्य कृत्रिम बुद्धिमत्ता प्रामुख्याने पाश्चिमात्य संस्कृतीतील तर्कशास्त्र, व्यक्तिवाद आणि धर्मनिरपेक्ष वैज्ञानिक दृष्टिकोनातून साकारली आहे. याउलट, भारतीय समाज हा हजारो वर्षांच्या सांस्कृतिक परंपरा, सामूहिक जीवनशैली, अध्यात्म आणि गुंतागुंतीच्या सामाजिक उतरंडीने बनलेला आहे. जेव्हा पाश्चिमात्य सांस्कृतिक मुल्यांवर आधारित एआय मॉडेल्स भारतीय समाजकार्याच्या क्षेत्रात वापरली जातात, तेव्हा त्यामध्ये एक प्रकारची 'सांस्कृतिक विसंगती' निर्माण होते. समाजकार्य हा मानवी वर्तणुकीशी आणि संबंधांशी निगडित व्यवसाय असल्याने, तो संस्कृतीपासून वेगळा काढता येत नाही. सांस्कृतिक भिन्नतेमुळे तंत्रज्ञानाचा वापर करताना जे नैतिक आणि व्यावहारिक पेच निर्माण होतात, ते समजून घेणे भारतीय समाजकार्याच्या संदर्भात अपरिहार्य आहे.

भारतीय संस्कृतीचे सर्वात महत्त्वाचे वैशिष्ट्य म्हणजे 'सामुहिकता' (Collectivism), जे पाश्चिमात्य संस्कृतीतील 'व्यक्तिवादाच्या' (Individualism) पूर्णपणे विरोधात आहे. पाश्चिमात्य एआय प्रणाली एखाद्या व्यक्तीला एक स्वतंत्र घटक मानून तिचे विश्लेषण करतात. मात्र, भारतात व्यक्तीची ओळख ही तिच्या कुटुंबाशी, नातेवाईकांशी आणि समुदायाशी अतूटपणे जोडलेली असते. समाजकार्यात जेव्हा समुपदेशन किंवा पुनर्वसनाचे काम केले जाते, तेव्हा केवळ व्यक्तीचा

विचार करून चालत नाही. उदाहरणार्थ, एखाद्या व्यसनाधीन व्यक्तीचे समुपदेशन करताना पाश्चिमात्य एआय मॉडेल केवळ त्या व्यक्तीच्या मानसिक स्थितीवर भर देईल. परंतु, भारतीय समाजकार्यकर्त्याला त्या व्यक्तीच्या कुटुंबाची आर्थिक स्थिती, समुदायातील तिची प्रतिष्ठा आणि कौटुंबिक पाठबळ या सांस्कृतिक घटकांचा विचार करावा लागतो. जर एआयने सुचवलेला उपाय हा त्या व्यक्तीच्या सांस्कृतिक चौकटीत बसत नसेल, तर तो उपाय तांत्रिकदृष्ट्या अचूक असूनही सामाजिकदृष्ट्या अपयशी ठरतो. ही सांस्कृतिक दरी तंत्रज्ञानाच्या कार्यक्षमतेवर मर्यादा आणते.

दुसरीकडे, भारतीय संस्कृतीतील 'संवादाची पद्धत' (Communication Style) ही उच्च संदर्भ असलेली (High-context) आहे, तर पाश्चिमात्य संस्कृती 'कमी संदर्भ' (Low-context) असलेली आहे. पाश्चिमात्य समाजात जे बोलले जाते, त्याचा अर्थ थेट आणि शब्दांपुरता मर्यादित असतो. याउलट, भारतीय समाजात बोलण्यापेक्षा त्यामागचा रोख, देहबोली आणि सामाजिक नात्यांमधील अंतप्रवाह अधिक महत्त्वाचे असतात. एआय मॉडेल्स ही प्रामुख्याने स्पष्ट भाषिक डेटावर प्रक्रिया करतात, ज्यामुळे भारतीय समाजातील 'सांस्कृतिक मूक संवाद' समजून घेण्यात ती असमर्थ ठरतात. समाजकार्यात जेव्हा एखादी महिला आपल्यावरील अन्यायाबद्दल मौन बाळगते, तेव्हा ते मौन समाजकार्यकर्त्याला खूप काही सांगून जाते. पाश्चिमात्य एआय अशा मौनाला केवळ 'डेटाचा अभाव' मानते. तांत्रिक प्रणालींना सांस्कृतिक संदर्भातील या सूक्ष्म छटा समजत नसल्यामुळे, समाजकार्यातील मानवी स्पर्श आणि संवेदनशीलता धोक्यात येते, जी भारतीय मूल्यव्यवस्थेचा कणा आहे.

धार्मिकता आणि श्रद्धा हा देखील भारतीय सांस्कृतिक फरकाचा एक मोठा भाग आहे. भारतीय जनमानसात धर्माला आणि दैवी श्रद्धेला अनन्यसाधारण महत्त्व आहे. अनेकदा आरोग्यविषयक किंवा आपत्ती

व्यवस्थापनाच्या कार्यात काम करताना समाजकार्यकर्त्यांना लोकांच्या या श्रद्धेचा विचार करून आपला हस्तक्षेप करावा लागतो. पाश्चिमात्य एआय मॉडेल्स ही पूर्णपणे 'सेक्युलर' आणि विज्ञानावर आधारित तर्काने चालतात. जेव्हा एखादी आपत्ती येते, तेव्हा लोक त्याला दैवी कोप मानू शकतात. अशा वेळी केवळ तांत्रिक सूचना देऊन चालत नाही, तर लोकांच्या सांस्कृतिक भावना न दुखावता त्यांना वैज्ञानिक मदतीकडे वळवावे लागते. पाश्चिमात्य एआयमध्ये अशा 'सांस्कृतिक समन्वयाचे' (Cultural Mediation) कौशल्य नसते. यामुळे तंत्रज्ञान हे समाजासाठी परके आणि लादलेले वाटते. समाजकार्याचे उद्दिष्ट हे समाजाचा विश्वास संपादन करणे आहे, आणि हा विश्वास केवळ तांत्रिक कार्यक्षमतेने नाही, तर सांस्कृतिक आदराने मिळवता येतो.

भारतीय समाजरचनेतील जातीव्यवस्था आणि त्यातून निर्माण झालेली सांस्कृतिक उतरंड ही पाश्चिमात्य एआय प्रणालींसाठी पूर्णपणे अनाकलनीय आहे. पाश्चिमात्य देशांतील 'वांशिकता' (Race) आणि भारतातील 'जाती' (Caste) यांमध्ये वरवर साम्य असले तरी, त्यांच्या सांस्कृतिक मुळांमध्ये प्रचंड फरक आहे. जातीव्यवस्थेशी जोडलेले शुद्धता-अशुद्धतेचे संकेत, खानपानाच्या सवयी आणि सामाजिक बहिष्कार हे भारतीय समाजाचे कटू सांस्कृतिक वास्तव आहे. जर एआय प्रणालींनी या ऐतिहासिक अन्यायाचा विचार केला नाही, तर त्या नकळतपणे प्रस्थापित सांस्कृतिक वर्चस्वाला बळकटी देऊ शकतात. समाजकार्यातील 'समानता' आणि 'सामाजिक न्याय' या मूल्यांचे जतन करण्यासाठी तंत्रज्ञानामध्ये या सांस्कृतिक विषमतेची जाण असणे आवश्यक आहे. पाश्चिमात्य एआय मॉडेल्स हे 'रंग आंधळे' (Color-blind) असू शकतात, पण भारतीय समाजात त्यांना 'जाती सजग' (Caste-conscious) असायला हवे, अन्यथा ते सामाजिक दरी कमी करण्याऐवजी वाढवण्यास कारणीभूत ठरतील.

डिजिटल दरीचा सांस्कृतिक पैलू देखील तितकाच महत्त्वाचा आहे. पाश्चिमात्य देशात तंत्रज्ञान हे दैनंदिन जीवनाचा अविभाज्य भाग आणि प्रगतीचे लक्षण मानले जाते. भारतीय ग्रामीण संस्कृतीत मात्र तंत्रज्ञानाकडे अनेकदा संशयाने किंवा भीतीपोक्त पाहिले जाते. खासकरून वयोवृद्ध किंवा उपेक्षित घटकांमध्ये तंत्रज्ञानाशी संवाद साधण्याची एक प्रकारची सांस्कृतिक भीती असते. अशा परिस्थितीत, जर समाजकार्य हे केवळ 'ॲप-आधारित' किंवा 'स्वयंचलित' झाले, तर ते या घटकांसाठी बहिष्काराचे कारण बनेल. भारतीय मूल्यव्यवस्थेत 'प्रत्यक्ष भेट' आणि 'मानवी संवाद' याला जे महत्त्व आहे, त्याची जागा कोणताही अल्गोरिदम घेऊ शकत नाही. तंत्रज्ञानाचा वापर हा या सांस्कृतिक संवादाला पूरक असायला हवा, त्याचे उच्चाटन करण्यासाठी नव्हे.

भविष्यात एआय आणि समाजकार्य यांचा मेळ घालताना आपल्याला 'सांस्कृतिक बुद्धिमत्ता' (Cultural Intelligence) असलेल्या तंत्रज्ञानाची गरज आहे. हे तंत्रज्ञान भारतीय संस्कृतीतील सहिष्णुता, परस्पर सहकार्य आणि संघभावना यांसारख्या सकारात्मक मूल्यांचा वापर करून सामाजिक समस्या सोडवण्यासाठी मदत करू शकते. पाश्चिमात्य एआयचा आंधळा स्वीकार करण्याऐवजी, आपल्याला त्याचे 'भारतीयीकरण' करावे लागेल. समाजकार्यकर्त्याला केवळ तांत्रिक वापरकर्ता न राहता, तंत्रज्ञानाला सांस्कृतिक संदर्भाची जोड देणारा 'सांस्कृतिक अनुवादक' बनावे लागेल. जोपर्यंत तंत्रज्ञान हे भारतीय समाजाच्या सांस्कृतिक गाभ्याशी जुळवून घेत नाही, तोपर्यंत ते केवळ एक यांत्रिक साधन राहील आणि समाजकार्याच्या व्यापक उद्दिष्टांना, म्हणजेच लोकांच्या मनात बदल घडवून आणण्याच्या प्रक्रियेला, साद देऊ शकणार नाही.

भारतीय सामाजिक वास्तव

भारतीय सामाजिक वास्तव हे पाश्चिमात्य जगाच्या तुलनेत अत्यंत बहुआयामी, गुंतागुंतीचे आणि विरोधाभासांनी भरलेले आहे, त्यामुळे तिथे विकसित झालेली कृत्रिम बुद्धिमत्ता (AI) जेव्हा भारतीय मातीत रुजवण्याचा प्रयत्न केला जातो, तेव्हा अनेक गंभीर आव्हाने उभी राहतात. पाश्चिमात्य देशांत समाजकार्य आणि तंत्रज्ञान यांचा मिलाफ प्रामुख्याने संघटित डेटा आणि साक्षर समुदायांवर आधारित असतो, परंतु भारतात सामाजिक वास्तवाची व्याख्या ही जात, धर्म, भाषा, तीव्र आर्थिक विषमता आणि डिजिटल दरी (Digital Divide) या घटकांशी जोडलेली आहे. भारतीय समाजरचना ही केवळ भौगोलिक सीमांनी बनलेली नसून ती सामाजिक उतरंडीच्या खोलवर रुजलेल्या परंपरांनी व्यापलेली आहे. या पार्श्वभूमीवर, एआयसारख्या प्रगत तंत्रज्ञानाचा विचार करताना ते केवळ एक सॉफ्टवेअर उरत नाही, तर ते भारतीय समाजातील प्रस्थापित शक्ती संबंधांना (Power Structures) आव्हान देणारे किंवा त्यांना बळकटी देणारे एक साधन ठरते. समाजकार्यकर्त्याला या वास्तवाचा अभ्यास करताना तंत्रज्ञानाच्या पलीकडे जाऊन जमिनीवरील प्रश्नांची दाहकता समजून घ्यावी लागते.

भारतीय सामाजिक वास्तवाचे पहिले महत्त्वाचे वैशिष्ट्य म्हणजे 'जातीव्यवस्था' आणि त्यातून निर्माण होणारे सामाजिक बहिष्कार. पाश्चिमात्य देशांत वांशिकता (Race) हा भेदभावाचा मुख्य मुद्दा असला, तरी भारतात जात ही जन्मापासून व्यक्तीची ओळख आणि तिची संसाधनांमधील भागीदारी ठरवते. एआय प्रणाली ज्या डेटावर काम करतात, तो डेटा जर या ऐतिहासिक भेदभावातून आला असेल, तर यंत्रे नकळतपणे विशिष्ट जातींना 'अपात्र' किंवा 'जोखीम' म्हणून वर्गीकृत करू शकतात. उदाहरणार्थ, सूक्ष्म वित्तपुरवठा (Microfinance) किंवा सामाजिक योजनांच्या वाटपात जर एआयने

जुन्या डेटाचा वापर केला, तर ज्या समुदायांना पूर्वापार संधी नाकारल्या गेल्या आहेत, त्यांना तंत्रज्ञान आजही नाकारू शकते. हे केवळ तांत्रिक अपयश नसून ते सामाजिक न्यायाच्या तत्त्वाचे उल्लंघन आहे. समाजकार्य हे मुळात अशा वंचितांना न्याय मिळवून देण्यासाठी असते, परंतु अपारदर्शक एआय प्रणालींमुळे हा अन्याय अधिक 'वैज्ञानिक' आणि 'अदृश्य' होतो, जो भारतीय वास्तवातील सर्वात मोठा धोका आहे.

दुसरे वास्तव म्हणजे 'डिजिटल दरी' आणि भाषिक अडथळे. भारतात आजही एक मोठा वर्ग तंत्रज्ञानाच्या मुख्य प्रवाहापासून लांब आहे. पाश्चिमात्य एआय मॉडेल्स प्रामुख्याने इंग्रजी भाषेतील माहितीवर आधारित असतात, तर भारतात खेड्यापाड्यात बोलल्या जाणाऱ्या शेकडो बोलीभाषांमध्ये मानवी दुःख आणि गरजा व्यक्त होतात. समाजकार्याच्या संदर्भात, जर एखादी विधवा महिला किंवा एखादा अल्पभूधारक शेतकरी आपली समस्या मांडत असेल, तर त्यातील स्थानिक सांस्कृतिक संदर्भ आणि भाषेतील आर्तता ओळखण्याचे सामर्थ्य पाश्चिमात्य एआयमध्ये नसते. साक्षरतेच्या अभावामुळे अनेक लाभार्थी स्वतःचे डिजिटल रेकॉर्ड ठेवू शकत नाहीत, परिणामी एआयच्या नजरेत त्यांचे अस्तित्वच संपुष्टात येते. ज्याचा डेटा नाही, त्याला सेवा नाही (No Data, No Service) हे क्रूर वास्तव भारतीय ग्रामीण भागात तंत्रज्ञानाद्वारे लादले जाण्याची भीती आहे. येथे समाजकार्यकर्ता हा केवळ तंत्रज्ञानाचा वापरकर्ता म्हणून काम करू शकत नाही, तर त्याला या तांत्रिक बहिष्काराविरुद्ध लढावे लागते.

भारतीय कुटुंबाची रचना आणि 'सामुहिकता' हे पाश्चिमात्य 'व्यक्तिवादा'च्या पूर्णपणे विरोधात जाणारे वास्तव आहे. पाश्चिमात्य एआय मॉडेल व्यक्तीला केंद्रस्थानी धरून निर्णय घेते, परंतु भारतात व्यक्ती ही कुटुंबाचा आणि समुदायाचा अविभाज्य भाग असते. सामाजिक पुनर्वसन, आरोग्य सेवा किंवा समुपदेशन करताना भारतीय

समाजात निर्णय घेण्याची प्रक्रिया ही सामूहिक असते. उदाहरणार्थ, एखाद्या कुटुंबातील कुपोषणाची समस्या सोडवताना केवळ त्या मुलाचा डेटा पाहून चालत नाही, तर त्या कुटुंबाची सामाजिक पत, धार्मिक श्रद्धा आणि शेजारील लोकांशी असलेले संबंध विचारात घ्यावे लागतात. पाश्चिमात्य एआयला हे 'सामाजिक भांडवल' (Social Capital) किंवा 'सामाजिक गुंतागुंत' समजत नाही. त्यामुळे तंत्रज्ञानाने दिलेली उत्तरे अनेकदा भारतीय कौटुंबिक वास्तवात विसंगत आणि अपयशी ठरतात. समाजकार्यात 'केस वर्क' करताना कार्यकर्त्याला जे मानवी बारकावे समजतात, ते तांत्रिक अल्गोरिदममध्ये बसवणे जवळपास अशक्य असते.

आर्थिक विषमता आणि रोजगाराचे वास्तव हे देखील भारतीय संदर्भात अत्यंत संवेदनशील आहे. पाश्चिमात्य देशांत एआयमुळे होणारे 'ऑटोमेशन' हे प्रामुख्याने उत्पादकता वाढवण्यासाठी असते, परंतु भारतात जिथे हाताला काम मिळणे हीच मोठी समस्या आहे, तिथे तंत्रज्ञानाचा आंधळा वापर बेरोजगारी वाढवू शकतो. समाजकार्य हे केवळ लोकांच्या समस्या सोडवणे नसून त्यांना सन्मानाने जगण्याचे साधन मिळवून देणे देखील आहे. जर एआय आधारित सिस्टिम्स केवळ कार्यक्षमतेच्या नावाखाली मानवी श्रमांना बाजूला सारत असतील, तर ते भारतीय लोकशाही मूल्यांच्या विरोधात आहे. विशेषतः मनरेगा (MGNREGA) सारख्या योजनांमध्ये किंवा सार्वजनिक आरोग्य केंद्रांमध्ये (PHC) तांत्रिक त्रुटींमुळे जेव्हा गरिबांना सेवा नाकारली जाते, तेव्हा ते तांत्रिक प्रगती नसून सामाजिक अधोगती ठरते. भारतीय वास्तवात तंत्रज्ञान हे 'मानवी सहाय्यक' म्हणून वापरण्याऐवजी जर ते 'मानवी पर्यायी' म्हणून वापरले गेले, तर समाजातील शेवटचा घटक अधिक अगतिक होईल.

शेवटी, भारतीय सामाजिक वास्तव हे एआयला सतत प्रश्न विचारण्यास भाग पाडते. एआय हा जादूचा दिवा नाही जो गरिबी,

कुपोषण आणि जातीवाद एका रात्रीत नष्ट करेल. उलट, योग्य मानवी देखरेखीशिवाय ते या समस्यांना अधिक प्रबळ करू शकते. समाजकार्याची मूल्ये सांगता की, कोणताही निर्णय हा मानवी प्रतिष्ठेला बाधा आणणारा नसावा. भारतीय संदर्भात एआयचा स्वीकार करताना आपल्याला 'तांत्रिक सार्वभौमत्व' आणि 'सामाजिक नैतिकता' यांचा समतोल साधावा लागेल. तंत्रज्ञान हे आपल्या समाजातील विविधतेचा सन्मान करणारे असावे, तिचे यांत्रिकीकरण करणारे नसावे. जोपर्यंत आपण भारतीय सामाजिक वास्तवातील सूक्ष्म छटांना तंत्रज्ञानाच्या आराखड्यात स्थान देत नाही, तोपर्यंत पाश्चिमात्य एआय हे भारतीय समाजासाठी एक लादलेले ओझेच राहील. समाजकार्यकर्त्याचा 'मानवी हस्तक्षेप' हाच या तांत्रिक वास्तवातील अन्यायाला रोखणारा एकमेव प्रभावी अडथळा आहे.

स्थानिक गरजा व AI

कृत्रिम बुद्धिमत्तेच्या जागतिक लाटेत 'स्थानिक गरजा' (Local Needs) हा कळीचा मुद्दा ठरत आहे, कारण तांत्रिक प्रगतीची दिशा आणि समाजाची गरज यामध्ये अनेकदा मोठी तफावत असते. पाश्चिमात्य देशांमध्ये एआयचा विकास प्रामुख्याने मानवी श्रम कमी करणे, वेग वाढवणे आणि व्यावसायिक नफा मिळवणे या हेतूने झाला आहे. मात्र, भारतीय समाजात जिथे लोकसंख्या प्रचंड आहे आणि सामाजिक समस्यांची मुळे खोलवर रुजलेली आहेत, तिथे तंत्रज्ञानाची भूमिका ही निव्वळ कार्यक्षमता वाढवणे इतकी मर्यादित राहून चालत नाही. भारतीय स्थानिक गरजा या प्रामुख्याने गरिबी निर्मूलन, प्राथमिक आरोग्य सुविधा, दर्जेदार शिक्षण, आणि कृषी क्षेत्रातील स्थैर्य यांच्याशी जोडलेल्या आहेत. या गरजांची पूर्तता करण्यासाठी पाश्चिमात्य देशांत तयार झालेली एआय मॉडेल्स जशीच्या तशी वापरणे म्हणजे एखाद्या चुकीच्या आजारावर चुकीचे औषध देण्यासारखे आहे. स्थानिक गरजांचा विचार करताना समाजकार्याच्या

चौकटीत तंत्रज्ञानाचे 'लोकशाहीकरण' आणि 'मानवीकरण' करणे ही आजची प्राथमिक गरज आहे.

भारतीय स्थानिक गरजांच्या संदर्भात प्राथमिक आरोग्याचा प्रश्न अत्यंत गंभीर आहे. ग्रामीण भागात डॉक्टरांची कमतरता आणि वैद्यकीय उपकरणांचा अभाव ही वस्तुस्थिती आहे. येथे एआयचा वापर करून रोगनिदान (Diagnosis) करणे उपयुक्त ठरू शकते, परंतु पाश्चिमात्य एआय मॉडेल्स अनेकदा पाश्चिमात्य शरीरयष्टी आणि तिथल्या आहारपद्धतीवर आधारित डेटा वापरतात. भारतीय लोकांच्या स्थानिक आरोग्याच्या समस्या, जसे की कुपोषण, लोहाची कमतरता (Anemia) किंवा उष्णकटिबंधीय आजार, यांना या मॉडेल्समध्ये पुरेसे स्थान मिळत नाही. स्थानिक स्तरावर काम करणाऱ्या समाजकार्यकर्त्याला हे ठाऊक असते की, एखाद्या आजाराचे कारण केवळ जैविक नसून ते सामाजिक आणि आर्थिक देखील असते. जर एआय प्रणाली स्थानिक हवामान, जलस्त्रोत आणि आहार पद्धतींचा विचार न करता आरोग्यविषयक सल्ले देत असेल, तर ते तांत्रिकदृष्ट्या प्रगत असूनही सामाजिकदृष्ट्या निष्फळ ठरेल. स्थानिक गरजांना न्याय देण्यासाठी आपल्याला 'संदर्भ-सक्षम' (Context-aware) एआयची आवश्यकता आहे, जो भारतीय वास्तवातील बारकावे टिपू शकेल.

शिक्षणाच्या क्षेत्रातही स्थानिक गरजा आणि एआय यांच्यातील संघर्ष स्पष्टपणे दिसून येतो. भारतातील बहुतांश सरकारी शाळांमध्ये पायाभूत सुविधांची वानवा आहे आणि तिथे शिकणाऱ्या मुलांची सामाजिक पार्श्वभूमी अत्यंत कष्टकरी वर्गातील आहे. पाश्चिमात्य एआय आधारित 'लर्निंग मॅनेजमेंट सिस्टिम्स' हे गृहीत धरतात की प्रत्येक मुलाकडे स्वतःचा टॅबलेट आणि हाय-स्पीड इंटरनेट आहे. भारतीय स्थानिक वास्तव मात्र डिजिटल दरीने ग्रासलेले आहे. येथे गरज ही केवळ 'स्मार्ट क्लास'ची नसून, मुलांच्या मातृभाषेतून त्यांना

समजेल अशा सोप्या तांत्रिक मदतीची आहे. समाजकार्यातील शैक्षणिक हस्तक्षेपाचा उद्देश हा गळतीचे प्रमाण रोखणे आणि मुलांमध्ये आत्मविश्वास निर्माण करणे हा असतो. जर एआय प्रणाली केवळ गुणांवर आधारित विद्यार्थ्यांचे वर्गीकरण करत असेल, तर ती मुले अधिक अगतिक होतील. स्थानिक शिक्षकांच्या आणि समाजकार्यकर्त्यांच्या अनुभवाचा वापर करून जर एआय मॉडेल्स स्थानिक भाषा आणि उदाहरणांसह विकसित केली गेली, तरच ती खऱ्या अर्थाने उपयुक्त ठरतील.

कृषी क्षेत्र हे भारतीय अर्थव्यवस्थेचा आणि समाजाचा कणा आहे, जिथे एआयचा वापर स्थानिक गरजांनुसार होणे अत्यंत आवश्यक आहे. हवामान बदल, पिकांवरील रोग आणि बाजारपेठेतील अनिश्चितता यामुळे भारतीय शेतकरी पिचलेला आहे. पाश्चिमात्य कृषी-एआय मॉडेल्स ही हजारो एकर जमिनीवर होणाऱ्या कॉर्पोरेट शेतीसाठी बनवलेली आहेत, जिथे विमानाने फवारणी केली जाते. भारतात मात्र अत्यल्प भूधारक शेतकरी अधिक आहेत, ज्यांची गरज पावसाचा अचूक अंदाज आणि स्थानिक बाजारभावाचे मार्गदर्शन मिळवणे ही आहे. समाजकार्यकर्ता जेव्हा ग्रामीण विकासासाठी काम करतो, तेव्हा त्याला शेतकऱ्यांच्या कर्जबाजारीपणाचे आणि आत्महत्येच्या मानसिकतेचे गांभीर्य माहित असते. एआयचा वापर केवळ उत्पादकता वाढवण्यासाठी न करता, शेतकऱ्याचे आर्थिक शोषण कसे थांबवता येईल, या स्थानिक गरजेसाठी व्हायला हवा. तंत्रज्ञान जर स्थानिक मातीचा पोत आणि पाण्याची उपलब्धता ओळखून सल्ले देऊ शकले नाही, तर ते भारतीय शेतकऱ्यासाठी केवळ एक महागडी खेळणी ठरेल.

सामाजिक न्याय आणि धोरणनिर्मितीमध्ये स्थानिक गरजांचा विचार करताना एआयपुढील आव्हाने अधिक जटिल होतात. भारतीय समाजात अनुसूचित जाती, जमाती आणि महिलांच्या गरजा या

ऐतिहासिक अन्यायाशी जोडलेल्या आहेत. धोरणकर्ते जेव्हा एआयचा वापर संसाधनांच्या वाटपासाठी करतात, तेव्हा स्थानिक सामाजिक वास्तवाचा अभाव असल्यास अन्याय वाढू शकतो. उदाहरणार्थ, रेशन कार्डाचे वाटप किंवा पेन्शन योजनांची अंमलबजावणी करताना जर तांत्रिक प्रणालीने केवळ कागदपत्रांची अचूकता पाहिली आणि स्थानिक स्तरावरील अगतिकता दुर्लक्षित केली, तर अनेक गरजू लोक लाभापासून वंचित राहतात. समाजकार्यकर्त्यांची स्थानिक गरज ही असते की तंत्रज्ञान 'मानवी त्रुटी' कमी करण्याऐवजी 'मानवी करुणा' वाढवणारे असावे. जर यंत्राने नाकारलेल्या व्यक्तीला आपली कैफियत मांडण्याची संधी स्थानिक स्तरावर नसेल, तर ते तंत्रज्ञान शोषणाचे साधन बनते.

भारतीय स्थानिक गरजांमध्ये 'असंघटित क्षेत्रातील कामगार' आणि 'स्थलांतरित मजुरांचे' प्रश्न देखील अत्यंत महत्त्वाचे आहेत. एआयच्या माध्यमातून या कामगारांच्या नोंदणीचे आणि हक्कांचे रक्षण करणे शक्य आहे, परंतु त्यासाठी पाश्चिमात्य चौकटीतून बाहेर पडावे लागेल. भारतात कामगारांची सुरक्षा ही केवळ विमा किंवा पगारापुरती मर्यादित नसून ती त्यांच्या सामाजिक सुरक्षेशी (Social Security) जोडलेली आहे. स्थानिक गरजेनुसार जर आपण एआय आधारित असे प्लॅटफॉर्म तयार केले, जे मजुरांना त्यांच्या हक्कांची माहिती त्यांच्या भाषेत देतील आणि कामाच्या ठिकाणी होणाऱ्या शोषणाची तक्रार करण्याची सोय देतील, तरच त्याचा फायदा होईल. एआय हा केवळ उद्योजकांसाठी 'खर्च कमी करण्याचे' साधन न राहता, तो मजुरांच्या 'हक्क प्राप्तीचे' साधन बनायला हवा.

अखेर, स्थानिक गरजा आणि एआय यांचा मेळ घालणे ही केवळ तांत्रिक प्रक्रिया नसून ती एक राजकीय आणि सामाजिक कृती आहे. आपल्याला 'तळागाळातील एआय' (Bottom-up AI) संकल्पनेवर भर द्यावा लागेल, जिथे तंत्रज्ञानाची रचना ही स्थानिक लोकांच्या

समस्यांपासून सुरू होते. समाजकार्यकर्त्यांनी या प्रक्रियेत सक्रिय सहभाग नोंदवला पाहिजे, कारण त्यांना स्थानिक वास्तवाचे भान असते जे सॉफ्टवेअर डेव्हलपर्सना नसते. एआय उपयुक्त ठरण्यासाठी ते स्थानिक संस्कृतीशी, भाषेशी आणि आर्थिक स्थितीशी सुसंगत असणे ही अनिवार्य अट आहे. जोपर्यंत आपण पाश्चिमात्य एआय मॉडेल्सना भारतीय स्थानिक गरजांच्या मुशीतून तावून-सुलाखून काढत नाही, तोपर्यंत सामाजिक परिवर्तनाच्या प्रक्रियेत तंत्रज्ञान हे केवळ अडथळाच ठरत राहील. समाजकार्याचे यश हे तंत्रज्ञानाचा स्वीकार करण्यात नाही, तर त्या तंत्रज्ञानाला स्थानिक न्यायाच्या बाजूने उभे करण्यात आहे.

भारतीय समाजासाठी AI *चे मर्यादित मॉडेल*

कृत्रिम बुद्धिमत्तेचे जागतिक प्रारूप हे प्रामुख्याने पाश्चिमात्य विकसित राष्ट्रांच्या गरजा आणि तिथल्या संसाधन उपलब्धतेवर आधारित आहे, ज्यामुळे भारतीय समाजासाठी या तंत्रज्ञानाचे एक 'मर्यादित मॉडेल' (Limited Model) स्वीकारणे अपरिहार्य ठरते. भारतीय सामाजिक वास्तव हे केवळ तांत्रिक दृष्टिकोनातून समजून घेता येत नाही, कारण येथे गरिबी, निरक्षरता, जातीय विषमता आणि मूलभूत सोयीसुविधांचा अभाव यांसारखे घटक तंत्रज्ञानाच्या प्रभावाला मर्यादित करतात. पाश्चिमात्य देशांत एआय हे पूर्णपणे स्वायत्त आणि मानवी हस्तक्षेपाशिवाय कार्य करण्याच्या दिशेने विकसित होत आहे, परंतु भारतासारख्या विकसनशील देशात एआय हे केवळ मानवी कार्यक्षमतेचे पूरक साधन म्हणून आणि अत्यंत विशिष्ट मर्यादेतच वापरले जाणे व्यवहार्य ठरते. समाजकार्याच्या क्षेत्रात तर या मर्यादा अधिक स्पष्ट होतात, कारण समाजकार्य हे मुळातच व्यक्तीचे पुनर्वसन आणि सामाजिक न्याय यांसारख्या अत्यंत मानवी संवेदनशीलतेच्या मुद्द्यांशी जोडलेले आहे, जिथे केवळ डेटा आणि अल्गोरिदम पुरेसे नसतात.

भारतीय समाजासाठी एआयचे मॉडेल मर्यादित असण्याचे पहिले कारण म्हणजे येथील 'डेटाची अपूर्णता' आणि 'अविश्वसनीयता' होय. एआयच्या यशामध्ये उच्च दर्जाच्या आणि अचूक डेटाचा मोठा वाटा असतो, परंतु भारताच्या ग्रामीण आणि दुर्गम भागातील सामाजिक वास्तवाची नोंद आजही डिजिटल स्वरूपात झालेली नाही. अनेकदा लाभार्थ्यांची माहिती अपूर्ण असते किंवा ती चुकीच्या पद्धतीने नोंदवली जाते. जेव्हा अशा सदोष डेटावर आधारित एआय मॉडेल्स वापरली जातात, तेव्हा ते समाजातील वंचितांना चुकीचे निष्कर्ष देऊन अधिक त्रासदायक ठरू शकतात. उदाहरणार्थ, जर रेशन कार्ड किंवा इतर सरकारी योजनांच्या लाभासाठी केवळ एआय आधारित पडताळणीवर अवलंबून राहिले, तर तांत्रिक त्रुटीमुळे खऱ्या गरजू व्यक्तीला लाभापासून वंचित राहावे लागू शकते. समाजकार्यकर्त्याला हे माहित असते की, एखाद्या व्यक्तीकडे कागदपत्रे नसणे म्हणजे ती व्यक्ती अस्तित्वात नसणे किंवा ती गरजू नसणे असा होत नाही. ही मानवी बाजू समजून घेण्याची क्षमता एआयमध्ये नसल्याने, त्याचे मॉडेल भारतीय परिस्थितीत मानवी नियंत्रणाखाली मर्यादित ठेवणेच हिताचे ठरते.

दुसरी महत्त्वाची मर्यादा म्हणजे 'डिजिटल पायाभूत सुविधांमधील तफावत' ही होय. भारताच्या शहरी भागात हाय-स्पीड इंटरनेट आणि प्रगत तांत्रिक साधने उपलब्ध असली, तरी ग्रामीण भारताचे चित्र पूर्णपणे वेगळे आहे. पाश्चिमात्य एआय मॉडेल्स हे अखंडित कनेक्टिव्हिटी आणि विजेच्या उपलब्धतेवर चालतात. भारतीय ग्रामीण भागात मात्र विजेचा लपंडाव आणि इंटरनेटची कमतरता यामुळे अशा प्रणाली सतत कोलमडू शकतात. समाजकार्यातील आपत्ती व्यवस्थापन किंवा आरोग्य सेवांमध्ये जर आपण पूर्णपणे एआयवर विसंबून राहिलो आणि ऐन वेळी तंत्रज्ञानाने साथ दिली नाही, तर त्याचे परिणाम जीवघेणे ठरू शकतात. त्यामुळे, भारतीय संदर्भात एआयचा वापर हा केवळ 'लो-बँडविड्थ' (Low-bandwidth) आणि

'ऑफलाईन' पर्यायांसह मर्यादित स्वरूपातच करावा लागतो. तंत्रज्ञान हे साध्य नसून साधन आहे, आणि जर साधनच सर्वव्यापी नसेल, तर ते सामाजिक परिवर्तनाचे केंद्र बनू शकत नाही.

भारतीय समाजरचनेतील 'बहुभाषिकता आणि सांस्कृतिक विविधता' हे देखील एआयच्या व्याप्तीला मर्यादित करणारे घटक आहेत. भारतातील प्रत्येक राज्याची आणि प्रदेशाची स्वतःची वेगळी संस्कृती, बोलीभाषा आणि सामाजिक रीत आहे. पाश्चिमात्य एआय मॉडेल्स हे प्रामुख्याने भाषेचे प्रमाणीकरण (Standardization) करतात, ज्यामुळे स्थानिक बोलीभाषांमधील भावभावना आणि सूक्ष्म संदर्भ गहाळ होतात. समाजकार्यात समुपदेशन करताना वापरल्या जाणाऱ्या शब्दांच्या मागे एक सांस्कृतिक इतिहास असतो. जेव्हा एखादा कार्यकर्ता आदिवासी भागात काम करतो, तेव्हा त्याला तिथल्या लोकांच्या परंपरा आणि निसर्गाशी असलेल्या नात्याचा विचार करावा लागतो. एआय या 'सांस्कृतिक गुंतागुंतीला' (Cultural Complexity) डेटा पॉइंट्समध्ये रूपांतरित करू शकत नाही. यामुळे एआयचा वापर केवळ माहितीच्या वर्गीकरणापुरता मर्यादित ठेवून, प्रत्यक्ष संवाद आणि निर्णय प्रक्रिया समाजकार्यकर्त्याने स्वतःच्या हातात ठेवणे आवश्यक आहे.

आर्थिक दृष्टिकोनातून पाहिल्यास, एआयच्या उच्च खर्चिकतेमुळे भारतीय संस्थांना ते वापरण्यावर मर्यादा येतात. अनेक स्वयंसेवी संस्था (NGOs) आणि सरकारी विभाग मर्यादित निधीत काम करत असतात. पाश्चिमात्य देशांतील महागड्या एआय प्रणालींची देखभाल आणि त्यांचे परवाने खरेदी करणे भारतीय सामाजिक क्षेत्रासाठी कठीण असते. अशा परिस्थितीत, तंत्रज्ञानाचा वापर केवळ विशिष्ट आणि अत्यंत आवश्यक कार्यांसाठीच केला जातो. समाजकार्यात साधनसामग्रीचे वाटप करताना 'प्राधान्यक्रम' ठरवावा लागतो; जर एआयवर होणारा खर्च प्रत्यक्ष लाभार्थ्याला मिळणाऱ्या मदतीपेक्षा जास्त असेल, तर ते तंत्रज्ञान नैतिकदृष्ट्या समर्थनीय ठरत नाही. यामुळेच

भारतीय मॉडेलमध्ये 'किमान आवश्यक तंत्रज्ञान' (Minimal Viable Technology) ही संकल्पना महत्त्वाची ठरते, जिथे तंत्रज्ञान महागडे न राहता ते उपयोगाचे असायला हवे.

एआयच्या वापरामुळे निर्माण होणारा 'नैतिक आणि कायदेशीर गुंता' हा देखील त्याच्या मर्यादांचे प्रमुख कारण आहे. भारतीय कायद्यांमध्ये एआयमुळे होणाऱ्या अन्यायाविरुद्ध दाद मागण्यासाठी अद्याप ठोस तरतुदी नाहीत. जर एखाद्या एआय प्रणालीने एखाद्या व्यक्तीला 'धोकादायक' किंवा 'अपात्र' ठरवले, तर त्या व्यक्तीला जाब विचारण्याचा अधिकार भारतीय प्रशासकीय व्यवस्थेत मिळणे कठीण होते. समाजकार्यकर्ता हा लाभार्थ्याचा वकील म्हणून काम करतो; जर तंत्रज्ञानच पारदर्शक नसेल, तर कार्यकर्ता कोणाविरुद्ध संघर्ष करणार? ही पारदर्शकतेची कमतरता एआयला भारतीय समाजात पूर्ण स्वातंत्र्य देण्यापासून रोखते. जोपर्यंत तंत्रज्ञान हे सामाजिक न्यायाच्या चौकटीत उत्तरदायी (Accountable) ठरत नाही, तोपर्यंत ते केवळ प्रयोगशाळेतील प्रयोग म्हणूनच मर्यादित राहील.

भविष्यात भारतीय समाजासाठी एआयचे मॉडेल हे 'हायब्रीड' (Hybrid) असावे लागेल, जिथे तंत्रज्ञान केवळ माहिती संकलन आणि साध्या प्रक्रियांना वेग देण्यासाठी वापरले जाईल, पण संवेदनशील निर्णय मात्र मानवी समाजकार्यकर्त्यांद्वारेच घेतले जातील. तंत्रज्ञानाला भारतीय सामाजिक वास्तवाचे भान देण्याची प्रक्रिया दीर्घकाळ चालणारी आहे. जोपर्यंत आपण आपल्या समाजातील जातीवाद, लिंगभेद आणि आर्थिक दरी यांसारख्या प्रश्नांना तांत्रिकदृष्ट्या हाताळण्याची क्षमता निर्माण करत नाही, तोपर्यंत एआय हे केवळ मर्यादित स्वरूपातच उपयुक्त ठरेल. समाजकार्याची मूल्ये सांगता की, कोणताही तांत्रिक बदल हा समाजातील दुर्बल घटकाचे ओझे कमी करण्यासाठी असावा, वाढवण्यासाठी नाही. जर एआयमुळे लोकांचे स्वातंत्र्य धोक्यात येत असेल किंवा भेदभाव वाढत असेल, तर त्या

तंत्रज्ञानाच्या मर्यादा स्पष्ट करणे हीच खरी सामाजिक जबाबदारी आहे.

प्रकरण ९. डिजिटल दारिद्र्य – नवी सामाजिक दरी

डिजिटल दारिद्र्याची संकल्पना

डिजिटल दारिद्र्य (Digital Poverty) ही २१ व्या शतकातील एक अत्यंत जटिल आणि गंभीर सामाजिक संकल्पना असून, ती केवळ तांत्रिक साधनांच्या अभावापुरती मर्यादित नाही, तर ती मानवी हक्क आणि सामाजिक न्यायाच्या परिप्रेक्ष्यातून समजून घेणे आवश्यक आहे. पारंपारिक अर्थाने दारिद्र्य म्हणजे अन्न, वस्त्र आणि निवारा यांसारख्या मूलभूत भौतिक गरजांची पूर्तता न होणे, परंतु आजच्या माहितीप्रधान युगात माहिती तंत्रज्ञान, इंटरनेट आणि डिजिटल साधनांपर्यंत पोहोच न होणे हे दारिद्र्याचे एक नवीन आणि भयानक रूप बनले आहे. डिजिटल दारिद्र्याची व्याख्या करताना आपण असे म्हणू शकतो की, जेव्हा एखादी व्यक्ती किंवा समुदाय तांत्रिक पायाभूत सुविधांचा अभाव, माहितीचा अभाव, आर्थिक दुर्बलता किंवा कौशल्यांच्या कमतरतेमुळे माहिती आणि दळणवळण तंत्रज्ञानाचा (ICT) लाभ घेण्यास असमर्थ ठरतो, तेव्हा ती स्थिती डिजिटल दारिद्र्य दर्शवते. समाजकार्याच्या क्षेत्रात ही संकल्पना विशेष महत्त्वाची आहे, कारण आधुनिक काळात सामाजिक आणि आर्थिक संधींचे वितरण हे प्रामुख्याने डिजिटल माध्यमांतून होत आहे आणि ज्यांच्याकडे ही साधने नाहीत, ते समाजव्यवस्थेतून अधिकच मागे पडत चालले आहेत.

डिजिटल दारिद्र्याचा उगम केवळ तंत्रज्ञानाच्या किमतीत नसून तो समाजातील ऐतिहासिक आणि संरचनात्मक विषमतेत आहे. भारतीय संदर्भात डिजिटल दारिद्र्य हे जात, वर्ग, लिंग आणि भौगोलिक स्थान यांच्याशी घट्ट जोडलेले आहे. उदाहरणार्थ, ग्रामीण भागातील दलित

किंवा आदिवासी समुदायांकडे केवळ स्मार्टफोन नसणे हे डिजिटल दारिद्र्य नाही, तर त्यांना इंटरनेट डेटा परवडत नाही, त्यांच्याकडे अखंडित वीज पुरवठा नाही आणि सर्वात महत्त्वाचे म्हणजे त्यांच्याकडे हे तंत्रज्ञान वापरण्याचे आवश्यक शिक्षण किंवा कौशल्य नाही. पाश्चिमात्य देशांत डिजिटल दरी ही प्रामुख्याने वयाशी संबंधित असू शकते, परंतु भारतात ती सामाजिक स्तरीकरणाचे प्रतिबिंब आहे. समाजकार्याची व्याप्ती जेव्हा आपण 'सक्षमीकरण' (Empowerment) या मुद्द्यापर्यंत नेतो, तेव्हा डिजिटल दारिद्र्य हे सक्षमीकरणाच्या मार्गातील सर्वात मोठा अडथळा ठरते. जर सरकारी योजनांचे अर्ज केवळ ऑनलाईनच भरता येत असतील, तर डिजिटल दारिद्र्यात जगणारा माणूस आपोआपच लोकशाही प्रक्रियेतून आणि सरकारी लाभांपासून वंचित होतो.

चिकित्सक दृष्टिकोनातून पाहिल्यास, डिजिटल दारिद्र्याचे तीन प्रमुख स्तर दिसून येतात. पहिला स्तर म्हणजे 'प्रवेशाचा अभाव' (Access Poverty), जिथे प्रत्यक्ष हार्डवेअर किंवा इंटरनेट कनेक्शन उपलब्ध नसते. दुसरा स्तर म्हणजे 'कौशल्याचा अभाव' (Skill Poverty), जिथे साधन उपलब्ध असूनही ते कसे वापरावे याचे ज्ञान नसते. तिसरा आणि सर्वात धोकादायक स्तर म्हणजे 'उपयोगाचे दारिद्र्य' (Usage Poverty), जिथे व्यक्ती केवळ मनोरंजनासाठी तंत्रज्ञान वापरते, पण स्वतःच्या आर्थिक आणि सामाजिक उन्नतीसाठी त्याचा वापर करू शकत नाही. भारतीय समाजकार्यात काम करताना आपल्याला असे दिसते की, अनेक लाभार्थ्यांकडे स्वस्त स्मार्टफोन असतात, परंतु डिजिटल साक्षरतेच्या अभावामुळे ते सायबर फसवणुकीला बळी पडतात किंवा अफवांना बळी पडतात. हे डिजिटल दारिद्र्य त्यांना अधिक असुरक्षित बनवते. समाजकार्यकर्त्यांची भूमिका येथे केवळ 'डिजिटल साक्षरता' पसरवण्यापुरती मर्यादित नसून, तंत्रज्ञानाच्या माध्यमातून निर्माण होणाऱ्या नवीन शोषणकारी व्यवस्थांपासून लाभार्थ्यांचे संरक्षण करणे ही देखील आहे.

भारतीय सामाजिक वास्तव लक्षात घेता, डिजिटल दारिद्र्य हे लिंगभेदाला अधिक गडद करते. अनेक भारतीय कुटुंबांमध्ये डिजिटल साधनांवर पुरुषांचे नियंत्रण असते. महिलांना फोन वापरण्यासाठी घरातील पुरुषांवर अवलंबून राहावे लागते, ज्यामुळे त्यांच्या गोपनीयतेचा आणि माहितीच्या अधिकाराचा संकोच होतो. आरोग्य, शिक्षण किंवा कायदेशीर सल्ल्यासाठी एआय आधारित प्रणालींचा वापर करायचा झाल्यास, डिजिटल दारिद्र्यामुळे महिलांचे स्थान अधिक दुय्यम होते. समाजकार्यकर्त्याला हे समजून घ्यावे लागेल की डिजिटल दारिद्र्य हे केवळ एक तांत्रिक अडचण नसून ती एक 'सामाजिक व्याधी' आहे, जी अस्तित्वात असलेल्या पितृसत्ताक पद्धतीला तांत्रिक बळ देते. जर एखादी एआय प्रणाली केवळ डिजिटल उपलब्ध डेटावर आधारित धोरणे आखत असेल, तर ज्या महिलांकडे फोनच नाही, त्यांच्या गरजा धोरणकर्त्यांपर्यंत पोहोचतच नाहीत.

शिक्षण क्षेत्रात डिजिटल दारिद्र्याचे परिणाम अत्यंत विनाशकारी आहेत. कोरोना महामारीच्या काळात आपण पाहिले की, ज्या मुलांकडे लॅपटॉप किंवा हाय-स्पीड इंटरनेट नव्हते, त्यांचे शैक्षणिक वर्ष पूर्णपणे वाया गेले. हे केवळ तात्पुरते नुकसान नसून, यामुळे गरीब आणि श्रीमंत विद्यार्थ्यांमधील शैक्षणिक दरी अनेक वर्षांसाठी वाढली आहे. एआय आधारित वैयक्तिक शिक्षण प्रणाली (Personalized Learning) केवळ त्या मुलांसाठी उपयुक्त ठरतात ज्यांच्याकडे डिजिटल प्रवेश आहे. उर्वरित मुलांसाठी डिजिटल दारिद्र्य हे 'बहिष्काराचे साधन' बनले आहे. समाजकार्यात समुदाय विकासाचा विचार करताना, आपल्याला डिजिटल पायाभूत सुविधांना 'सार्वजनिक वस्तू' (Public Goods) म्हणून मान्यता देण्याची गरज आहे. जोपर्यंत पाणी आणि वीजेप्रमाणेच इंटरनेट ही मूलभूत गरज मानली जात नाही, तोपर्यंत डिजिटल दारिद्र्य निर्मूलन करणे केवळ अशक्य आहे.

एआय (AI) च्या वाढत्या प्रभावामुळे डिजिटल दारिद्र्याचे स्वरूप अधिक क्लिष्ट झाले आहे. एआय प्रणालींना कार्यक्षमतेने चालवण्यासाठी मोठ्या प्रमाणावर डेटा लागतो आणि हा डेटा प्रामुख्याने डिजिटल साक्षर लोकांकडून संकलित केला जातो. याचा अर्थ असा की, एआयचे निर्णय हे केवळ डिजिटल जगाचा भाग असलेल्या लोकांसाठी अनुकूल असतात, तर डिजिटल दारिद्र्यात जगणाऱ्या लोकांच्या समस्या एआयच्या नकाशावरून गायब होतात. समाजकार्यातील धोरणनिर्मितीमध्ये जर आपण केवळ एआयवर अवलंबून राहिलो, तर आपण अशा एका वर्गाला अदृश्य करत आहोत जो संख्येने मोठा असूनही तांत्रिकदृष्ट्या मूक आहे. हे 'माहितीचे राजकारण' समजून घेणे समाजकार्यकर्त्यांसाठी अनिवार्य आहे. आपण तंत्रज्ञानाला जागतिक प्रगतीचे लक्षण मानत असलो तरी, भारतीय वास्तवात डिजिटल दारिद्र्य हे वंचितांना अधिक वंचित करण्याचे नवीन शस्त्र ठरत आहे.

अखेर, डिजिटल दारिद्र्याची संकल्पना ही केवळ उपकरणांच्या वाटपाने सुटणारी नाही, तर त्यासाठी सामाजिक आणि आर्थिक समतेची चळवळ उभी करणे आवश्यक आहे. समाजकार्यकर्त्यांनी तंत्रज्ञानाकडे एक 'मुक्तीचे साधन' म्हणून पाहिले पाहिजे, परंतु त्यासाठी प्रथम त्यातील विषमतेचे आणि दारिद्र्याचे पदर उलगडून दाखवले पाहिजेत. एआयचा वापर समाजकार्यात करताना तो डिजिटल दारिद्र्य कमी करणारा असावा, वाढवणारा नसावा. जोपर्यंत समाजातील शेवटचा माणूस डिजिटल प्रक्रियेत सन्मानाने सहभागी होत नाही, तोपर्यंत तंत्रज्ञानाची कोणतीही प्रगती ही खऱ्या अर्थाने 'मानवी प्रगती' ठरू शकत नाही. डिजिटल दारिद्र्य ही केवळ एक तांत्रिक पोकळी नसून, ती मानवी हक्कांची पायमल्ली करणारी एक मोठी सामाजिक दरी आहे, जी बुजवणे हे समाजकार्याचे प्रमुख ध्येय असायला हवे.

डिजिटल दरीचे प्रकार

डिजिटल दरी (Digital Divide) ही केवळ तांत्रिक संसाधनांच्या उपलब्धतेशी संबंधित नसून, ती सामाजिक विषमतेचे एक बहुआयामी रूप आहे, जे आधुनिक समाजात माहिती आणि संधींच्या समान वितरणात अडथळा निर्माण करते. ऐतिहासिकदृष्ट्या, समाजात संसाधनांचे वाटप हे नेहमीच विषम राहिले आहे, परंतु माहिती तंत्रज्ञानाच्या युगात या विषमतेने 'डिजिटल' स्वरूप धारण केले आहे. डिजिटल दरी म्हणजे अशी स्थिती जिथे समाजातील एक गट आधुनिक माहिती आणि दळणवळण तंत्रज्ञानाचा पूर्ण वापर करू शकतो, तर दुसरा गट तांत्रिक, आर्थिक किंवा शैक्षणिक कारणांमुळे या प्रवाहापासून वंचित राहतो. भारतीय समाजरचनेत ही दरी केवळ एका प्रकारची नसून, ती भौगोलिक, सामाजिक, आर्थिक आणि लिंगाधारित अशा विविध स्तरांवर विभागलेली आहे. समाजकार्याच्या दृष्टीकोनातून या दरीच्या प्रकारांचे विश्लेषण करणे आवश्यक आहे, कारण प्रत्येक प्रकारची दरी लाभार्थ्यांच्या सक्षमीकरणाच्या मार्गात वेगवेगळी आव्हाने उभी करते. समाजकार्य हे केवळ सेवा देण्याचे माध्यम नसून ते सामाजिक न्याय प्रस्थापित करण्याचे साधन आहे, आणि जोपर्यंत या डिजिटल दरीचे विविध पदर समजून घेतले जात नाहीत, तोपर्यंत तंत्रज्ञानाचा वापर सर्वसमावेशक होऊ शकत नाही.

डिजिटल दरीचा पहिला आणि अत्यंत ठळक प्रकार म्हणजे 'भौगोलिक दरी' (Geographical Divide), जी प्रामुख्याने शहरी आणि ग्रामीण भारतामध्ये स्पष्टपणे दिसून येते. भारतीय सामाजिक वास्तवात पायाभूत सुविधांचे केंद्रीकरण हे मोठ्या शहरांमध्ये झालेले आहे, परिणामी हाय-स्पीड इंटरनेट, अखंडित वीजपुरवठा आणि प्रगत तांत्रिक साधने ही शहरांत सहज उपलब्ध होतात. याउलट, ग्रामीण आणि दुर्गम डोंगराळ भागांत साधे मोबाईल नेटवर्क मिळणे देखील कठीण असते. जेव्हा सरकारी धोरणे किंवा सामाजिक योजना

'डिजिटल-ओन्ली' स्वरूपात राबवल्या जातात, तेव्हा ग्रामीण जनता भौगोलिक प्रतिकूलतेमुळे आपोआपच प्रक्रियेतून बाहेर फेकली जाते. आपत्ती व्यवस्थापनासारख्या क्षेत्रात काम करताना समाजकार्यकर्त्याला या भौगोलिक दरीचा मोठा फटका बसतो. उदाहरणार्थ, पुरासारख्या संकटात जर एआय आधारित पूर्वसूचना प्रणाली केवळ इंटरनेटवर अवलंबून असेल, तर ज्या भागात नेटवर्क नाही तिथल्या लोकांपर्यंत ही माहिती पोहोचतच नाही. ही भौगोलिक विषमता दूर करण्यासाठी केवळ तंत्रज्ञान देऊन चालत नाही, तर तिथल्या जमिनीवरील भौतिक स्थितीचा विचार करणे ही समाजकार्याची जबाबदारी ठरते.

दुसरा प्रकार म्हणजे 'लिंगाधारित डिजिटल दरी' (Gender Digital Divide), जी भारतीय पितृसत्ताक समाजरचनेचे तांत्रिक प्रतिबिंब आहे. भारतात आजही स्त्रियांच्या तुलनेत पुरुषांकडे डिजिटल साधनांची मालकी आणि वापर करण्याचे प्रमाण कितीतरी जास्त आहे. अनेक ग्रामीण आणि निमशहरी कुटुंबांमध्ये महिलांना स्वतःचा स्वतंत्र मोबाईल फोन वापरण्याची परवानगी नसते किंवा त्यांना घरातील पुरुषांच्या देखरेखीखालीच इंटरनेट वापरावे लागते. या दरीमुळे महिलांच्या गोपनीयतेचा संकोच होतो आणि त्यांना मिळणाऱ्या माहितीवर मर्यादा येतात. समाजकार्यात महिला सक्षमीकरणाचे काम करताना ही दरी एक मोठा अडथळा ठरते. जर एखादी एआय प्रणाली महिलांच्या आरोग्याविषयी किंवा कायदेशीर हक्कांविषयी माहिती देण्यासाठी विकसित केली असेल, पण ती माहिती मिळवण्यासाठी महिलेकडे स्वतःचे साधनच नसेल, तर त्या तंत्रज्ञानाचा मूळ हेतूच साध्य होत नाही. ही लिंगाधारित दरी केवळ साधनांच्या अभावामुळे नसून ती 'माहिती आणि नियंत्रणाचे राजकारण' दर्शवते, जिथे तंत्रज्ञानावर पुरुषांचे वर्चस्व प्रस्थापित केले जाते.

तिसरा प्रकार 'आर्थिक डिजिटल दरी' (Economic Digital Divide) हा आहे, जो थेट उत्पन्नाच्या गटांशी संबंधित असतो. एआय आणि प्रगत डिजिटल सेवा या बऱ्याचदा महागड्या असतात. उच्च आर्थिक उत्पन्न असलेल्या वर्गाला महागडे स्मार्टफोन, लॅपटॉप आणि सशुल्क सॉफ्टवेअर्स सहज परवडतात, ज्यामुळे ते स्वतःची कौशल्ये विकसित करू शकतात. मात्र, दारिद्र्यरेषेखालील किंवा अल्प उत्पन्न गटातील लोकांसाठी दैनंदिन गरजा भागवणे हेच मोठे आव्हान असते, तिथे डेटा पॅकचे रिचार्ज करणे ही चैन ठरते. आर्थिक विषमतेमुळे निर्माण झालेली ही दरी शिक्षणाच्या क्षेत्रात अधिक भयावह ठरते. श्रीमंत घरातील मुले एआय आधारित 'लर्निंग टूल्स' वापरून प्रगती करतात, तर गरीब मुले डिजिटल साधनांच्या अभावामुळे स्पर्धेत मागे पडतात. समाजकार्यकर्त्याला हे ओळखावे लागेल की आर्थिक परिस्थितीवर आधारित ही डिजिटल दरी भविष्यात वर्गीय दरी अधिक रुंद करण्यास कारणीभूत ठरणार आहे, ज्यामुळे सामाजिक गतिशीलतेचा (Social Mobility) मार्ग खुंटला जाऊ शकतो.

चौथा महत्त्वाचा प्रकार म्हणजे 'कौशल्याधारित किंवा ज्ञानात्मक दरी' (Skill or Cognitive Divide). साधन उपलब्ध असणे म्हणजे त्याचा वापर करता येणे नव्हे. अनेकदा लोकांकडे मोबाईल असतात, पण त्यांना त्यातील क्लिष्ट ॲप्स, एआय चॅटबॉट्स किंवा सरकारी पोर्टल्स वापरता येत नाहीत. याला 'डिजिटल निरक्षरता' असेही म्हणता येईल. भारतीय समाजातील भाषिक विविधता या दरीला अधिक गडद करते. बहुतांश एआय प्रणाली इंग्रजी किंवा हिंदीत असतात, ज्यामुळे स्थानिक बोलीभाषा बोलणाऱ्या समुदायांना तांत्रिक प्रक्रियेत सहभाग घेणे कठीण जाते. समाजकार्यात जेव्हा आपण समुपदेशन किंवा समुदाय विकासाचा विचार करतो, तेव्हा लाभार्थ्यांच्या तांत्रिक कौशल्यांचा अभाव हे एक मोठे आव्हान असते. जर एखाद्या मजुराला त्याच्या हक्कांचे ऑनलाईन रेकॉर्ड तपासता येत नसेल, तर तांत्रिक पारदर्शकता असूनही तो शोषणाचा बळी ठरू शकतो. ही कौशल्याची

दरी बुजवण्यासाठी केवळ प्रशिक्षण देऊन चालत नाही, तर तंत्रज्ञान हे लोकांच्या भाषेत आणि त्यांच्या बुद्धीला पटेल अशा सोप्या स्वरूपात असणे गरजेचे आहे.

शेवटी, 'पिढीजात डिजिटल दरी' (Generational Digital Divide) ही देखील दुर्लक्षित करून चालणार नाही. ज्येष्ठ नागरिकांसाठी डिजिटल जग हे अनेकदा परके आणि भीतीदायक असते. एआय आणि स्वयंचलित प्रणालींच्या युगात ज्येष्ठ नागरिक स्वतःला एकाकी आणि असहाय्य अनुभवू शकतात. समाजकार्यातील वृद्ध कल्याण (Geriatric Social Work) शाखेसाठी ही दरी महत्त्वाची आहे. पेन्शन योजनेसाठी बायोमेट्रिक पडताळणी किंवा आरोग्य सेवेसाठी ऑनलाईन नावनोंदणी करताना वृद्धांना येणाऱ्या अडचणी या केवळ तांत्रिक नसून त्या मानवी सन्मानाशी जोडलेल्या आहेत. तंत्रज्ञान जर माणसाला अगतिक करत असेल, तर त्या तंत्रज्ञानाचा स्वीकार करताना आपल्याला या सर्व प्रकारच्या दऱ्यांचा सखोल विचार करावा लागेल.

डिजिटल दरीचे हे विविध प्रकार हे स्पष्ट करतात की एआयचा वापर समाजकार्यात करताना तो 'सर्वांसाठी समान' असेल हा दावा फोल आहे. जोपर्यंत आपण भौगोलिक, आर्थिक, सामाजिक आणि भाषिक स्तरांवरील या भिंती पाडत नाही, तोपर्यंत डिजिटल दारिद्य्र संपणार नाही. समाजकार्यकर्त्याची भूमिका येथे केवळ तंत्रज्ञानाचा प्रसार करण्याची नसून, या दऱ्यांमुळे निर्माण होणाऱ्या अन्यायाविरुद्ध आवाज उठवण्याची आहे. तंत्रज्ञान हे लोकांच्या आयुष्यात अडथळे निर्माण करण्यासाठी नसून, ते मानवी हक्कांची पूर्तता करण्यासाठी वापरले गेले पाहिजे. या सर्व दऱ्यांचा विचार करूनच आपण एक सर्वसमावेशक डिजिटल धोरण आखू शकतो, जे भारतीय सामाजिक वास्तवाशी सुसंगत असेल.

ग्रामीण व शहरी असमानता

भारतीय समाजरचनेचा विचार करता, ग्रामीण आणि शहरी भागांमधील दरी ही केवळ भौगोलिक किंवा आर्थिक नाही, तर ती संधींच्या विषम उपलब्धतेची एक मोठी सामाजिक समस्या आहे. माहिती तंत्रज्ञानाच्या आणि कृत्रिम बुद्धिमत्तेच्या युगात ही दरी आता 'डिजिटल असमानतेच्या' स्वरूपात अधिक तीव्रपणे समोर येत आहे. शहरी भागात तंत्रज्ञानाचा प्रसार अत्यंत वेगाने झाला असून, तिथे हाय-स्पीड इंटरनेट, प्रगत सॉफ्टवेअर आणि तांत्रिक साक्षरता यांचा एक असा स्तर तयार झाला आहे जो जागतिक दर्जाचा आहे. याउलट, ग्रामीण भारत आजही पायाभूत सुविधांच्या कमतरतेशी आणि तांत्रिक अलिप्ततेशी झुंजत आहे. या दोन क्षेत्रांमधील तांत्रिक विषमता ही समाजकार्याच्या दृष्टिकोनातून चिंतेचा विषय आहे, कारण ती सामाजिक न्याय आणि समान विकासाच्या संकल्पनेला छेद देते. डिजिटल संसाधनांचे हे विषम वितरण ग्रामीण भागातील गरिबी, अगतिकता आणि परावलंबित्व अधिक वाढवण्यास कारणीभूत ठरत आहे, ज्यामुळे 'एक देश, दोन व्यवस्था' अशी स्थिती निर्माण झाली आहे.

ग्रामीण आणि शहरी असमानतेचा विचार करताना पायाभूत सुविधा हा सर्वात प्राथमिक आणि महत्त्वाचा मुद्दा ठरतो. शहरी भागात एआय आणि डिजिटल सेवांना आधार देण्यासाठी लागणारे ५जी (5G) नेटवर्क, अखंडित वीज आणि डेटा सेंटरचे जाळे उपलब्ध आहे, तर ग्रामीण भागात आजही ४जी (4G) च्या सिग्नलसाठी नागरिकांना घराबाहेर पडावे लागते. कृत्रिम बुद्धिमत्तेवर आधारित अनेक प्रणालींना चालण्यासाठी वेगवान इंटरनेटची आवश्यकता असते; अशा स्थितीत, शहरांमधील लोकांना एआय-आधारित आरोग्य सल्ले, शैक्षणिक कोर्सेस आणि आर्थिक सेवा तात्काळ मिळतात, तर ग्रामीण जनता केवळ नेटवर्कच्या अभावामुळे या प्रक्रियेतून बाहेर राहते.

समाजकार्यात जेव्हा आपण समुदाय विकासाचे काम करतो, तेव्हा ही तांत्रिक विषमता विकासाच्या गतीमध्ये मोठा अडथळा निर्माण करते. उदाहरणार्थ, टेलिमेडिसिनद्वारे तज्ज्ञ डॉक्टरांचा सल्ला मिळवणे ही ग्रामीण भागातील मोठी गरज आहे, परंतु तांत्रिक पायाभूत सुविधांच्या अभावामुळे ग्रामीण रुग्णाला आजही उपचारांसाठी शहरात धाव घ्यावी लागते. हे केवळ तांत्रिक अपयश नसून ग्रामीण भागातील नागरिकांच्या जगण्याच्या हक्कावर झालेला परिणाम आहे.

आर्थिक क्षमतेचा विचार केला तर ग्रामीण आणि शहरी भागातील डिजिटल दरी अधिक गडद होते. शहरी भागातील मध्यमवर्ग आणि उच्चवर्गाकडे प्रगत तांत्रिक साधने खरेदी करण्याची आर्थिक ताकद आहे, ज्यामुळे त्यांच्या घरातील मुले एआय-आधारित प्रगत शिक्षण साधनांचा वापर करू शकतात. याउलट, ग्रामीण भागात जिथे शेती हा मुख्य व्यवसाय आहे आणि उत्पन्न अनिश्चित आहे, तिथे डेटा रिचार्ज करणे ही देखील एक मोठी आर्थिक ओढ असते. शिक्षणाच्या क्षेत्रात काम करताना समाजकार्यकर्त्यांना असे आढळते की, ऑनलाईन शिक्षणाच्या काळात ग्रामीण भागातील अनेक विद्यार्थ्यांनी केवळ फोन नसल्यामुळे किंवा डेटा परवडत नसल्यामुळे शिक्षण सोडले. हे 'डिजिटल बहिष्कृतता' (Digital Exclusion) ग्रामीण भागातील पुढच्या पिढीला तांत्रिक कौशल्यांपासून वंचित ठेवत आहे, ज्यामुळे भविष्यात शहरी आणि ग्रामीण रोजगारातील तफावत अधिक वाढणार आहे. एआयमुळे शहरी भागात नवीन रोजगाराच्या संधी निर्माण होत असताना, ग्रामीण भागात मात्र तांत्रिक ज्ञानाअभावी बेरोजगारीचे संकट गडद होत आहे.

सांस्कृतिक आणि भाषिक अडथळे देखील या असमानतेचा एक भाग आहेत. पाश्चिमात्य आणि प्रगत एआय मॉडेल्स शहरी उच्चभ्रूंच्या गरजांना समोर ठेवून, प्रामुख्याने इंग्रजी भाषेत विकसित केली जातात. ग्रामीण भारतातील स्थानिक बोलीभाषा, तिथली संस्कृती

आणि तिथल्या समस्यांचे स्वरूप पाश्चिमात्य किंवा शहरी एआय प्रणालींना समजत नाही. जेव्हा एखादा ग्रामीण शेतकरी त्याच्या पिकावरील रोगाबद्दल एआय चॅटबॉटला विचारतो, तेव्हा त्याला मिळणारे उत्तर अनेकदा तांत्रिक आणि त्याच्या भाषिक संदर्भाबाहेरचे असते. समाजकार्यामध्ये 'प्रभावी संवाद' हा हस्तक्षेपाचा गाभा असतो. जर तंत्रज्ञान ग्रामीण जनतेशी त्यांच्या भाषेत आणि त्यांच्या सांस्कृतिक संदर्भासह संवाद साधू शकत नसेल, तर ते तंत्रज्ञान त्यांच्यासाठी निरुपयोगी ठरते. ही भाषिक विषमता ग्रामीण भागातील लोकांना तंत्रज्ञानापासून दूर ढकलते आणि त्यांच्यामध्ये तंत्रज्ञानाविषयी एक प्रकारची भीती किंवा संकोच निर्माण करते.

सरकारी सेवांच्या 'डिजिटलायझेशन' मुळे ग्रामीण जनतेसमोर नवीन आव्हाने उभी राहिली आहेत. शहरी भागात लोक तंत्रज्ञानाशी परिचित असल्याने त्यांना ऑनलाईन अर्जांची प्रक्रिया सोपी वाटते, मात्र ग्रामीण भागात इंटरनेट कॅफेवर अवलंबून राहण्याशिवाय पर्याय नसतो. रेशन कार्ड, सातबारा उतारा किंवा मनरेगाचे मस्टोल तपासण्यासाठी ग्रामीण जनतेला आजही मध्यस्थांची मदत घ्यावी लागते. जर या प्रक्रियेत एआयचा वापर केवळ पारदर्शकता वाढवण्यासाठी न करता, केवळ तांत्रिक अटी लादण्यासाठी झाला, तर ग्रामीण भागातील अशिक्षित लाभार्थी हक्कांच्या लाभापासून वंचित राहू शकतात. समाजकार्यकर्त्याची भूमिका येथे महत्त्वाची ठरते, कारण त्याला तांत्रिक आणि मानवी प्रक्रियेतील ही दरी भरून काढावी लागते. ग्रामीण भागात तंत्रज्ञान हे सक्षमीकरणाचे साधन होण्याऐवजी नियंत्रणाचे साधन बनत चालले आहे, जेथून 'डिजिटल हुकूमशाही'ची बीजे रोवली जाऊ शकतात.

स्त्री-पुरुष समानतेच्या बाबतीतही ग्रामीण-शहरी तांत्रिक असमानता वेगळी दिसून येते. शहरी भागात स्त्रियांच्या हातात मोबाईल आणि इंटरनेट वापरण्याचे स्वातंत्र्य तुलनेने जास्त आहे, परंतु ग्रामीण भागात

सामाजिक रुढी आणि पितृसत्ताक पद्धतीमुळे स्त्रियांचा तंत्रज्ञानाशी संबंध अत्यंत मर्यादित असतो. घरातील एकमेव स्मार्टफोनवर मुलाचा किंवा पुरुषाचा अधिकार असतो, ज्यामुळे ग्रामीण स्त्रिया माहितीच्या प्रवाहापासून अधिकच लांब राहतात. समाजकार्यात महिला सक्षमीकरणाचा विचार करताना, आपल्याला या डिजिटल लिंगभेदाचा आणि ग्रामीण वास्तवचा एकत्रित विचार करावा लागेल. तंत्रज्ञान हे केवळ उपकरणांपर्यंत मर्यादित नसून, ते कोणाच्या हातात आहे आणि कोणाचे नियंत्रण त्यावर आहे, यावर सामाजिक सत्तेचे समीकरण अवलंबून असते.

अखेर, ग्रामीण आणि शहरी भागातील ही डिजिटल असमानता केवळ तंत्रज्ञानाच्या प्रसाराने सुटणारी नाही, तर त्यासाठी धोरणात्मक बदल आणि सामाजिक मानसिकतेत बदल घडवून आणणे आवश्यक आहे. एआयचा वापर करताना तो 'शहरी-केंद्रित' न ठेवता 'ग्रामीण-सक्षम' कसा होईल, यावर भर दिला पाहिजे. समाजकार्यकर्त्यांनी तांत्रिक साक्षरतेसोबतच ग्रामीण भागातील पायाभूत सुविधांच्या मागणीसाठी दबाव गट निर्माण करणे गरजेचे आहे. जोपर्यंत ग्रामीण भागातील शेवटचा शेतकरी आणि कष्टकरी तंत्रज्ञानाचा वापर स्वतःच्या हक्कांच्या रक्षणासाठी करू शकत नाही, तोपर्यंत डिजिटल भारताचे स्वप्न अधुरे आहे. एआय ही एक संधी असू शकते, पण जर ही असमानता अशीच कायम राहिली, तर ते ग्रामीण भारतासाठी शोषणाचे एक नवीन माध्यम ठरेल. तांत्रिक प्रगती आणि सामाजिक वास्तव यांचा मेळ घालणे हेच आजच्या समाजकार्यापुढील सर्वात मोठे आव्हान आहे.

तंत्रज्ञान साक्षरतेचा अभाव

तंत्रज्ञान साक्षरतेचा अभाव (Lack of Digital Literacy) हा केवळ तांत्रिक कौशल्यांची कमतरता नसून, ती माहिती आणि ज्ञानाच्या

युगातील एक नवीन प्रकारची 'सामाजिक अपात्रता' आहे. पारंपारिक साक्षरता म्हणजे लिहिता-वाचता येणे, परंतु २१ व्या शतकात डिजिटल साक्षरता म्हणजे माहिती आणि दळणवळण तंत्रज्ञानाचा वापर करून माहिती शोधणे, तिचे मूल्यमापन करणे, सुरक्षितपणे संवाद साधणे आणि समस्या सोडवणे होय. भारतीय समाजात जिथे अजूनही मूलभूत साक्षरतेचे आव्हान पूर्णपणे पेललेले नाही, तिथे तंत्रज्ञान साक्षरतेचा अभाव हा डिजिटल दारिद्र्याचा सर्वात कठीण स्तर बनला आहे. हे दारिद्र्य केवळ उपकरणांच्या अनुपलब्धतेतून निर्माण होत नाही, तर उपकरणे असूनही त्यांचा वापर कसा करावा आणि त्यातील माहितीचे विश्लेषण कसे करावे, या ज्ञानाच्या अभावातून निर्माण होते. समाजकार्याच्या संदर्भात, तंत्रज्ञान साक्षरतेचा अभाव हा सक्षमीकरणाच्या मार्गातील सर्वात मोठा अडथळा ठरतो, कारण यामुळे व्यक्तीला आधुनिक नागरी सुविधांपासून आणि लोकशाही प्रक्रियेपासून अनैच्छिकपणे बाजूला सारले जाते.

तंत्रज्ञान साक्षरतेच्या अभावाचा उगम हा भारतीय समाजातील शिक्षण व्यवस्थेतील विषमता आणि सामाजिक स्तरीकरणात आहे. पाश्चिमात्य जगाच्या तुलनेत भारतात तंत्रज्ञानाचा प्रवेश हा अत्यंत वेगाने झाला, परंतु त्या प्रमाणात शैक्षणिक पायाभूत सुविधा विकसित झाल्या नाहीत. शहरांमधील उच्चभ्रू शाळांमध्ये मुले लहानपणापासून संगणक आणि एआयशी परिचित होतात, मात्र ग्रामीण भागातील जिल्हा परिषदेच्या शाळांमध्ये किंवा झोपडपट्ट्यांमधील शाळांमध्ये आजही मूलभूत तांत्रिक शिक्षणाची वानवा आहे. ही विषम सुरुवात पुढे जाऊन एका मोठ्या 'ज्ञान दरी'मध्ये (Knowledge Gap) रूपांतरित होते. समाजकार्यकर्त्याला हे समजून घ्यावे लागेल की, केवळ कोणाचे तरी डिजिटल खाते उघडून देणे किंवा त्याला स्मार्टफोन मिळवून देणे म्हणजे साक्षरता नव्हे. खरी साक्षरता ही त्या साधनावर उपलब्ध असलेल्या माहितीचा वापर करून स्वतःच्या आयुष्यात बदल घडवून आणण्याची क्षमता निर्माण करणे होय. जेव्हा एखाद्या लाभार्थ्याला

ऑनलाईन सरकारी पोर्टलवरील माहिती समजत नाही किंवा त्याला आपले डिजिटल अधिकार माहित नसतात, तेव्हा तांत्रिक सुविधा असूनही तो निरक्षरच राहतो.

या अभावाचा सर्वात गंभीर परिणाम 'सायबर शोषण' आणि 'डिजिटल फसवणुकी'च्या रूपात दिसून येतो. तंत्रज्ञान साक्षरता नसल्यामुळे ग्रामीण आणि निमशहरी भागातील लोक सायबर गुन्हेगारांचे सोपे लक्ष्य बनतात. ओटीपी (OTP) शेअर करणे, बोगस लिंकवर क्लिक करणे किंवा एआय आधारित 'डीपफेक' आणि फेक न्यूजला बळी पडणे या घटना तांत्रिक ज्ञानाच्या अभावातून घडतात. समाजकार्याच्या दृष्टीकोनातून पाहिल्यास, अशा फसवणुकीमुळे आधीच आर्थिक संकटात असलेला गरीब माणूस अधिकच उद्ध्वस्त होतो. समुपदेशन करताना समाजकार्यकर्त्यांना असे आढळते की, अनेक महिला किंवा वृद्ध लोक तंत्रज्ञानाशी संवाद साधताना घाबरतात (Technophobia), कारण त्यांना त्यातील धोक्यांची आणि कार्यपद्धतीची जाण नसते. हा 'डिजिटल आत्मविश्वास' नसणे हे तंत्रज्ञान साक्षरतेच्या अभावाचे लक्षण आहे. केवळ बटन दाबणे शिकवणे पुरेसे नाही, तर तंत्रज्ञानाच्या मागे असलेल्या तर्कशास्त्राची आणि सुरक्षा नियमांची जाणीव करून देणे हे समाजकार्याचे महत्त्वाचे कार्य बनले आहे.

भाषिक आणि सांस्कृतिक मर्यादांमुळे तंत्रज्ञान साक्षरतेचा अभाव अधिक तीव्र होतो. सध्याची बहुतांश प्रगत एआय तंत्रज्ञाने आणि इंटरनेटवरील महत्त्वाची माहिती इंग्रजी भाषेत उपलब्ध आहे. भारताच्या ग्रामीण भागात जिथे स्थानिक बोलीभाषेचे वर्चस्व आहे, तिथे इंग्रजी भाषेतील तंत्रज्ञान लोकांसाठी एक कोडं बनतं. एखादा शेतकरी हवामान अंदाजाचे ॲप डाउनलोड तर करतो, पण त्यातील तांत्रिक शब्द त्याला समजत नाहीत. यामुळे माहितीचे विकेंद्रीकरण होण्याऐवजी ती मोजक्या लोकांच्या हातात एकवटली जाते.

समाजकार्यातील समुदाय विकासाचे उद्दिष्ट हे 'माहितीचे लोकशाहीकरण' करणे असते, परंतु तांत्रिक साक्षरतेचा अभाव या उद्दिष्टाला हरताळ फासतो. ज्यांना तंत्रज्ञान समजत नाही, त्यांचे नेतृत्व आणि निर्णय घेण्याची क्षमता क्षीण होत जाते, तर तंत्रज्ञान जाणणारा अल्पसंख्याक वर्ग बहुसंख्याकांवर नियंत्रण मिळवू शकतो. हे सत्तेचे नवे समीकरण भारतीय लोकशाहीसाठी आव्हानात्मक आहे.

तंत्रज्ञान साक्षरतेचा अभाव हा रोजगाराच्या संधींनाही प्रभावित करतो. एआयच्या वाढत्या वापरामुळे भविष्यकाळात साध्या कामांसाठीही किमान तांत्रिक कौशल्यांची गरज भासणार आहे. जर ग्रामीण भागातील तरुण तांत्रिकदृष्ट्या निरक्षर राहिले, तर त्यांना केवळ शारीरिक कष्टाची आणि कमी पगाराची कामे करावी लागतील, तर शहरी तांत्रिक साक्षर वर्ग एआयचा वापर करून अधिक संपत्ती निर्माण करेल. समाजकार्यामध्ये युवकांच्या सक्षमीकरणाचा विचार करताना, केवळ पारंपारिक पदवी महत्त्वाची नसून, डिजिटल साक्षरता ही अनिवार्य गरज बनली आहे. तंत्रज्ञानाचा अभाव असलेल्या तरुणांमध्ये न्यूनगंड निर्माण होतो आणि ते प्रगतीच्या मुख्य प्रवाहातून बाहेर फेकले जातात. ही परिस्थिती टाळण्यासाठी समाजकार्यकर्त्यांना तंत्रज्ञान साक्षरतेचे 'लोक-चळवळीत' रूपांतर करावे लागेल, जिथे तंत्रज्ञान हे केवळ उपजीविकेचे साधन न राहता ते आत्मसन्मानाचे साधन बनेल.

प्रशासकीय पारदर्शकता आणि उत्तरदायित्व यांमधील तंत्रज्ञान साक्षरतेची भूमिका अत्यंत महत्त्वाची आहे. जेव्हा सरकारी योजना पूर्णपणे ऑनलाईन होतात, तेव्हा तांत्रिक साक्षरता नसलेला लाभार्थी मध्यस्थांवर (Middlemen) अवलंबून राहतो. यामुळे भ्रष्टाचार आणि शोषणाला नवीन वाटा मिळतात. एआय आधारित सिस्टिम्स जरी भ्रष्टाचार रोखण्यासाठी केल्या असल्या, तरी लाभार्थ्याला जर त्या सिस्टिमशी संवाद साधता येत नसेल, तर तो अधिक अगतिक होतो. समाजकार्यात धोरणनिर्मितीचा अभ्यास करताना हे स्पष्ट होते की,

जोपर्यंत लाभार्थ्याला स्वतःचा डेटा तपासण्याची आणि तांत्रिक निर्णयाला आव्हान देण्याची साक्षरता येत नाही, तोपर्यंत तंत्रज्ञान हे पारदर्शक असूनही अन्यायकारक ठरू शकते. तांत्रिक साक्षरता ही लाभार्थ्याला 'ग्राहक' नव्हे तर 'सजग नागरिक' बनवते.

अखेर, तंत्रज्ञान साक्षरतेचा अभाव दूर करणे ही केवळ संगणक प्रशिक्षणाची जबाबदारी नाही, तर ती एक सामाजिक क्रांती आहे. आपल्याला एआय आणि तंत्रज्ञानाचे असे मॉडेल विकसित करावे लागेल जे 'लो-लिटरेसी' (Low-literacy) अनुकूल असेल. म्हणजे, ज्यांना लिहिता-वाचता येत नाही, ते देखील आवाजाच्या (Voice) माध्यमातून किंवा चित्रांच्या माध्यमातून एआयशी संवाद साधू शकतील. समाजकार्यकर्त्याची भूमिका येथे केवळ शिक्षक म्हणून नाही, तर तंत्रज्ञान विकसित करणाऱ्या कंपन्या आणि सामान्य जनता यांच्यातील दुवा म्हणून आहे. तंत्रज्ञान हे लोकांच्या बुद्धीवर मात करण्यासाठी नसून, त्यांच्या बुद्धीला आणि कौशल्याला बळ देण्यासाठी असावे. जोपर्यंत तंत्रज्ञान साक्षरता हा सर्वांसाठीचा मूलभूत अधिकार मानला जात नाही, तोपर्यंत डिजिटल दारिद्याची ही दरी बुजणे अशक्य आहे. सक्षमीकरणाची खरी व्याख्या आता डिजिटल स्वावलंबनात सामावलेली आहे.

AI *आणि सामाजिक बहिष्करण*

कृत्रिम बुद्धिमत्तेच्या युगात 'सामाजिक बहिष्करण' (Social Exclusion) ही संकल्पना एका नवीन आणि अधिक गुंतागुंतीच्या टप्प्यावर पोहोचली आहे. पारंपारिक सामाजिक बहिष्करण म्हणजे एखाद्या विशिष्ट समूहाला किंवा व्यक्तीला त्यांच्या जात, धर्म, लिंग किंवा आर्थिक स्थितीमुळे समाजाच्या मुख्य प्रवाहातील संसाधने, अधिकार आणि संधींपासून पद्धतशीरपणे वंचित ठेवण्याची प्रक्रिया होय. मात्र, जेव्हा या प्रक्रियेत कृत्रिम बुद्धिमत्ता किंवा 'एआय'चा

अंतर्भाव होतो, तेव्हा हे बहिष्करण केवळ मानवी पूर्वग्रहावर अवलंबून न राहता तांत्रिक आणि अल्गोरिदमिक स्वरूपाचे बनते. एआय आणि सामाजिक बहिष्करण यांचा संबंध 'डिजिटल दारिद्र्या'तून अधिक गडद होतो. ज्यांच्याकडे डिजिटल साधने नाहीत किंवा जे तांत्रिकदृष्ट्या साक्षर नाहीत, त्यांना एआय-आधारित व्यवस्था आपोआपच 'अदृश्य' ठरवते. ही प्रक्रिया इतकी सूक्ष्म असते की, कोणाला नाकारले जात आहे आणि का नाकारले जात आहे, याचा थांगपत्ता लागत नाही. समाजकार्याच्या संदर्भात, एआयमुळे होणारे हे बहिष्करण सामाजिक न्याय आणि मानवी हक्कांच्या विरोधात जाणारे एक मोठे आव्हान आहे.

एआय प्रणालींद्वारे होणाऱ्या सामाजिक बहिष्करणाचा उगम 'डेटा प्रतिनिधित्वाच्या' (Data Representation) समस्येत आहे. एआय मॉडेल्स हे ज्या डेटावर प्रशिक्षित केले जातात, त्यामध्ये जर समाजातील उपेक्षित घटकांचा — जसे की आदिवासी, दलित, स्थलांतरित मजूर किंवा ग्रामीण महिलांचा — पुरेसा समावेश नसेल, तर ती प्रणाली या घटकांसाठी योग्य निर्णय घेऊ शकत नाही. भारतीय वास्तवात, बहुतांश डिजिटल डेटा हा शहरी, सवर्ण आणि आर्थिकदृष्ट्या सक्षम वर्गाकडून निर्माण होतो. परिणामी, जेव्हा सरकार किंवा खाजगी संस्था कल्याणकारी योजनांच्या वाटपासाठी, कर्ज मंजुरीसाठी किंवा आरोग्य सुविधांच्या वितरणासाठी एआय वापरतात, तेव्हा हा डेटाचा अभाव 'अल्गोरिदमिक पूर्वग्रह' (Algorithmic Bias) निर्माण करतो. उदाहरणार्थ, जर एखादी एआय प्रणाली केवळ 'डिजिटल फुटप्रिंट' तपासून एखाद्या व्यक्तीची पात्रता ठरवत असेल, तर ज्या ग्रामीण मजुराचे आयुष्य रोख व्यवहारावर आणि ऑफलाइन श्रमावर आधारित आहे, तो या प्रणालीच्या नजरेत 'अस्तित्वात नसलेला' किंवा 'अपात्र' ठरतो. हे तंत्रज्ञानाद्वारे केलेले आधुनिक बहिष्करण आहे, जे वंचितांना अधिक वंचित करते.

सामाजिक बहिष्करणाचा दुसरा महत्त्वाचा पदर 'देखरेख आणि नियंत्रण' (Surveillance and Control) या स्वरूपात दिसून येतो. पाश्चिमात्य मॉडेलवर आधारित एआय अनेकदा 'रिस्क प्रोफाईलिंग' (Risk Profiling) करण्यासाठी वापरले जाते. भारतीय संदर्भात, जर अशा प्रणालींचा वापर गुन्हेगारी रोखण्यासाठी किंवा सामाजिक नियंत्रणासाठी केला गेला, तर ऐतिहासिकदृष्ट्या ज्या समुदायांना 'गुन्हेगार' म्हणून कलंकित केले गेले आहे, त्यांच्यावर एआय अधिक कडक पाळत ठेवू शकते. यामुळे विशिष्ट जाती किंवा समुदायातील तरुणांना रोजगार मिळवण्यात किंवा सरकारी सवलती घेताना अडचणी येऊ शकतात. समाजकार्यकर्त्याची भूमिका येथे केवळ मदत करण्याची नसून, अशा तांत्रिक अन्यायाविरुद्ध आवाज उठवण्याची आहे. एआय ही एक तटस्थ यंत्रणा आहे असे भासवले जात असले तरी, ती ज्या सामाजिक विषमतेच्या वातावरणात काम करते, तिथले सर्व दोष ती स्वतःमध्ये सामावून घेते. जर तंत्रज्ञान पूर्वग्रहातून निर्णय घेत असेल, तर ते लोकशाहीतील 'समान संधी' या मूल्याचा भंग करते.

शिक्षण आणि रोजगाराच्या क्षेत्रात एआयमुळे होणारे बहिष्करण अधिक तीव्र आहे. प्रगत एआय साधने केवळ त्या लोकांसाठी उपलब्ध आहेत जे ते विकत घेऊ शकतात किंवा जे तांत्रिकदृष्ट्या प्रगत आहेत. भारतीय ग्रामीण भागात जिथे शाळांमध्ये साधे संगणक नाहीत, तिथे एआय-आधारित वैयक्तिक शिक्षण ही संकल्पना एक दिवास्वप्न वाटते. यामुळे एक अशी पिढी तयार होत आहे जी तांत्रिक कौशल्यांच्या अभावामुळे भविष्यातील रोजगाराच्या बाजारपेठेतून पूर्णपणे बहिष्कृत होईल. 'ऑटोमेशन'मुळे अनेक साधी आणि कष्टाची कामे धोक्यात आली आहेत, जी कामे प्रामुख्याने समाजातील आर्थिकदृष्ट्या दुर्बल घटक करतात. जर या घटकांना एआयच्या प्रवाहात सामावून घेण्यासाठी नवीन कौशल्ये दिली गेली नाहीत, तर तांत्रिक प्रगती ही त्यांच्यासाठी मुक्तीचे साधन न ठरता विस्थापनाचे

कारण ठरेल. समाजकार्यामध्ये पुनर्वसन आणि उपजीविकेचा विचार करताना, एआयमुळे निर्माण होणाऱ्या या नवीन बेरोजगारीच्या संकटाकडे गांभीर्याने पाहणे आवश्यक आहे.

आरोग्य सेवांच्या संदर्भात एआय आणि बहिष्करण हे थेट जगण्याच्या हक्काशी जोडलेले आहे. एआय-आधारित निदान प्रणाली अनेकदा 'युनिव्हर्सल' डेटा वापरतात, जो भारतीय ग्रामीण भागातील लोकांच्या आरोग्याच्या स्थितीशी विसंगत असू शकतो. जर एखाद्या एआय प्रणालीने एखाद्या रोगाचे निदान करताना केवळ तांत्रिक पॅरामीटर्स पाहिले आणि रुग्णाची सामाजिक-आर्थिक पार्श्वभूमी दुर्लक्षित केली, तर उपचार पद्धती अपयशी ठरू शकतात. भारतात जिथे आरोग्य व्यवस्था आधीच शहरांकडे झुकलेली आहे, तिथे एआयमुळे ग्रामीण गरिबांना 'तंत्रज्ञान उपलब्ध नाही' या नावाखाली सेवा नाकारली जाण्याची भीती आहे. आरोग्य विम्याच्या क्षेत्रात एआयचा वापर करून लोकांच्या आरोग्याची 'जोखीम' ठरवली जाते; अशा वेळी ज्यांचे जीवनमान आधीच गरिबीमुळे खालावलेले आहे, त्यांना एआय 'हाय रिस्क' म्हणून वर्गीकृत करून विमा नाकारू शकते. हे तांत्रिक बहिष्करण मानवतेच्या आणि समाजकार्याच्या मूल्यांच्या पूर्णपणे विरोधात आहे.

सरकारी धोरणांच्या अंमलबजावणीमध्ये 'डिजिटल ओळख' (Digital Identity) अनिवार्य करणे हे देखील बहिष्करणाचे एक प्रभावी साधन बनत आहे. आधार कार्ड किंवा तत्सम बायोमेट्रिक प्रणालींमध्ये एआयचा वापर होतो. तांत्रिक बिघाडामुळे किंवा वयस्कर व्यक्तींच्या हाताचे ठसे न उमटल्यामुळे जेव्हा त्यांना रेशन किंवा पेन्शन नाकारली जाते, तेव्हा ते एआयचे तांत्रिक यश असू शकते पण ते सामाजिक अपयश आहे. समाजकार्यात धोरणनिर्मितीचा अभ्यास करताना हे लक्षात येते की, तंत्रज्ञान जेव्हा 'बहिष्करणाचे निकष' म्हणून वापरले जाते, तेव्हा ते शोषितांना अधिक अगतिक करते. एआयमध्ये मानवी

करुणा किंवा परिस्थितीची जाणीव नसते. यंत्रासाठी केवळ 'हो' किंवा 'नाही' हे दोनच पर्याय असतात, परंतु समाजकार्यासाठी त्या दोन पर्यायांच्या पलीकडे असलेल्या मानवी संघर्षाला महत्त्व असते.

अखेर, एआय आणि सामाजिक बहिष्करण यांमधील हा संघर्ष तंत्रज्ञानाच्या मर्यादेपेक्षा मानवी नियतीच्या आणि सत्तेच्या राजकारणाशी अधिक संबंधित आहे. तंत्रज्ञान सर्वांसाठी समान आहे हा दावा फोटा असून, ते वास्तवात सामाजिक दरी वाढवत आहे. समाजकार्यकर्त्यांनी केवळ एआयचा वापर कसा करायचा हे शिकून चालणार नाही, तर तंत्रज्ञानामुळे जो वर्ग मागे टाकला जात आहे, त्यांच्या डिजिटल हक्कांच्या रक्षणासाठी (Digital Rights) लढा दिला पाहिजे. आपल्याला अशा एआयची गरज आहे जो 'समावेशक' (Inclusive) असेल आणि जो केवळ डेटावर नाही तर मानवी सन्मानावर आधारित निर्णय घेईल. जोपर्यंत एआय प्रणाली भारतीय समाजातील जातीय, लिंगाधारित आणि आर्थिक वास्तवाचा विचार करत नाहीत, तोपर्यंत त्या केवळ 'उच्चभ्रूंचे साधन' म्हणून राहतील आणि बहुसंख्याकांसाठी बहिष्करणाची नवी भिंत बनतील.

समावेशक डिजिटल विकास

समावेशक डिजिटल विकास (Inclusive Digital Development) ही संकल्पना केवळ तंत्रज्ञानाचा विस्तार करण्यापुरती मर्यादित नसून, ती समाजातील सर्वात शेवटच्या घटकापर्यंत तांत्रिक लाभांचे न्याय्य वाटप करण्याच्या प्रक्रियेशी संबंधित आहे. पारंपारिक विकासाच्या प्रारूपांमध्ये अनेकदा उपेक्षित समुदाय प्रवाहाच्या बाहेर राहतात, तसेच डिजिटल क्रांतीच्या काळातही 'डिजिटल दरी'मुळे एक मोठा वर्ग संधींपासून वंचित राहिला आहे. समावेशक डिजिटल विकासाचा अर्थ असा होतो की, तंत्रज्ञानाची रचना, उपलब्धता आणि अंमलबजावणी करताना जात, लिंग, धर्म, शारीरिक सक्षमता आणि

भौगोलिक स्थान यांपैकी कोणताही घटक अडथळा ठरू नये. समाजकार्याच्या क्षेत्रात 'सर्वोदयाची' किंवा 'अंतिम व्यक्तीच्या विकासाची' जी तत्त्वे आपण पाळतो, तीच तत्त्वे आता डिजिटल अवकाशात लागू करण्याची वेळ आली आहे. जेव्हा आपण समावेशकतेचा विचार करतो, तेव्हा तंत्रज्ञान हे केवळ श्रीमंतांचे किंवा शहरांचे साधन न राहता, ते सामाजिक परिवर्तनाचे आणि लोकशाही सक्षमीकरणाचे एक वैश्विक माध्यम बनणे अपेक्षित आहे.

समावेशक डिजिटल विकासाची पहिली पायरी म्हणजे 'पायाभूत सुविधांचे सार्वत्रिकीकरण' होय. जोपर्यंत ग्रामीण आणि दुर्गम भागातील वाड्या-वस्त्यांपर्यंत उच्च दर्जाचे इंटरनेट आणि वीज पोहोचत नाही, तोपर्यंत समावेशकतेची चर्चा केवळ कागदावरच राहील. भारतासारख्या खंडप्राय देशात भौगोलिक विषमता प्रचंड आहे; अशा वेळी खासगी कंपन्यांच्या नफ्यावर आधारित मॉडेलऐवजी 'सार्वजनिक सेवा' म्हणून इंटरनेटचा विकास करणे आवश्यक आहे. समाजकार्यकर्त्यांना हे ठाऊक आहे की, डिजिटल प्रवेश हा आता केवळ चैनीचा भाग नसून तो माहितीचा अधिकार आणि शिक्षणाच्या अधिकाराशी जोडलेला मूलभूत मानवी हक्क आहे. जर डोंगराळ भागातील एखाद्या आदिवासी मुलाला त्याच्या स्कॉलरशिपचा फॉर्म भरण्यासाठी शहरात जावे लागत असेल, तर तो विकास समावेशक नाही. पायाभूत सुविधांचा हा विकास करताना पर्यावरणाचे संतुलन राखणे आणि स्थानिक गरजांचा विचार करणे हे देखील या प्रक्रियेचा भाग असावे, जेणेकरून तंत्रज्ञान लादलेले न वाटता ते लोकोपयोगी ठरेल.

मुख्य विवेचनात तांत्रिक साक्षरता आणि कौशल्यांचे लोकशाहीकरण हा मुद्दा अत्यंत महत्त्वाचा ठरतो. समावेशक डिजिटल विकास म्हणजे केवळ हातामध्ये स्मार्टफोन देणे नव्हे, तर तो वापरण्याचे सामर्थ्य आणि त्यातील माहितीचे विश्लेषण करण्याची बुद्धी प्रदान करणे होय.

भारतीय समाजात भाषिक विविधता ही एक मोठी शक्ती आहे, परंतु तंत्रज्ञानाच्या जगात ती अनेकदा अडथळा ठरते. बहुतांश एआय (AI) प्रणाली आणि डिजिटल माहिती इंग्रजीमध्ये असल्याने स्थानिक बोलीभाषा बोलणारे समुदाय तांत्रिक प्रक्रियेतून बाहेर फेकले जातात. समावेशकतेसाठी आपल्याला अशा एआय मॉडेल्सची गरज आहे जे भारतातील प्रादेशिक भाषांमध्ये प्रभावीपणे संवाद साधू शकतील आणि ज्यांची रचना अशिक्षित किंवा अल्पशिक्षित लोकांसाठी वापरण्यास सोपी असेल. समाजकार्यामध्ये 'लोकसहभागाची' (People's Participation) जी संकल्पना आहे, तीच संकल्पना तंत्रज्ञान निर्मितीमध्ये वापरणे गरजेचे आहे. याचा अर्थ असा की, तंत्रज्ञान विकसित करणाऱ्या तज्ज्ञांनी जमिनीवर काम करणाऱ्या लोकांच्या आणि समाजकार्यकर्त्यांच्या गरजा समजून घेऊन सॉफ्टवेअरची रचना केली पाहिजे.

समावेशक डिजिटल विकासामध्ये महिला आणि दिव्यांगांचा सहभाग हा एक अनिवार्य निकष आहे. भारतीय पितृसत्ताक पद्धतीत तंत्रज्ञानावर पुरुषांचे वर्चस्व असल्याचे दिसून येते, ज्यामुळे स्त्रियांच्या डिजिटल विकासात मोठी दरी निर्माण झाली आहे. समावेशकतेसाठी महिलांना केवळ ग्राहक म्हणून नाही तर तंत्रज्ञानाचे निर्माते आणि निर्णय प्रक्रिया घेणारे म्हणून स्थान दिले पाहिजे. तसेच, दिव्यांगांसाठी (Persons with Disabilities) तंत्रज्ञान हे मुक्तीचे साधन ठरू शकते, जर ते 'ॲक्सेसिबल' (Accessible) असेल. एआय-आधारित व्हॉइस असिस्टंट किंवा स्क्रीन रीडर्स हे समावेशक विकासाचे उत्कृष्ट नमुने ठरू शकतात, परंतु त्यांची किंमत आणि उपलब्धता सामान्य माणसाच्या आवाक्यात असणे आवश्यक आहे. समाजकार्यकर्ता जेव्हा या स्तरावर काम करतो, तेव्हा तो केवळ तांत्रिक साहाय्य करत नाही, तर तो या दुर्बल घटकांचा आत्मविश्वास वाढवून त्यांना समाजाच्या मुख्य प्रवाहाशी जोडण्याचे काम करत असतो. तंत्रज्ञानातील हा

समावेशक दृष्टिकोन सामाजिक बहिष्काराच्या भिंती पाडण्यास मदत करतो.

आर्थिक न्यायाच्या संदर्भात समावेशक डिजिटल विकास म्हणजे 'फिनटेक' (Fintech) आणि डिजिटल अर्थव्यवस्थेत गरिबांचा सन्माननीय सहभाग होय. एआय-आधारित कर्जवाटप किंवा आर्थिक सेवा जेव्हा पूर्वग्रहातून काम करतात, तेव्हा त्या गरीब माणसाला 'कमी पत' (Low Credit Score) म्हणून नाकारतात. समावेशक प्रारूपात एआयने केवळ पारंपरिक आर्थिक डेटा न पाहता, त्या व्यक्तीचे श्रम, तिची प्रामाणिकता आणि स्थानिक सामाजिक संदर्भ यांचा विचार केला पाहिजे. उदाहरणार्थ, बचत गटातील महिलांना किंवा छोट्या विक्रेत्यांना तांत्रिक प्रक्रियेमुळे कर्ज नाकारले जाऊ नये, तर तंत्रज्ञानाने त्यांना सुलभ पतपुरवठा उपलब्ध करून दिला पाहिजे. समाजकार्यातील 'आर्थिक सक्षमीकरणाचा' हेतू साध्य करण्यासाठी तंत्रज्ञानाचा वापर शोषणाचे साधन म्हणून नव्हे, तर संधींचे द्वार म्हणून होणे गरजेचे आहे. जर डिजिटल पेमेंट सिस्टिम केवळ सुशिक्षित वर्गासाठीच सोपी असेल, तर ती आर्थिक विषमतेला जन्म देते, जी समावेशकतेच्या पूर्णपणे विरोधात आहे.

तथापि, समावेशक डिजिटल विकासाच्या नावाखाली तंत्रज्ञानाचा आंधळा स्वीकार करणे धोक्याचे ठरू शकते. एआयच्या मर्यादा समजून घेणे ही देखील समावेशकतेची एक अट आहे. अनेकदा तंत्रज्ञान मानवी श्रमांची जागा घेते, ज्यामुळे असंघटित क्षेत्रातील कामगारांचे रोजगार धोक्यात येतात. समावेशक विकास असा असावा जो तंत्रज्ञानाच्या प्रगतीसोबतच मानवी रोजगाराचे रक्षण करेल. समाजकार्यकर्त्याची भूमिका येथे अत्यंत चिकित्सक असावी लागते. तंत्रज्ञानामुळे कोणाचे विस्थापन तर होत नाही ना? एआयचे निर्णय पारदर्शक आहेत का? डिजिटल देखरेखीखाली लोकांचे स्वातंत्र्य तर धोक्यात येत नाही ना? या प्रश्नांची उत्तरे शोधल्याशिवाय विकास

खऱ्या अर्थाने समावेशक होऊ शकत नाही. भारतीय लोकशाहीत 'निजता' (Privacy) आणि 'सन्मान' हे अधिकार तांत्रिक प्रगतीपेक्षा श्रेष्ठ आहेत. त्यामुळे, समावेशक डिजिटल मॉडेल हे मानवकेंद्रित असले पाहिजे, जिथे तंत्रज्ञान हे मालक नसून सेवक म्हणून कार्य करेल.

अखेर, समावेशक डिजिटल विकास हा केवळ तांत्रिक प्रश्न नसून तो एक नैतिक आणि सामाजिक संकल्प आहे. एआय आणि डिजिटल साधनांनी समाजातील दरी बुजवणे अपेक्षित आहे, ती वाढवणे नव्हे. समाजकार्यामध्ये आपण जेव्हा धोरणनिर्मितीचा आणि अंमलबजावणीचा विचार करतो, तेव्हा आपल्याला तंत्रज्ञानाला सामाजिक मूल्यांशी जोडावे लागेल. जोपर्यंत तंत्रज्ञानाचा फायदा खेड्यातील शेवटच्या दलित, आदिवासी किंवा विधवा महिलेपर्यंत पोहोचत नाही, तोपर्यंत डिजिटल क्रांती अपयशी आहे. समावेशकता म्हणजे केवळ संख्यात्मक वाढ नसून ती गुणात्मक बदल घडवून आणणारी प्रक्रिया आहे. समाजकार्यकर्त्यांना या प्रक्रियेत 'डिजिटल ब्रिज' (Digital Bridge) म्हणून काम करावे लागेल, जो तांत्रिक जग आणि मानवी वास्तव यांना जोडण्याचे काम करेल. तंत्रज्ञान जेव्हा करुणेने आणि न्यायाने प्रेरित असते, तेव्हाच ते खऱ्या अर्थाने समावेशक बनते.

प्रकरण १०. माणूस + मशीन – भविष्याचा मार्ग

मानव–मशीन सहकार्याची संकल्पना

मानव–मशीन सहकार्याची संकल्पना ही केवळ तंत्रज्ञान आणि मनुष्य यांच्या एकत्र येण्यापुरती मर्यादित नसून, ती मानवी संवेदनशीलता आणि कृत्रिम बुद्धिमत्तेची तर्कक्षमता यांच्यातील एक धोरणात्मक भागीदारी आहे. ऐतिहासिकदृष्ट्या, प्रत्येक औद्योगिक क्रांतीने मानवी श्रमाचे स्वरूप बदलले आहे, परंतु कृत्रिम बुद्धिमत्तेचे (AI) आगमन हे केवळ शारीरिक कष्ट कमी करण्यापुरते नसून ते मानवी बौद्धिक निर्णय प्रक्रियेला समांतर उभे ठाकले आहे. समाजकार्याच्या क्षेत्रात या सहकार्याचा अर्थ असा होतो की, जिथे डेटाचे विश्लेषण, नोंदींचे व्यवस्थापन आणि मोठ्या प्रमाणावरील माहितीचे वर्गीकरण करायचे आहे, तिथे यंत्राची मदत घेतली जावी; मात्र जिथे नैतिक मूल्ये, करुणा, सहानुभूती आणि गुंतागुंतीच्या मानवी भावनांचा प्रश्न येतो, तिथे मानवी हस्तक्षेप सर्वोच्च असावा. ही संकल्पना 'मानवाच्या जागी मशीन' अशी नसून 'मानवासाठी मशीन' अशी आहे, ज्याला शैक्षणिक परिभाषेत 'ह्युमन-इन-द-लूप' (Human-in-the-loop) असे म्हटले जाते. समाजकार्यासारख्या मानवकेंद्रित व्यवसायात, जिथे प्रत्येक केस ही अद्वितीय असते, तिथे हे सहकार्य अत्यंत सावधगिरीने आणि समाजकार्याच्या गाभा मूल्यांना धक्का न लावता प्रस्थापित करणे आवश्यक आहे.

मुख्य विवेचनात या सहकार्याचे सखोल विश्लेषण करताना आपल्याला 'पूरकता' (Complementarity) या तत्त्वाचा विचार करावा लागतो. कृत्रिम बुद्धिमत्ता ही प्रचंड वेगाने माहितीवर प्रक्रिया करू शकते, जी मानवी मेंदूला शक्य नाही. उदाहरणार्थ, भारतातील कुपोषणग्रस्त

भागांमधील हजारो बालकांच्या आरोग्याचा डेटा एआय काही सेकंदात तपासून कोणत्या भागात तातडीने हस्तक्षेप करण्याची गरज आहे, याचा आराखडा मांडू शकते. मात्र, त्या आराखड्याची अंमलबजावणी करताना स्थानिक मातांशी संवाद साधणे, त्यांच्या धार्मिक किंवा सामाजिक समजुती समजून घेणे आणि त्यांना विश्वासात घेऊन पोषण आहार सुरू करणे, हे काम केवळ एक समाजकार्यकर्ताच करू शकतो. येथे यंत्र हे कार्यकर्त्याला केवळ 'कुठे जायचे आहे' हे सांगते, पण 'कसे वागायचे आहे' हे मानवी कौशल्यच ठरवते. हे सहकार्य प्रत्यक्ष समाजकार्यात 'केस वर्क' आणि 'कम्युनिटी ऑर्गनायझेशन' मध्ये अत्यंत प्रभावी ठरू शकते, कारण यामुळे कार्यकर्त्याचा प्रशासकीय कामात जाणारा वेळ वाचून तो वेळ प्रत्यक्ष लोकांच्या समुपदेशनासाठी वापरता येतो.

भारतीय समाजरचनेचा विचार करता, मानव-मशीन सहकार्य हे डिजिटल दरी आणि सामाजिक विषमतेच्या अडथळ्यांवर मात करण्यासाठी एक माध्यम बनू शकते. पाश्चिमात्य मॉडेलमध्ये तंत्रज्ञान स्वायत्तपणे काम करण्यावर भर देते, परंतु भारतात भाषेचे अडथळे आणि साक्षरतेचे प्रमाण कमी असल्यामुळे तंत्रज्ञानाला मानवी मार्गदर्शकाची जोड देणे अनिवार्य आहे. उदाहरणार्थ, एखादा एआय-आधारित चॅटबॉट ग्रामीण शेतकऱ्याला पिकांच्या रोगाबद्दल माहिती देत असताना, जर तिथे कृषी समाजकार्यकर्ता उपस्थित असेल, तर तो त्या तांत्रिक माहितीचे सुलभीकरण करून शेतकऱ्याला समजावून सांगू शकतो. अशा सहकार्यामुळे तंत्रज्ञान हे परके किंवा भीतीदायक न वाटता ते सक्षमीकरणाचे साधन बनते. समाजकार्यकर्ता येथे 'मशीन आणि समाज' यांच्यातील दुवा (Intermediary) म्हणून काम करतो. हे मॉडेल राबवताना कार्यकर्त्याला केवळ सामाजिक कार्याचे ज्ञान असून चालणार नाही, तर त्याला एआयच्या मर्यादा आणि त्यातून निघणाऱ्या निष्कर्षांची चिकित्सक पडताळणी करण्याची तांत्रिक साक्षरताही आत्मसात करावी लागेल.

या सहकार्यामध्ये 'अंतिम निर्णयाचा अधिकार' (Final Decision Making) हा मानव-मशीन नात्यातील सर्वात कळीचा नैतिक मुद्दा आहे. एआय हे केवळ संभाव्यता (Probability) वर्तवते, ते अंतिम सत्य नसते. समाजकार्याच्या मूल्यांनुसार, प्रत्येक व्यक्तीला सन्मानाने वागवण्याचा अधिकार आहे. जर एखादी एआय प्रणाली केवळ जुन्या डेटावरून एखाद्या लाभार्थ्याला 'अपात्र' ठरवत असेल, तर तिथे समाजकार्यकर्त्याने हस्तक्षेप करून त्या व्यक्तीची सद्यस्थिती आणि मानवी बाजू मांडणे आवश्यक आहे. समाजकार्य हे केवळ नियमांवर चालत नाही, तर ते न्यायावर चालते. अनेकदा नियमबाह्य जाऊन एखाद्या गरजूला मदत करणे हे सामाजिक न्यायाचे कृत्य ठरते, जे यंत्र कधीही करू शकणार नाही. त्यामुळे, मानव-मशीन सहकार्यात यंत्राला केवळ 'सल्लागार' (Advisor) म्हणून स्थान असावे, तर 'निर्णायक' (Decision Maker) म्हणून मानवाचीच भूमिका ठाम असावी. हे संतुलन बिघडल्यास तंत्रज्ञान हे सामाजिक नियंत्रणाचे आणि शोषणाचे साधन बनू शकते, ज्यामुळे समाजकार्याच्या मूळ उद्देशालाच हरताळ फासला जाईल.

चिकित्सक दृष्टीकोनातून पाहिल्यास, मानव-मशीन सहकार्यामध्ये 'अति-अवलंबित्वाचा' (Over-reliance) मोठा धोका असतो. जर समाजकार्यकर्ते तांत्रिक निष्कर्षांवर आंधळेपणाने विश्वास ठेवू लागले, तर त्यांच्यातील संवेदना आणि चिकित्सक विचार करण्याची क्षमता कमी होऊ शकते. भारतीय संदर्भात, जिथे डेटा अनेकदा पक्षपाती असू शकतो, तिथे यंत्रावर पूर्ण अवलंबून राहणे म्हणजे सामाजिक अन्यायाला तांत्रिक मान्यता देणे होय. या सहकार्यामध्ये machine-learning अल्गोरिदममध्ये असलेल्या 'बायस' (Bias) कडे लक्ष देणे ही समाजकार्यकर्त्याची नवी जबाबदारी असेल. दलित, आदिवासी किंवा महिलांच्या प्रश्नांवर काम करताना एआय जर भेदभावपूर्ण निष्कर्ष काढत असेल, तर त्या यंत्राला 'शिक्षित' करणे किंवा त्याचे निष्कर्ष नाकारणे हे कार्यकर्त्याच्या व्यावसायिक कौशल्याचा भाग असावे

लागेल. हे सहकार्य केवळ प्रक्रियेला वेग देण्यासाठी असावे, मानवी विवेक बुद्धीला फाटा देण्यासाठी नसावे.

भविष्यात हे सहकार्य यशस्वी होण्यासाठी तंत्रज्ञानाचे मानवीकरण करणे ही प्राथमिक अट आहे. समाजकार्यातील शिक्षणक्रमात तंत्रज्ञानाच्या नैतिक वापराचा समावेश करणे आणि एआय डेव्हलपर्सना सामाजिक वास्तवाची जाणीव करून देणे, अशा दोन्ही बाजूने प्रयत्न होणे गरजेचे आहे. मानव आणि मशीन यांनी हातात हात घालून काम करणे म्हणजे मानवाचे यंत्र बनणे नव्हे, तर यंत्राला मानवी मूल्ये समजायला लावणे होय. जर आपण या सहकार्याला केवळ कार्यक्षमतेच्या नजरेतून पाहिले, तर आपण मानवी संबंधांमधील जिव्हाळा गमावून बसू. समाजकार्याचा आत्मा हा प्रत्यक्ष मानवी संवादात आहे, आणि तंत्रज्ञान हा त्या संवादाला बळकटी देणारा केवळ एक आधारस्तंभ असावा. हे सहकार्य जेव्हा परस्पर पूरक आणि पारदर्शक असेल, तेव्हाच आपण खऱ्या अर्थाने एका संतुलित आणि प्रगत समाजाची निर्मिती करू शकू.

समाजकार्यामध्ये Hybrid Model

समाजकार्यामध्ये 'हायब्रिड मॉडेल' (Hybrid Model) ही संकल्पना कृत्रिम बुद्धिमत्तेची तांत्रिक अचूकता आणि मानवी हस्तक्षेपाची संवेदनशीलता यांचा मेळ घालणारे एक प्रगत कार्यप्रारूप म्हणून समोर येत आहे. पारंपारिक समाजकार्यात केवळ मानवी संबंधांवर भर दिला जातो, तर शुद्ध तांत्रिक प्रारूपात केवळ डेटा आणि अल्गोरिदमला महत्त्व असते. हायब्रिड मॉडेलमध्ये या दोन्ही टोकांच्या भूमिकांचा समन्वय साधून एक अशी व्यवस्था उभी केली जाते, जिथे यंत्र हे समाजकार्यकर्त्यांच्या क्षमतेत वाढ करणारे एक साधन (Augmentation tool) म्हणून काम करते. शैक्षणिक परिभाषेत सांगायचे तर, हे मॉडेल 'तांत्रिक कार्यक्षमता' आणि 'मानवी नैतिकता'

यांच्यातील संतुलन साधण्याचा प्रयत्न करते. भारतीय सामाजिक संदर्भात, जिथे संसाधनांची कमतरता आणि समस्यांची व्याप्ती प्रचंड आहे, तिथे केवळ मानवी श्रम पुरेसे ठरत नाहीत आणि केवळ तंत्रज्ञान सामाजिक गुंतागुंत समजू शकत नाही; म्हणूनच हे संमिश्र मॉडेल भविष्यातील समाजकार्यासाठी अपरिहार्य ठरत आहे.

या मॉडेलच्या मुख्य विवेचनात 'डेटा-चलित निर्णय' आणि 'विवेक-निष्ठ कृती' यांच्यातील संबंध समजून घेणे आवश्यक आहे. समाजकार्यात जेव्हा आपण एखाद्या मोठ्या समुदायाच्या विकासाचे नियोजन करतो, तेव्हा एआय (AI) यंत्रणा हजारो कुटुंबांच्या आर्थिक, शैक्षणिक आणि आरोग्यविषयक माहितीचे विश्लेषण करून सर्वात गरजू गट कोणता आहे, हे शोधण्यास मदत करू शकते. मात्र, एकदा का हा गट निश्चित झाला की, त्या लोकांशी संवाद साधणे, त्यांच्या मनातील भीती दूर करणे आणि त्यांच्या संस्कृतीला धक्का न लावता बदलाची प्रक्रिया सुरू करणे, हे काम समाजकार्यकर्त्यालाच करावे लागते. उदाहरणार्थ, ग्रामीण भागातील महिलांच्या आरोग्य समुपदेशनात एआय आधारित प्रणाली रोगाची लक्षणे ओळखून प्राथमिक माहिती देऊ शकते, परंतु त्या महिलेला कौटुंबिक हिंसाचारातून बाहेर काढण्यासाठी किंवा तिचे मानसिक धैर्य वाढवण्यासाठी लागणारा स्पर्श आणि सहानुभूती केवळ मानवी कार्यकर्ताच देऊ शकतो. हे हायब्रिड मॉडेल तांत्रिक माहितीला मानवी चेहरा देण्याचे काम करते.

भारतीय समाजरचनेतील 'अदृश्य वंचितांना' (Invisible Marginalized) शोधण्यासाठी हे हायब्रिड मॉडेल अत्यंत प्रभावी ठरू शकते. अनेकदा सरकारी कागदपत्रांमध्ये नोंद नसलेले लोक मुख्य प्रवाहापासून लांब राहतात. अशा वेळी उपग्रहाद्वारे मिळणारा डेटा आणि एआयचा वापर करून दुर्गम वस्त्यांचा शोध घेतला जाऊ शकतो, परंतु त्या वस्त्यांमध्ये प्रत्यक्ष जाऊन तिथल्या सामाजिक

उतरंडीचा अभ्यास करणे आणि तिथे न्याय प्रस्थापित करणे ही समाजकार्यकर्त्याची भूमिका असते. तांत्रिक दृष्ट्या प्रगत असलेल्या पाश्चिमात्य देशांत एआय स्वायत्तपणे निर्णय घेण्याकडे झुकत आहे, पण भारतात तंत्रज्ञान हे साक्षरतेच्या अभावामुळे आणि डिजिटल दरीमुळे अनेकदा अडथळा ठरू शकते. अशा वेळी हायब्रिड मॉडेल हे सुनिश्चित करते की तंत्रज्ञानाचा वापर केवळ प्रक्रियेला वेग देण्यासाठी केला जाईल, पण अंतिम जबाबदारी ही मानवी कार्यकर्त्याचीच असेल. हे मॉडेल 'तांत्रिक दरी' (Digital Divide) कमी करण्यासाठी कार्यकर्त्याला एक सक्षम माध्यम म्हणून उभे करते.

नैतिकतेच्या पातळीवर, हायब्रिड मॉडेल हे समाजकार्यातील जबाबदारी (Accountability) निश्चित करण्यासाठी महत्त्वाचे आहे. जेव्हा एखादे यंत्र चुकून एखाद्या व्यक्तीला मदतीसाठी अपात्र ठरवते, तेव्हा त्या व्यक्तीला दाद मागण्यासाठी मानवी हस्तक्षेपाची गरज असते. एआयमध्ये असलेल्या 'ब्लॅक बॉक्स' (Black Box) समस्येमुळे यंत्राने निर्णय कसा घेतला हे स्पष्ट होत नाही; मात्र हायब्रिड मॉडेलमध्ये समाजकार्यकर्ता यंत्राच्या निर्णयाची चिकित्सक पडताळणी करतो. यामुळे एआय मधील पूर्वग्रह (Bias) आणि तांत्रिक त्रुटींमुळे होणारा अन्याय रोखता येतो. समाजकार्य हे मानवी हक्कांच्या संरक्षणासाठी कटिबद्ध आहे, आणि यंत्राच्या हातात पूर्ण अधिकार दिल्यास मानवी सन्मानाला बाधा येऊ शकते. हायब्रिड मॉडेलमध्ये 'मशीन सुचवते आणि माणूस ठरवतो' हे सूत्र पाळले जाते, ज्यामुळे तांत्रिक प्रगती आणि मानवी मूल्ये यांचा संकोच न होता विकास साधता येतो.

समाजकार्याच्या शिक्षण आणि प्रशिक्षणात या हायब्रिड मॉडेलचा अंतर्भाव करणे ही काळाची गरज आहे. कार्यकर्त्यांना केवळ समाजशास्त्राचे किंवा मानसशास्त्राचे ज्ञान असून चालणार नाही, तर त्यांना एआय प्रणाली कशा प्रकारे कार्य करतात आणि त्यांच्याकडून

मिळणाऱ्या माहितीचा वापर लोककल्याणासाठी कसा करायचा, याचे तांत्रिक प्रशिक्षणही द्यावे लागेल. त्याच वेळी, एआय डेव्हलपर्सना समाजकार्यातील 'सहानुभूती' (Empathy) आणि 'सामाजिक न्याय' या संकल्पनांची ओळख करून द्यावी लागेल. हे मॉडेल समाजकार्यकर्त्याचे महत्त्व कमी करत नाही, तर त्याला आधुनिक युगातील आव्हाने पेलण्यासाठी अधिक शक्तिशाली बनवते. तांत्रिक कौशल्यांची जोड मिळाल्यामुळे समाजकार्यकर्ता अधिक वस्तुनिष्ठ आणि अचूक पद्धतीने आपले कार्य करू शकतो, ज्यामुळे त्याच्या हस्तक्षेपाचा प्रभाव वाढतो.

तथापि, हे हायब्रिड मॉडेल राबवताना आपल्याला तंत्रज्ञानाच्या मर्यादांचे भान ठेवावे लागेल. एआय हे कधीही मानवी अंतःप्रेरणेची (Intuition) जागा घेऊ शकत नाही. समाजकार्यात अनेकदा 'क्षणोक्षणी बदलणाऱ्या परिस्थितीनुसार' निर्णय घ्यावे लागतात, जे कोणत्याही अल्गोरिदममध्ये बसत नाहीत. त्यामुळे, या मॉडेलमध्ये तंत्रज्ञानाचा वापर केवळ 'साहाय्यक' (Assistant) म्हणून मर्यादित ठेवणे गरजेचे आहे. जर आपण यंत्राच्या सल्ल्यालाच अंतिम सत्य मानले, तर समाजकार्याचा आत्मा नष्ट होईल. भविष्यात तंत्रज्ञान कितीही प्रगत झाले, तरी पीडितांचे अश्रू पुसण्यासाठी आणि त्यांच्या हक्कासाठी रस्त्यावर उतरून संघर्ष करण्यासाठी रक्तामांसाच्या मानवाचीच गरज भासणार आहे. हायब्रिड मॉडेल हे या संघर्षाला अधिक संघटित आणि माहितीपूर्ण बनवण्याचे एक माध्यम आहे.

अखेर, समाजकार्यामध्ये हायब्रिड मॉडेलचा स्वीकार करणे म्हणजे तंत्रज्ञानाचे मानवीकरण करणे होय. हे मॉडेल आपल्याला अशा भविष्याकडे घेऊन जाते जिथे मशीन हे मानवाचे गुलाम किंवा प्रतिस्पर्धी नसून ते सहप्रवासी आहेत. भारतीय वास्तवातील गरीबी, विषमता आणि अज्ञान यांसारख्या राक्षसांशी लढण्यासाठी आपल्याला विज्ञानाची शक्ती आणि मानवी करुणा या दोन्ही शस्त्रांची गरज आहे.

तंत्रज्ञानाने दिलेल्या डेटाचा वापर करून जेव्हा एक समाजकार्यकर्ता एखाद्या दुर्गम भागातील बालकाचे प्राण वाचवतो, तेव्हा ते हायब्रिड मॉडेलचे सर्वात मोठे यश असते. हे मॉडेल केवळ कार्यक्षमता वाढवत नाही, तर ते सामाजिक न्यायाच्या प्रक्रियेला अधिक लोकशाहीवादी आणि पारदर्शक बनवते.

मानवकेंद्रित AI

मानवकेंद्रित कृत्रिम बुद्धिमत्ता (Human-Centric AI) ही संकल्पना तंत्रज्ञान विकासाच्या त्या विचारधारेचे प्रतिनिधित्व करते, जिथे तंत्रज्ञानाचा उद्देश केवळ नफा कमवणे किंवा प्रक्रियांचे ऑटोमेशन करणे नसून, मानवी कल्याण, सन्मान आणि स्वायत्तता वाढवणे हा असतो. पारंपारिक एआय मॉडेल्स अनेकदा केवळ अल्गोरिदमची कार्यक्षमता आणि डेटाची अचूकता यावर लक्ष केंद्रित करतात, ज्यामुळे सामाजिक आणि मानवी पैलू दुर्लक्षित होऊ शकतात. याउलट, मानवकेंद्रित एआय ही अशी प्रणाली आहे जी मानवी मूल्ये, सामाजिक न्याय आणि नैतिकतेला केंद्रस्थानी ठेवून डिझाइन केली जाते. समाजकार्याच्या क्षेत्रात ही संकल्पना विशेषतः महत्त्वाची ठरते, कारण समाजकार्य मुळातच व्यक्तीचे स्वातंत्र्य आणि सामाजिक समता प्रस्थापित करण्यासाठी कटीबद्ध आहे. मानवकेंद्रित एआय म्हणजे असे तंत्रज्ञान जे मानवाच्या बुद्धिमत्तेला छेद न देता, तिला पूरक ठरते आणि ज्याची रचना मानवी अनुभवांना समृद्ध करण्यासाठी केलेली असते. भारतीय समाजरचनेत, जिथे विविधता आणि विषमता एकाच वेळी अस्तित्वात आहेत, तिथे तंत्रज्ञानाला मानवी चेहरा देणे ही केवळ गरज नसून ती एक नैतिक जबाबदारी आहे.

मुख्य विवेचनात मानवकेंद्रित एआयच्या तात्त्विक पायाचा विचार करताना 'पारदर्शकता' (Transparency) आणि 'उत्तरदायित्व' (Accountability) हे दोन महत्त्वाचे स्तंभ समोर येतात. जेव्हा आपण

समाजकार्यामध्ये एआयचा वापर करतो, तेव्हा त्या प्रणालीने घेतलेले निर्णय हे लाभार्थ्याला समजण्यासारखे असायला हवेत. उदाहरणार्थ, जर एखादी एआय प्रणाली ग्रामीण भागातील महिलांना सूक्ष्म कर्ज (Micro-credit) नाकारत असेल, तर त्या निर्णयामागील तर्क स्पष्ट असावा लागतो. मानवकेंद्रित दृष्टिकोन हा आग्रह धरतो की, तंत्रज्ञान हे 'ब्लॅक बॉक्स' असू नये, तर ते मानवी निरीक्षणाखाली असावे. भारतीय परिस्थितीमध्ये अनेकदा अशिक्षित किंवा अल्पशिक्षित लोक तंत्रज्ञानामुळे अगतिक होतात; अशा वेळी मानवकेंद्रित एआय हे सुनिश्चित करते की तंत्रज्ञान वापरकर्त्यांच्या गरजांशी आणि त्याच्या भाषिक किंवा सांस्कृतिक संदर्भाशी जुळवून घेईल. समाजकार्यकर्त्यासाठी हे मॉडेल अत्यंत उपयुक्त आहे, कारण यामुळे कार्यकर्त्याला तंत्रज्ञानावर नियंत्रण ठेवता येते आणि तांत्रिक त्रुटींमुळे होणारा अन्याय रोखता येतो.

मानवकेंद्रित एआयचा वापर करताना 'सहानुभूती आणि नैतिकता' (Empathy and Ethics) या घटकांना प्राधान्य दिले जाते, जे समाजकार्याचा गाभा आहेत. एआयमध्ये स्वतःची संवेदना नसते, परंतु मानवकेंद्रित रचनेमध्ये समाजकार्यकर्त्यांच्या अनुभवाचा वापर करून अल्गोरिदममध्ये मानवी संवेदनेचे प्रतिबिंब उमटवण्याचा प्रयत्न केला जातो. उदाहरणार्थ, बालहक्क आणि संरक्षण क्षेत्रात काम करताना जर एआयचा वापर जोखीम मोजण्यासाठी केला जात असेल, तर त्या प्रणालीने केवळ आकडेवारी न पाहता मुलाच्या कौटुंबिक आणि सामाजिक पार्श्वभूमीचा विचार करणे अपेक्षित आहे. मानवकेंद्रित एआय हे मान्य करते की प्रत्येक मानवी समस्या ही अद्वितीय असते आणि तिला केवळ एका साच्यात बसवता येत नाही. समाजकार्यातील केस वर्क (Case Work) प्रक्रियेमध्ये एआय जेव्हा कार्यकर्त्याला मदत करते, तेव्हा ते केवळ माहितीचे विश्लेषण करत नाही, तर कार्यकर्त्याला अधिक मानवीय निर्णय घेण्यासाठी आवश्यक तो संदर्भ

पुरवते. येथे तंत्रज्ञान हे कार्यकर्त्याची जागा घेत नाही, तर त्याला अधिक संवेदनशील बनवण्यासाठी साहाय्य करते.

भारतीय संदर्भात मानवकेंद्रित एआयचे यश हे 'डिजिटल सर्वसमावेशकतेवर' अवलंबून आहे. आपल्या देशात भाषिक विविधता आणि साक्षरतेचे वेगवेगळे स्तर असल्यामुळे, तंत्रज्ञान हे केवळ इंग्रजी जाणणाऱ्या शहरी वर्गापुरते मर्यादित राहता कामा नये. मानवकेंद्रित एआय हे भारतीय भाषांमधील नैसर्गिक भाषा प्रक्रिया (NLP) आणि व्हॉईस-आधारित इंटरफेसवर भर देते, ज्यामुळे दुर्गम भागातील व्यक्ती देखील एआयचा लाभ घेऊ शकेल. समाजकार्यामध्ये समुदाय विकासाचे काम करताना कार्यकर्त्यांना असे दिसून येते की, जर तंत्रज्ञान लोकांच्या भाषेत नसेल, तर ते बहिष्करणाचे साधन बनते. मानवकेंद्रित दृष्टिकोनातून विकसित केलेले एआय हे ग्रामीण जनतेला माहितीच्या प्रक्रियेत सक्रिय सहभागी करून घेते. जेव्हा एखादा शेतकरी किंवा कष्टकरी महिला स्वतःच्या भाषेत एआयशी संवाद साधून आरोग्य किंवा शेतीविषयक सल्ला घेते, तेव्हा ते तंत्रज्ञानाचे खऱ्या अर्थाने मानवीकरण असते. हे मॉडेल तंत्रज्ञानाला लोकशाहीवादी बनवते आणि सामाजिक विषमतेची दरी कमी करण्यास मदत करते.

तथापि, मानवकेंद्रित एआय ही केवळ एक तांत्रिक सुधारणा नसून तो एक 'डिझाइन विचार' (Design Thinking) आहे, ज्यामध्ये वापरकर्त्याचा सन्मान सर्वोच्च असतो. अनेकदा एआय प्रणाली या देखरेख (Surveillance) करण्यासाठी वापरल्या जातात, ज्यामुळे व्यक्तीच्या निजतेचा (Privacy) भंग होतो. मानवकेंद्रित एआय हे व्यक्तीच्या माहितीच्या गोपनीयतेचा अधिकार आणि त्याच्या सन्मानाचा आदर करण्याचे तत्त्व पाळते. समाजकार्यामध्ये गोपनीयतेचे तत्त्व अत्यंत पवित्र मानले जाते; लाभार्थ्याची माहिती सुरक्षित ठेवणे हे कार्यकर्त्याचे कर्तव्य असते. मानवकेंद्रित एआय मध्ये

डेटा संकलित करताना लाभार्थ्यांची संमती आणि त्याच्या माहितीचा गैरवापर होणार नाही याची खात्री दिली जाते. हे तंत्रज्ञान माणसाला केवळ 'डेटा पॉईंट' मानत नाही, तर त्याला एक सन्माननीय नागरिक म्हणून पाहते. जेव्हा तंत्रज्ञान अशा प्रकारे नैतिक मर्यादेत राहून काम करते, तेव्हाच समाजामध्ये तंत्रज्ञानाप्रती विश्वास निर्माण होतो, जो समाजकार्यातील बदलाच्या प्रक्रियेसाठी आवश्यक असतो.

चिकित्सक दृष्टिकोनातून पाहिल्यास, मानवकेंद्रित एआयच्या अंमलबजावणीमध्ये 'डिजिटल साक्षरतेचा अभाव' हा सर्वात मोठा अडथळा आहे. तंत्रज्ञान कितीही मानवकेंद्रित असले तरी, जर लोकांपाशी ते वापरण्याचे किमान कौशल्य नसेल, तर त्याचा मूळ हेतू साध्य होत नाही. समाजकार्यकर्त्यांची भूमिका येथे दुहेरी स्वरूपाची असते; त्यांना एका बाजूला तांत्रिक प्रणाली अधिक मानवी करण्यासाठी डेव्हलपर्सना मार्गदर्शन करावे लागते आणि दुसऱ्या बाजूला समुदायाला हे तंत्रज्ञान वापरण्यासाठी सज्ज करावे लागते. मानवकेंद्रित एआय हे 'अंध-आशावादाला' छेद देते, कारण ते तंत्रज्ञानाच्या मर्यादा स्पष्टपणे स्वीकारते. एआय हा अंतिम निर्णय घेऊ शकत नाही, तो केवळ मानवी निर्णय प्रक्रियेला बळकटी देऊ शकतो, हे वास्तव या मॉडेलमध्ये ठामपणे मांडले जाते. तंत्रज्ञान जेव्हा मानवाच्या नियंत्रणाखाली आणि सामाजिक जबाबदारीच्या जाणीवेतून वापरले जाते, तेव्हाच ते खऱ्या अर्थाने मानवकेंद्रित ठरते.

अखेर, मानवकेंद्रित एआय हा समाजकार्य आणि तंत्रज्ञान यांच्यातील समन्वयाचा सर्वात सकारात्मक मार्ग आहे. हे मॉडेल आपल्याला आठवण करून देते की विज्ञानाचे सर्व शोध हे मानवाच्या सुखासाठी आणि कल्याणासाठी आहेत. तंत्रज्ञानाने माणसाचे ओझे कमी केले पाहिजे, त्याचे शोषण वाढवता कामा नये. भारतीय समाजात सामाजिक न्याय प्रस्थापित करण्यासाठी आपल्याला अशा एआयची गरज आहे जो जातीभेद, लिंगभेद आणि आर्थिक दरी मान्य करून ती

दूर करण्यासाठी प्रयत्न करेल. समाजकार्याची मूल्ये जेव्हा एआयच्या अल्गोरिदममध्ये गुंफली जातील, तेव्हाच भविष्यातील 'माणूस + मशीन' हे समीकरण यशस्वी होईल. मानवकेंद्रित एआय हे केवळ तांत्रिक प्रगतीचे लक्षण नसून ते एक समृद्ध, समतावादी आणि प्रगल्भ मानवी समाजाचे स्वप्न आंहे, जिथे तंत्रज्ञान मानवाचा सन्मान जपण्यासाठी सदैव तत्पर असेल.

भविष्यातील समाजकार्य

भविष्यातील समाजकार्याचा विचार करताना आपल्याला तंत्रज्ञानाची झेप आणि मानवी मूल्यांची जपणूक यांमधील एका अत्यंत महत्त्वाच्या वळणावर उभे राहावे लागत आहे. २१ व्या शतकातील समाजकार्य हे केवळ पारंपारिक चौकटीत राहून चालणार नाही, कारण कृत्रिम बुद्धिमत्तेचा वाढता हस्तक्षेप सामाजिक हस्तक्षेपाच्या पद्धतींमध्ये आमूलाग्र बदल घडवून आणत आहे. भविष्यातील समाजकार्य म्हणजे मानवी संवेदनशीलता आणि प्रगत अल्गोरिदम यांचा असा एक संगम असेल, जिथे माहितीचा वेग आणि करुणेचा ओलावा एकत्रितपणे सामाजिक समस्या सोडवण्याचा प्रयत्न करतील. समाजकार्य म्हणजे केवळ संकटकाळात केलेली मदत नसून, ती सामाजिक न्याय, धोरणनिर्मिती, मानवी हक्कांचे संरक्षण आणि वंचितांचे सक्षमीकरण करण्याची एक निरंतर प्रक्रिया आहे. भविष्यात ही प्रक्रिया अधिक 'डेटा-चलित' (Data-driven) होईल, परंतु तिचे केंद्रस्थान हे 'मानव' आणि त्याचा 'सन्मान' हेच राहील. तंत्रज्ञान कितीही प्रगत झाले तरी समाजकार्याचा गाभा असलेल्या वैयक्तिक संबंध आणि समुपदेशनाची जागा घेऊ शकत नाही, मात्र ते या प्रक्रियेला अधिक अचूक आणि व्यापक बनवू शकते.

भविष्यातील समाजकार्यात कृत्रिम बुद्धिमत्तेचा वापर हा प्रामुख्याने 'प्रतिबंधात्मक समाजकार्यासाठी' (Preventive Social Work) मोठ्या

प्रमाणावर केला जाण्याची शक्यता आहे. आजवर समाजकार्य हे बहुधा समस्या उद्भवल्यानंतरच्या हस्तक्षेपावर (Reactive approach) आधारित राहिले आहे, परंतु भविष्यात एआयच्या मदतीने समस्या निर्माण होण्यापूर्वीच तिचा अंदाज वर्तवणे शक्य होईल. उदाहरणार्थ, भारतातील दुर्गम भागातील बालमृत्यू किंवा कुपोषणासारख्या समस्यांचा अभ्यास करताना, एआय हवामानातील बदल, पिकांचे उत्पादन आणि आरोग्य केंद्रांची उपलब्धता यांचा ऐतिहासिक डेटा तपासून कोणत्या काळात कुपोषण वाढू शकते, याचे भाकीत करू शकेल. यामुळे समाजकार्यकर्त्यांना संकट येण्यापूर्वीच त्या समुदायात जाऊन आवश्यक पावले उचलणे सोपे होईल. तथापि, हे करत असताना केवळ यंत्राच्या भाकितावर अवलंबून न राहता, तिथल्या सामाजिक-सांस्कृतिक वास्तवाचे भान ठेवणे ही भविष्यातील कार्यकर्त्याची मोठी जबाबदारी असेल. तंत्रज्ञान येथे एक 'पूर्वसूचना देणारी यंत्रणा' म्हणून कार्य करेल, पण प्रत्यक्ष बदल हा मानवी प्रयत्नांतूनच घडेल.

भविष्यातील समाजकार्यात 'डिजिटल वकिली' (Digital Advocacy) आणि 'धोरणनिर्मिती' या क्षेत्रांना अनन्यसाधारण महत्त्व प्राप्त होईल. आजवर सामाजिक धोरणे आखताना अनेकदा वस्तुनिष्ठ माहितीचा अभाव असायचा, परंतु भविष्यात एआयच्या माध्यमातून समाजातील प्रत्येक स्तरावरील माहिती संकलित करणे आणि तिचे विश्लेषण करणे शक्य होईल. यामुळे सरकारी योजनांमधील त्रुटी शोधणे आणि त्या अधिक सर्वसमावेशक बनवण्यासाठी पुराव्यांवर आधारित (Evidence-based) युक्तिवाद करणे समाजकार्यकर्त्यांना सोपे जाईल. विशेषतः भारतीय संदर्भात, जिथे भ्रष्टाचार आणि योजनांच्या अंमलबजावणीतील त्रुटी हे मोठे प्रश्न आहेत, तिथे एआय पारदर्शकता वाढवण्यासाठी एक साधन ठरू शकते. मात्र, याच वेळी 'डेटा गोपनीयता' (Data Privacy) आणि लाभार्थ्यांची सुरक्षा यांविषयी अत्यंत कठोर नैतिक नियमावली पाळणे अनिवार्य असेल. भविष्यातील

समाजकार्यकर्त्याला तांत्रिक ज्ञानासोबतच डिजिटल हक्क आणि सायबर कायद्यांचे सखोल ज्ञान असणे ही काळाची गरज ठरेल.

शिक्षण आणि रोजगाराच्या बदलत्या स्वरूपात भविष्यातील समाजकार्याची भूमिका अधिक व्यापक होईल. एआयमुळे अनेक पारंपारिक रोजगार नष्ट होतील आणि नवीन रोजगारांसाठी उच्च तांत्रिक कौशल्यांची गरज भासेल. अशा वेळी समाजातील दुर्बल घटक, विशेषतः ग्रामीण भागातील तरुण, या स्पर्धेतून बाहेर फेकले जाण्याची भीती आहे. भविष्यातील समाजकार्यकर्त्याला या 'डिजिटल दरी'च्या विरोधात काम करावे लागेल. उपेक्षितांना केवळ तांत्रिक शिक्षण देणे नव्हे, तर एआय युगात मानवी कौशल्यांचे (Soft skills) महत्त्व कसे टिकवून ठेवायचे, याचे मार्गदर्शन करावे लागेल. रोजगाराचे पुनर्वसन आणि कौशल्य विकास ही भविष्यातील समाजकार्याची मुख्य अंग बनतील. समाजकार्यकर्ता येथे 'शिक्षक', 'मार्गदर्शक' आणि 'तंत्रज्ञान-दुवा' अशा बहुआयामी भूमिका पार पाडेल. यंत्रांनी व्यापलेल्या जगात माणसाचे 'माणूसपण' आणि त्याची 'उपयोगिता' टिकवून ठेवणे हे भविष्यातील सर्वात मोठे आव्हान असेल.

मानसिक आरोग्य आणि समुपदेशनाच्या क्षेत्रात भविष्यातील समाजकार्य अधिक 'हायब्रिड' स्वरूपाचे होईल. एआय-आधारित चॅटबॉट्स प्राथमिक मानसिक आधार देण्यासाठी किंवा नैराश्याची लक्षणे ओळखण्यासाठी वापरले जातील, परंतु गंभीर मानसिक समस्यांचे निराकरण करण्यासाठी प्रत्यक्ष समाजकार्यकर्त्याचा मानवी स्पर्श आणि चेहराच प्रभावी ठरेल. भविष्यात एआय हे समाजकार्यकर्त्याला 'सुपर-व्हिजन' देईल, म्हणजे एखाद्या व्यक्तीच्या वागणुकीतील सूक्ष्म बदल टिपून कार्यकर्ता अधिक चांगल्या प्रकारे समुपदेशन करू शकेल. पण या तंत्रज्ञानामुळे समाजकार्यकर्त्याची 'सहानुभूती' (Empathy) कमी होता कामा नये. यंत्राने दिलेल्या

माहितीचा वापर करताना त्यात कोरडेपणा न येता मानवी ऊब कशी टिकवायची, हे भविष्यातील कार्यकर्त्याला शिकवावे लागेल. तंत्रज्ञानाने मानवी नात्यांना पर्याय ठरू नये, तर ती नाती अधिक घट्ट करण्यासाठी साहाय्यक ठरावे, हेच भविष्यातील समाजकार्याचे यश असेल.

चिकित्सक दृष्टिकोनातून पाहिल्यास, भविष्यातील समाजकार्यासमोर 'नैतिक स्वायत्ततेचे' (Ethical Autonomy) मोठे संकट असेल. जसे एआय निर्णय घेऊ लागेल, तसे समाजकार्यकर्त्यांच्या स्वतःच्या निर्णयक्षमतेवर परिणाम होऊ शकतो. भविष्यात अशा घटना घडू शकतात जिथे एआय एखादा निर्णय घेण्यास सांगत असेल पण कार्यकर्त्याची विवेकबुद्धी त्याविरोधात असेल. अशा संघर्षाच्या प्रसंगी समाजकार्याची मूळ मूल्ये — जसे की व्यक्तीचा सन्मान, सामाजिक न्याय आणि लोकशाही — यांनाच प्राधान्य दिले पाहिजे. भविष्यातील कार्यकर्ता हा 'यंत्राचा गुलाम' नसून 'यंत्राचा नियंत्रक' असावा लागेल. त्याला एआयमधील 'बायस' (Bias) किंवा पक्षपातीपणा ओळखण्याची आणि तो दुरुस्त करण्याची क्षमता विकसित करावी लागेल. तंत्रज्ञान जेव्हा चुकीचे निर्णय घेईल, तेव्हा त्याविरुद्ध उभे राहण्याचे धाडस समाजकार्यकर्त्यालाच दाखवावे लागेल, कारण यंत्राला कायद्याची भीती असू शकते पण त्याला 'नैतिक टोचणी' नसते.

अखेर, भविष्यातील समाजकार्य हे तंत्रज्ञानाच्या लाटेत वाहून न जाता त्या लाटेवर स्वार होऊन समाजाला प्रगतीकडे नेणारे असेल. एआय हा जादूचा दिवा नाही की जो सर्व सामाजिक प्रश्न चुटकीसरशी सोडवेल, उलट तो नवीन गुंतागुंतीचे प्रश्न निर्माण करू शकतो. परंतु, जर आपण तंत्रज्ञानाला समाजकार्याच्या मानवी चौकटीत बसवू शकलो, तर ते अफाट परिवर्तनाचे साधन ठरू शकते. भविष्यात कार्यकर्त्याची प्रत्यक्ष कामाची पद्धत बदलेल, कागदपत्रांची जागा डिजिटल डेटा घेईल, पण पिडीताच्या डोळ्यातील अश्रू पुसण्याची

आणि अन्यायाविरुद्ध लढण्याची जिद्द ही मानवीच राहील. तंत्रज्ञान कितीही प्रगत झाले तरी ते कधीही 'संवेदना' निर्माण करू शकत नाही. म्हणूनच, भविष्यातील समाजकार्य हे 'माणूस' आणि 'मशीन' यांच्यातील अशा एका समतोल नात्याचे नाव असेल, जिथे तंत्रज्ञान सेवा करेल आणि माणूस नेतृत्व करेल.

धोरणात्मक दिशा

कृत्रिम बुद्धिमत्ता आणि समाजकार्य यांच्यातील भविष्यातील संबंध हे केवळ तांत्रिक प्रगतीवर नव्हे, तर आपण आज ठरवत असलेल्या धोरणात्मक दिशेवर अवलंबून आहेत. धोरणात्मक दिशा म्हणजे केवळ नवीन तंत्रज्ञान स्वीकारणे नव्हे, तर ते तंत्रज्ञान सामाजिक न्याय, मानवी हक्क आणि समता या समाजकार्याच्या मूळ तत्त्वांशी कसे सुसंगत राहील, याची एक दीर्घकालीन आणि नियोजनबद्ध आखणी होय. भारतीय संदर्भात, जिथे सामाजिक समस्यांची मुळे खोलवर रुजलेली आहेत, तिथे तंत्रज्ञानाचा वापर केवळ एक साधन म्हणून न करता, तो धोरणात्मक बदलाचा एक भाग म्हणून करणे आवश्यक आहे. समाजकार्य हे केवळ सेवा देण्याचे कार्य नसून ते धोरणनिर्मिती आणि वकिलीचे (Advocacy) क्षेत्र आहे. त्यामुळे, एआयच्या युगात समाजकार्याला एक नवी धोरणात्मक दिशा देताना तांत्रिक सक्षमता आणि सामाजिक उत्तरदायित्व यांचा समतोल साधणे ही काळाची गरज आहे.

या धोरणात्मक दिशेचा पहिला आणि महत्त्वाचा स्तंभ म्हणजे 'सर्वसमावेशक डिजिटल धोरण' तयार करणे होय. भारतातील सामाजिक वास्तवात डिजिटल दरी अत्यंत तीव्र आहे, त्यामुळे कोणतेही एआय-आधारित धोरण आखताना ते ग्रामीण-शहरी भेद आणि भाषिक अडथळे दूर करणारे असावे. धोरणात्मक पातळीवर अशा चौकटीची गरज आहे, जिथे तंत्रज्ञान हे केवळ उच्चभ्रू वर्गासाठी

न राहता, ते शेवटच्या घटकापर्यंत पोहोचेल. यामध्ये सरकारी आणि निमसरकारी संस्थांनी एआय विकसित करताना त्यातील माहितीचे स्थानिक भाषांमध्ये रूपांतर करणे आणि कमी बँडविड्थवरही चालू शकतील अशा प्रणालींना प्राधान्य देणे आवश्यक आहे. समाजकार्यकर्त्यांनी अशा धोरणांचा आग्रह धरला पाहिजे, जे तंत्रज्ञानाच्या नावाखाली होणारे सामाजिक बहिष्करण थांबवतील. जेव्हा आपण धोरणात्मक दिशेचा विचार करतो, तेव्हा तंत्रज्ञानाचा विस्तार हा मानवी विकासाच्या निर्देशांकांशी (Human Development Index) थेट जोडला गेला पाहिजे.

मुख्य विवेचनात एआयच्या वापरासाठीच्या 'नैतिक आणि कायदेशीर चौकटीची' (Ethical and Legal Framework) निर्मिती हा मुद्दा कळीचा ठरतो. एआयमध्ये डेटा गोपनीयता आणि अल्गोरिदमिक पूर्वग्रह (Bias) हे मोठे धोके आहेत. धोरणात्मक दिशेमध्ये अशा नियमावलीचा समावेश असावा, जी एआय प्रणालींना त्यांच्या निर्णयांसाठी उत्तरदायी ठरवेल. समाजकार्याच्या क्षेत्रातील लाभार्थ्यांची माहिती अत्यंत संवेदनशील असते, त्यामुळे या माहितीची सुरक्षा ही केवळ तांत्रिक बाब नसून ती एक नैतिक जबाबदारी आहे. धोरणकर्त्यांनी हे सुनिश्चित केले पाहिजे की, एआयचा वापर सामाजिक देखरेखीसाठी (Surveillance) न होता, तो लोकांच्या समस्या सोडवण्यासाठी होईल. विशेषतः जाती, धर्म किंवा लिंगाच्या आधारावर एआयने कोणावरही अन्याय करू नये, यासाठी 'अल्गोरिदमिक ऑडिट' (Algorithmic Audit) अनिवार्य करण्याचे धोरण आखले पाहिजे. हे धोरणात्मक पाऊल समाजकार्याच्या 'व्यक्तीचा सन्मान' या मूल्याचे रक्षण करेल.

धोरणात्मक दिशेचा तिसरा महत्त्वाचा पैलू म्हणजे 'मानव-मशीन भागीदारीचे सक्षमीकरण' होय. भविष्यात समाजकार्यकर्त्याची भूमिका ही तंत्रज्ञानाचा केवळ वापरकर्ता म्हणून न राहता, तो तंत्रज्ञानाचा

निरीक्षक आणि मार्गदर्शक म्हणून असेल. यासाठी शैक्षणिक धोरणांमध्ये बदल करून समाजकार्याच्या अभ्यासक्रमात तांत्रिक साक्षरता आणि डेटा विश्लेषणाचा अंतर्भाव करणे आवश्यक आहे. मात्र, हे करताना समाजकार्यातील 'सहानुभूती' (Empathy) आणि 'प्रत्यक्ष संवाद' या गुणांना दुय्यम स्थान दिले जाऊ नये. धोरणात्मक पातळीवर हे स्पष्ट केले पाहिजे की, एआय हा केवळ एक 'निर्णय सहाय्यक' (Decision Support System) असेल, तर अंतिम निर्णय हा मानवी समाजकार्यकर्त्याचाच असेल. यामुळे तंत्रज्ञानावरील अति-अवलंबित्व कमी होऊन मानवी हस्तक्षेपाची स्वायत्तता कायम राहील. समाजकार्यातील ही नवीन धोरणात्मक दिशा मानवाला यंत्राच्या हातातील बाहुले बनवण्याऐवजी, त्याला यंत्राचा कुशल चालक बनवेल.

भारतीय समाजरचनेतील गरिबी, आरोग्य आणि शिक्षण या क्षेत्रांतील धोरणात्मक बदलांसाठी एआयचा वापर 'पुराव्यावर आधारित धोरणनिर्मिती' (Evidence-based Policy Making) या दृष्टीने व्हायला हवा. अनेकदा सरकारी योजना या अपुऱ्या किंवा चुकीच्या माहितीवर आधारित असतात, ज्यामुळे संसाधनांचा अपव्यय होतो. एआयच्या माध्यमातून अचूक डेटा विश्लेषण करून कोणत्या भागात कोणत्या हस्तक्षेपाची तातडीने गरज आहे, हे धोरणात्मकरीत्या ठरवता येईल. उदाहरणार्थ, कुपोषणग्रस्त भागांत अन्नाचे वाटप करताना एआय आधारित 'प्रिडिक्टिव्ह ॲनालिसिस' वापरून टंचाईच्या काळात आधीच तरतूद करणे शक्य होईल. मात्र, हे धोरण आखताना जमिनीवरील सामाजिक वास्तव आणि स्थानिक लोकांचा सहभाग (Community Participation) अनिवार्य असावा. धोरणात्मक दिशा ही केवळ टॉप-डाउन (Top-down) नसावी, तर ती तळागाळातील लोकांच्या अनुभवांवरून प्रेरित असावी, जेणेकरून तंत्रज्ञान हे लोकशाही प्रक्रियेला बळकटी देईल.

चिकित्सक दृष्टिकोनातून पाहिल्यास, एआयच्या संदर्भात धोरणात्मक दिशा ठरवताना आपल्याला 'डिजिटल भांडवलशाही' (Digital Capitalism) आणि त्यातून निर्माण होणाऱ्या शोषणापासून सावध राहावे लागेल. मोठ्या तांत्रिक कंपन्यांचे नफा-केंद्रित दृष्टिकोन सामाजिक हिताला बाधा आणू शकतात. त्यामुळे, समाजकार्याच्या क्षेत्रातील एआय हे प्रामुख्याने 'सार्वजनिक हितासाठी' (Public Good) असावे, असे धोरण असणे गरजेचे आहे. यामध्ये ओपन-सोर्स तंत्रज्ञानाला प्रोत्साहन देणे आणि डेटावर लोकांच्या सामूहिक मालकीचा विचार करणे आवश्यक आहे. जर तंत्रज्ञानाची धोरणात्मक दिशा ही केवळ कॉर्पोरेट फायद्यासाठी असेल, तर ती सामाजिक दरी कमी करण्याऐवजी वाढवेल. समाजकार्यकर्त्यांनी धोरणनिर्मितीच्या प्रक्रियेत सक्रिय सहभाग घेऊन तंत्रज्ञानाचे मानवीकरण करण्यासाठी लढा दिला पाहिजे. हे केवळ तांत्रिक आव्हान नसून ते एक राजकीय आणि सामाजिक द्वंद्व आहे, जिथे मानवी मूल्यांचा विजय होणे अपेक्षित आहे.

अखेर, एआय आणि समाजकार्य यांच्यातील धोरणात्मक दिशा ही अशा भविष्याची निर्मिती करणारी असावी, जिथे तंत्रज्ञान मानवाचा सेवक म्हणून काम करेल. आपण केवळ तंत्रज्ञानाच्या वेगाशी स्पर्धा न करता, त्या तंत्रज्ञानाला सामाजिक करुणेच्या चौकटीत बसवले पाहिजे. समाजकार्यातील धोरणात्मक बदलांचा उद्देश हा तंत्रज्ञानाद्वारे माणसाचे स्वातंत्र्य आणि सन्मान वाढवणे हाच असायला हवा. जेव्हा धोरणे ही केवळ तांत्रिक अचूकतेवर नव्हे, तर सामाजिक न्यायाच्या निकषांवर तपासली जातील, तेव्हाच आपण खऱ्या अर्थाने 'माणूस + मशीन' या भविष्याचा यशस्वी मार्ग आखू शकू. ही धोरणात्मक दिशा म्हणजे केवळ बदलाचा स्वीकार नव्हे, तर बदलाला मानवी मूल्यांच्या दिशेने वळवण्याचे एक जाणीवपूर्वक केलेले साहस आहे.

शाश्वत आणि समावेशक समाजनिर्मिती

शाश्वत आणि समावेशक समाजनिर्मिती ही केवळ एक आधुनिक घोषणा नसून, ती मानवी अस्तित्वाच्या आणि सामाजिक न्यायाच्या मूळ संकल्पनेचा आधार आहे. शाश्वतता म्हणजे भविष्यातील पिढ्यांच्या गरजांशी तडजोड न करता वर्तमान गरजांची पूर्तता करणे, तर समावेशकता म्हणजे समाजातील शेवटच्या रांगेत उभा असलेल्या व्यक्तीला विकासाच्या प्रक्रियेत सन्मानाने सहभागी करून घेणे. कृत्रिम बुद्धिमत्तेच्या युगात ही उद्दिष्टे गाठणे अधिक आव्हानात्मक झाले आहे, कारण तंत्रज्ञान अनेकदा विषमतेला खतपाणी घालते. समाजकार्याच्या संदर्भात, शाश्वत आणि समावेशक समाजनिर्मितीचा अर्थ असा आहे की, तंत्रज्ञानाचा वापर केवळ आर्थिक नफ्यासाठी न करता, तो पर्यावरणाचे रक्षण, सामाजिक समता आणि मानवी हक्कांचे संवर्धन करण्यासाठी केला जावा. भारतीय संदर्भात, जिथे गरिबी, बेरोजगारी आणि जात-लिंगाधारित भेदभाव आजही प्रबळ आहेत, तिथे एआय (AI) सारख्या शक्तिशाली साधनाला या सामाजिक समस्यांच्या निराकरणासाठी वळवणे ही एक मोठी धोरणात्मक आणि नैतिक गरज आहे.

शाश्वत समाजनिर्मितीमध्ये कृत्रिम बुद्धिमत्तेची भूमिका ही संसाधनांच्या विवेकपूर्ण वापराशी जोडलेली आहे. समाजकार्य हे केवळ मानवी संबंधांपुरते मर्यादित नसून, ते मानवाच्या भौतिक पर्यावरणाशी असलेल्या संबंधांचाही विचार करते. एआयच्या मदतीने आपण नैसर्गिक संसाधनांचे अधिक अचूक व्यवस्थापन करू शकतो. उदाहरणार्थ, भारतातील कोरडवाहू शेतीमध्ये एआयचा वापर करून पाण्याची बचत करणे आणि मातीचा कस टिकवून ठेवणे शक्य आहे, ज्यामुळे शेतकऱ्यांचे आर्थिक स्थैर्य वाढेल. समाजकार्यकर्त्यांनी अशा तंत्रज्ञानाचा प्रचार केला पाहिजे जे केवळ शहरी उपभोगवादाला प्रोत्साहन न देता, ग्रामीण भागातील शाश्वत उपजीविकेला बळकटी

देईल. तथापि, एआय स्वतः मोठ्या प्रमाणावर ऊर्जेचा वापर करते, हे वास्तवही आपल्याला नाकारता येणार नाही. त्यामुळे, 'ग्रीन एआय' (Green AI) सारख्या संकल्पनांना प्रोत्साहन देणे आणि तंत्रज्ञानाचा पर्यावरणीय ठसा (Carbon footprint) कमी करणे ही शाश्वत समाजनिर्मितीसाठी आवश्यक अट आहे.

समावेशकतेच्या आघाडीवर एआय आणि समाजकार्य यांचा संगम हा सामाजिक न्यायाचे एक नवीन दालन उघडू शकतो. समावेशकता म्हणजे अशा समाजाची निर्मिती जिथे तंत्रज्ञान हे केवळ सक्षमांचे शस्त्र न राहता वंचितांचे ढाल बनेल. भारतीय समाजात दिव्यांग व्यक्ती, वृद्ध, आणि असंघटित क्षेत्रातील मजूर हे अनेकदा तांत्रिक क्रांतीच्या प्रवाहातून बाहेर फेकले जातात. समावेशक समाजनिर्मितीसाठी आपल्याला अशा एआय प्रणालींची गरज आहे ज्या दिव्यांगांना स्वावलंबी बनवतील, वृद्धांच्या आरोग्याची काळजी घेतील आणि मजुरांना त्यांच्या हक्कांची माहिती देतील. समाजकार्यकर्ता येथे एक 'समावेशकता दूत' म्हणून काम करतो, जो हे सुनिश्चित करतो की एआय अल्गोरिदममध्ये कोणत्याही प्रकारचा सामाजिक पूर्वग्रह किंवा भेदभाव नाही. जर एआय आधारित भरती प्रक्रिया किंवा कर्ज वाटप यंत्रणा केवळ उच्चवर्णीय किंवा शहरी पुरुष वर्गाला झुकते माप देत असेल, तर तो समाज समावेशक असू शकत नाही. या तांत्रिक अन्यायाविरुद्ध उभे राहून धोरणात्मक बदल घडवणे हे भविष्यातील समाजकार्याचे मुख्य कार्य असेल.

भारतीय ग्रामीण वास्तवाचा विचार करता, शाश्वत आणि समावेशक समाजनिर्मितीसाठी 'विकेंद्रीत तंत्रज्ञान' (Decentralized Technology) ही काळाची गरज आहे. तंत्रज्ञानाचे केंद्र केवळ मोठमोठ्या शहरांमधील डेटा सेंटर्समध्ये न राहता, ते खेड्यापाड्यातील गरजांशी जोडले गेले पाहिजे. समावेशकतेचा अर्थ असा की, एखादी आदिवासी महिला जंगलातील उत्पादनांच्या

विक्रीसाठी एआय प्लॅटफॉर्मचा वापर करू शकली पाहिजे, जेणेकरून मध्यस्थांकडून होणारे तिचे शोषण थांबेल. समाजकार्यातील समुदाय संघटन (Community Organization) कौशल्यांचा वापर करून, लोकांना तंत्रज्ञानाच्या मालकी हक्कांबद्दल आणि डेटा सार्वभौमत्वाबद्दल जागृत करणे आवश्यक आहे. शाश्वत विकास हा तेव्हाच शक्य होतो जेव्हा स्थानिक समुदाय तंत्रज्ञानाचा वापर स्वतःच्या समस्या स्वतः सोडवण्यासाठी करतात. एआय हे 'वरिष्ठांकडून लादलेले' मॉडेल न राहता ते 'तळागाळातून उमललेले' मॉडेल असावे, जे भारतीय लोकशाहीच्या मूळ रचनेशी सुसंगत असेल.

शिक्षण आणि आरोग्याच्या क्षेत्रात समावेशकता आणण्यासाठी एआयचा वापर हा मानवी हस्तक्षेपाच्या जोडीनेच व्हायला हवा. केवळ ऑनलाईन कोर्सेस म्हणजे शिक्षण नव्हे आणि केवळ चॅटबॉट्स म्हणजे आरोग्य सेवा नव्हे. शाश्वत विकासासाठी आपल्याला अशा व्यवस्थेची गरज आहे जिथे तंत्रज्ञान मानवी शिक्षकाला आणि मानवी डॉक्टरला सक्षम करेल, त्यांची जागा घेणार नाही. भारतातील दुर्गम भागातील शाळांमध्ये जिथे शिक्षकांची कमतरता आहे, तिथे एआय वैयक्तिक शिक्षणासाठी मदत करू शकते, परंतु मुलांच्या सामाजिक आणि भावनिक विकासासाठी समाजकार्यकर्त्याची आणि शिक्षकाची उपस्थिती अनिवार्य आहे. शाश्वत समाज हा केवळ साक्षर नसून तो सुसंस्कृत आणि संवेदनशील असणे आवश्यक आहे. तंत्रज्ञान माहिती देऊ शकते, पण मूल्ये देऊ शकत नाही. त्यामुळे समावेशक समाजनिर्मितीमध्ये तंत्रज्ञानाचा वाटा हा केवळ माहितीपुरता मर्यादित ठेवून, मूल्यांची पेरणी ही मानवी समाजकार्यकर्त्यांनीच केली पाहिजे.

चिकित्सक दृष्टीकोनातून पाहिल्यास, एआयमुळे निर्माण होणारी 'डिजिटल गुलामगिरी' हा शाश्वततेपुढील मोठा धोका आहे. जर लोक तंत्रज्ञानावर इतके अवलंबून राहिले की त्यांची स्वतःची विचार करण्याची आणि निर्णय घेण्याची क्षमता नष्ट झाली, तर तो समाज

कधीही शाश्वत होऊ शकणार नाही. समावेशकतेच्या नावाखाली लोकांच्या खाजगी आयुष्यावर लक्ष ठेवणे (Surveillance) किंवा त्यांच्या डेटाचा गैरवापर करणे हे लोकशाही मूल्यांच्या विरोधात आहे. भविष्यातील समाजकार्यकर्त्यांनी तंत्रज्ञानाच्या या 'काळ्या बाजू'बद्दल समाजाला सावध केले पाहिजे. शाश्वत समाज हा स्वायत्त आणि स्वतंत्र विचारांच्या नागरिकांचा असतो. एआयचा वापर माणसाला यंत्र बनवण्यासाठी नव्हे, तर त्याला अधिक 'माणूस' बनवण्यासाठी आणि त्याच्यातील सर्जनशीलता वाढवण्यासाठी झाला पाहिजे. तंत्रज्ञानाचे हे मानवीकरण करणे हीच शाश्वत आणि समावेशक समाजनिर्मितीची खरी धोरणात्मक दिशा आहे.

अखेर, शाश्वत आणि समावेशक समाजनिर्मिती हे एक निरंतर चालणारे उद्दिष्ट आहे, जिथे तंत्रज्ञान हे केवळ गती देण्याचे काम करेल, पण दिशा ही मानवी करुणेनेच ठरवली जाईल. माणूस आणि मशीन यांच्या भविष्यातील मार्गात 'करुणा' (Compassion) आणि 'न्याय' (Justice) हे दोनच ध्रुव आहेत जे आपल्याला भरकटण्यापासून वाचवू शकतात. समाजकार्याची मूल्ये जेव्हा एआयच्या अल्गोरिदममध्ये आणि सरकारी धोरणांमध्ये भिनतील, तेव्हाच खऱ्या अर्थाने एक असा समाज निर्माण होईल जो तंत्रज्ञानाने प्रगत आणि मानवतेने समृद्ध असेल. हे स्वप्न सत्यात उतरवण्यासाठी समाजकार्यकर्त्यांना तांत्रिक ज्ञानाची तलवार आणि सामाजिक बांधिलकीची ढाल घेऊन भविष्याच्या रणांगणावर उतरावे लागेल. शाश्वतता ही केवळ पर्यावरणाची नसते, ती मानवी नात्यांची आणि सामाजिक विश्वासाचीही असते, आणि तंत्रज्ञानाने हा विश्वास जपला तरच भविष्याचा मार्ग उजळेल.

निष्कर्षः तंत्रज्ञान आणि मानवी संवेदनांचा विवेकपूर्ण संगम

कृत्रिम बुद्धिमत्ता आणि समाजकार्य या विषयावरील या सर्वांगीण अभ्यासाअंती हे स्पष्ट होते की, आपण मानवजातीच्या इतिहासातील एका अशा वळणावर उभे आहोत जिथे तंत्रज्ञानाची अफाट शक्ती आणि मानवी मूल्यांची संवेदनशीलता यांचा अभूतपूर्व संघर्ष आणि संगम एकाच वेळी होत आहे. कृत्रिम बुद्धिमत्ता (AI) हे केवळ संगणकीय प्रगतीचे साधन नसून ते सामाजिक बदलाचे एक शक्तिशाली आणि दुधारी शस्त्र आहे. या पुस्तकाच्या विविध प्रकरणांतून आपण हे पाहिले की, एआयमध्ये सामाजिक समस्यांचे सूक्ष्म विश्लेषण करण्याची, प्रशासकीय कामात पारदर्शकता आणण्याची आणि आरोग्य-शिक्षणासारख्या क्षेत्रांत क्रांती घडवण्याची क्षमता आहे. मात्र, हे तंत्रज्ञान स्वतःहून सामाजिक न्याय प्रस्थापित करू शकत नाही. तंत्रज्ञान हे मुळात ज्या समाजात उगम पावते, तिथले सामाजिक पूर्वग्रह, ऐतिहासिक विषमता आणि सत्तासंबंध ते नकळतपणे स्वतःमध्ये सामावून घेते. म्हणूनच, एआयला सर्व समस्यांवरील अंतिम उपाय न मानता, त्याकडे मानवी नियंत्रणाखालील एक 'साहाय्यक साधन' म्हणून पाहणे हीच समाजकार्याची सर्वात महत्त्वाची तात्त्विक भूमिका असायला हवी.

संपूर्ण विवेचनाचा सारांश मांडताना 'डिजिटल दारिद्र्य' आणि 'अल्गोरिदमिक पूर्वग्रह' हे दोन मुद्दे भविष्यातील समाजकार्यापुढील सर्वात गंभीर आव्हाने म्हणून अधोरेखित होतात. भारतीय समाजरचनेतील जात, वर्ग आणि लिंगाधारित विषमता एआयमुळे अधिक गडद होण्याची भीती वास्तववादी आहे. जर डेटा संकलित करताना उपेक्षित घटकांना पद्धतशीरपणे वगळले गेले, तर एआय प्रणाली त्यांना लोककल्याणकारी लाभांपासून वंचित ठेवून 'डिजिटल बहिष्करण' घडवून आणतील. समाजकार्यकर्त्यांची भूमिका येथे केवळ

तंत्रज्ञानाचा वापरकर्ता म्हणून मर्यादित राहत नाही, तर तो एक 'सामाजिक रक्षक' (Social Watchdog) म्हणून अधिक महत्त्वाचा ठरतो. तंत्रज्ञानातील त्रुटी शोधणे, डेटा गोपनीयतेचे रक्षण करणे आणि एआयच्या निर्णयांना मानवी न्यायाच्या निकषावर आव्हान देणे, ही समाजकार्याची नवीन अनिवार्य कौशल्ये बनली आहेत. भविष्यातील समाजकार्यकर्त्याला तांत्रिकदृष्ट्या साक्षर आणि नैतिकदृष्ट्या जागरूक असावे लागेल, जो यंत्राला सतत मानवी मूल्यांची आणि घटनात्मक अधिकारांची आठवण करून देईल.

समाजकार्य आणि एआय यांच्यातील भविष्यातील सहकार्य हे 'हायब्रिड मॉडेल' आणि 'मानवकेंद्रित एआय' या संकल्पनांकडे वळणे अपरिहार्य आहे. तंत्रज्ञान कितीही प्रगत झाले तरी ते मानवी स्पर्श, सहानुभूती, अंतःप्रेरणा आणि नैतिक विवेकाची जागा घेऊ शकत नाही. पीडितांचे अश्रू पुसण्यासाठी, वंचितांच्या मनात आत्मसन्मानाची ज्योत पेटवण्यासाठी आणि शोषणाविरुद्ध प्रत्यक्ष रस्त्यावर उतरून संघर्ष करण्यासाठी रक्तामांसाच्या समाजकार्यकर्त्याचीच गरज भासणार आहे. एआय हे कार्यकर्त्याचा वेळ वाचवू शकते, त्याला गुंतागुंतीच्या माहितीचे विश्लेषण करून देऊ शकते, परंतु त्या माहितीचे रूपांतर 'सामाजिक परिवर्तनामध्ये' करण्याचे कसब केवळ मानवाकडे आहे. शाश्वत आणि समावेशक समाजनिर्मितीसाठी तंत्रज्ञानाचे मानवीकरण करणे, म्हणजेच अल्गोरिदममध्ये सामाजिक न्यायाचा विचार गुंफणे, हाच एकमेव मार्ग आपल्यासमोर आहे.

अंतिम निष्कर्ष म्हणून हे ठामपणे मांडता येईल की, समाजकार्याच्या गाभा मूल्यांशिवाय कृत्रिम बुद्धिमत्ता केवळ एक थंड आणि निर्जीव यंत्रणा आहे, जी नफ्यासाठी किंवा नियंत्रणासाठी वापरली गेल्यास शोषणाची नवी साधने निर्माण करू शकते. समाजकार्य हे मानवी हक्क आणि सामाजिक समतेवर आधारित आहे, तर एआय हे केवळ डेटा आणि कार्यक्षमतेवर आधारित आहे. या दोन्हींचा मेळ घालताना

तंत्रज्ञानाने नेहमीच मानवी सन्मानाला आणि विवेकाला दुय्यम स्थान दिले, तर ते समाजकार्याचे सर्वात मोठे अपयश ठरेल. भविष्यातील प्रगत समाज तोच असेल जिथे एआय गरिबांची गरज ओळखण्यासाठी वापरले जाईल, पण त्या गरजू माणसापर्यंत पोहोचून त्याला सन्मानाने जगवण्याचे काम समाजकार्यकर्ता करेल. तंत्रज्ञान हे मालक न होता सेवक राहिले, तरच आपण खऱ्या अर्थाने एका न्याय्य, समतावादी आणि 'माणूस + मशीन' अशा संतुलित भविष्याची निर्मिती करू शकू. समाजकार्याचा आत्मा हा जिवंत मानवी नात्यांमध्ये आहे आणि तो कोणत्याही सॉफ्टवेअरने कोडिंग करता येणार नाही, हेच या युगाचे अंतिम सत्य आहे.

सारांश

'कृत्रिम बुद्धिमत्ता आणि समाजकार्य' या अभ्यासपूर्ण मांडणीचा सारांश हा तंत्रज्ञान आणि समाजहित यांच्यातील गुंतागुंतीच्या नात्यावर प्रकाश टाकतो. या पुस्तकात आपण पाहिले की, कृत्रिम बुद्धिमत्ता (AI) हे केवळ आधुनिक विज्ञानाचे एक साधन नसून ते सामाजिक बदलाचे एक नवीन परिमाण आहे. समाजकार्याची व्याप्ती आता केवळ प्रत्यक्ष भेटीगाठी आणि उपचारात्मक कार्यापुरती मर्यादित राहिलेली नाही, तर ती डिजिटल अवकाशातही विस्तारित झाली आहे. एआयमुळे माहितीचे संकलन, विश्लेषण आणि गरजू घटकांपर्यंत पोहोचण्याच्या गतीत प्रचंड वाढ झाली असली तरी, या तंत्रज्ञानाचा उगम ज्या डेटावर आधारित आहे, तो डेटा अनेकदा पूर्वग्रहदूषित असू शकतो. त्यामुळे, तंत्रज्ञानाचा वापर करताना तो डोळे मिटून न करता, सामाजिक न्यायाच्या कसोटीवर तपासून करणे ही भविष्यातील समाजकार्याची प्राथमिक अट आहे.

पुस्तकातील विविध प्रकरणांमधून आपण 'डिजिटल दारिद्र्य' या संकल्पनेचा सखोल वेध घेतला. भारतासारख्या विकसनशील देशात

तंत्रज्ञानाची उपलब्धता ही विषम आहे, ज्यामुळे ग्रामीण आणि शहरी भागांत एक मोठी दरी निर्माण झाली आहे. तंत्रज्ञान साक्षरतेचा अभाव हा केवळ कौशल्य कमी असण्याचा प्रश्न नसून, तो संधी नाकारण्याचा आणि सामाजिक बहिष्करणाचा प्रश्न आहे. समाजकार्यकर्त्याला या नवीन प्रकारच्या दारिद्र्याविरुद्ध लढा द्यावा लागेल, जिथे तंत्रज्ञान हे शोषणाचे साधन न बनता सक्षमीकरणाचे माध्यम ठरेल. आपण हे देखील अभ्यासले की, एआय आधारित प्रणाली जेव्हा सरकारी योजनांचे वाटप किंवा लाभार्थ्यांची निवड करतात, तेव्हा त्यातील पारदर्शकता आणि उत्तरदायित्व राखण्यासाठी मानवी हस्तक्षेप किती अनिवार्य आहे.

नैतिकता हा या संपूर्ण विवेचनाचा केंद्रबिंदू राहिला आहे. डेटा गोपनीयता, निजतेचा अधिकार आणि अल्गोरिदममधील पक्षपातीपणा हे प्रश्न केवळ तांत्रिक नसून ते मानवी हक्कांच्या उल्लंघनाशी संबंधित आहेत. समाजकार्याची मूल्ये — जसे की व्यक्तीचा सन्मान, गोपनियता आणि स्व-निर्णयाचा अधिकार — हे एआय युगात अधिक धोक्यात आले आहेत. भविष्यातील समाजकार्यामध्ये 'मानवकेंद्रित एआय' आणि 'हायब्रिड मॉडेल'चा स्वीकार करणे ही काळाची गरज आहे. याचा अर्थ असा की, यंत्राची कार्यक्षमता आणि मानवाची संवेदनशीलता यांचा असा मेळ घातला जावा, जिथे अंतिम निर्णय हा नेहमी मानवी विवेकावर आधारित असेल. तंत्रज्ञान कितीही प्रगत झाले तरी ते मानवी सहसंवेदना (Empathy) आणि करुणा यांची जागा घेऊ शकत नाही, हे या पुस्तकाचे प्रमुख सूत्र आहे.

शेवटी, हे पुस्तक समाजकार्याच्या क्षेत्रात कार्यरत असलेल्या व्यक्तींसाठी एक दिशादर्शक ठरते. भविष्यातील समाजकार्यकर्ता हा केवळ सामाजिक समस्यांचा अभ्यासक नसेल, तर तो तंत्रज्ञानाचा एक चिकित्सक नियंत्रकही असेल. तंत्रज्ञानाचे मानवीकरण करणे आणि ते समाजातील शेवटच्या घटकापर्यंत न्याय्य पद्धतीने पोहोचवणे हीच

शाश्वत आणि समावेशक समाजनिर्मितीची गुरुकिल्ली आहे. एआय ही एक संधी आहे, पण ती धोक्यांनी वेढलेली आहे; या संधीचा वापर करून सामाजिक विषमता दूर करणे आणि तंत्रज्ञानाला लोकशाहीवादी बनवणे हेच समाजकार्यापुढील खरे आव्हान आहे. तंत्रज्ञान ही माणसाची सावली असू शकते, पण ती माणसाचे अस्तित्व किंवा त्याचे हृदय असू शकत नाही, हा विचार घेऊनच आपल्याला आगामी काळातील सामाजिक परिवर्तनाची वाटचाल करायची आहे.

संदर्भ ग्रंथसूची

मराठी संदर्भः

- **देशपांडे, श्री. ह.** (२०१९). *समाजकार्यः तत्त्वज्ञान आणि पद्धती*. पुणेः कॉन्टिनेन्टल प्रकाशन. (समाजकार्याच्या मूलभूत मूल्यांच्या संदर्भासाठी).
- **गद्रे, वि. ग.** (२०२१). *भारतीय समाजरचना आणि बदलती मूल्ये*. नागपूरः विजय प्रकाशन. (भारतीय सामाजिक उतरंड आणि तंत्रज्ञान बदलाच्या अभ्यासासाठी).
- **कुलकर्णी, स. मा.** (२०२२). *माहिती तंत्रज्ञान आणि समाज*. मुंबईः राजहंस प्रकाशन. (डिजिटल दरी आणि ग्रामीण भारताच्या संदर्भासाठी).
- **शासकीय अहवालः** भारत सरकार (२०१८). *नॅशनल स्ट्रॅटेजी फॉर आर्टिफिशियल इंटेलिजन्स (#AIforAll)*. नीती आयोग, नवी दिल्ली.

इंग्रजी संदर्भ (English References):

- **Noble, S. U.** (2018). *Algorithms of Oppression: How Search Engines Reinforce Racism*. New York University Press.
- **Eubanks, V.** (2018). *Automating Inequality: How High-Tech Tools Profile, Police, and Punish the Poor*. St. Martin's Press.
- **O'Neil, C.** (2016). *Weapons of Math Destruction: How Big Data Increases Inequality and Threatens Democracy*. Crown
- **Goldkind, L., Wolf, L., & Freddolino, P. P.** (2018). *Digital Social Work: Tools for Practice with Individuals, Organizations, and Communities*. Oxford University Press.
- **Floridi, L.** (2019). *The Logic of Information: A Theory of Philosophy as Conceptual Design*. Oxford University Press.
- **Benjamin, R.** (2019). *Race After Technology: Abolitionist Tools for the New Jim Code*. Polity.
- **UNESCO.** (2021). *Recommendation on the Ethics of Artificial Intelligence*.

संशोधन शोधनिबंध आणि नियतकालिके (Journals):

- *Journal of Technology in Human Services* (Taylor & Francis).
- *Social Work & Society Online Journal*.
- *International Social Work Journal* (SAGE Publications).

लेखक परिचय

योगेश संजय काकडे हे एक समर्पित व्यावसायिक आणि बहुआयामी व्यक्तिमत्व असून शिक्षण, तंत्रज्ञान आणि सामाजिक जाणीव यांचा त्यांच्याकडे उत्तम संगम आहे. त्यांनी आपली शैक्षणिक कारकीर्द अत्यंत चोखपणे घडवली असून कविकुलगुरू कालिदास संस्कृत विद्यापीठातून एम.ए. (M.A.) आणि यशवंतराव चव्हाण महाराष्ट्र मुक्त विद्यापीठातून बी.ए. (B.A.) ची पदवी प्राप्त केली आहे. शिक्षणाची ही ओढ केवळ कला आणि भाषेपुरती मर्यादित न ठेवता, सामाजिक प्रश्नांची जाण निर्माण व्हावी या उद्देशाने सध्या ते महात्मा ज्योतिबा फुले समाजकार्य महाविद्यालय, बुलढाणा येथे एम.एस.डब्ल्यू. (MSW) चे उच्च शिक्षण घेत आहेत.

व्यावसायिक स्तरावर त्यांचा तांत्रिक आणि प्रशासकीय क्षेत्रातील अनुभव अत्यंत मोलाचा आहे. गेल्या दोन वर्षांहून अधिक काळ त्यांनी या क्षेत्रांत आपले कसब सिद्ध केले आहे. सध्या ते **अनुराधा अभियांत्रिकी महाविद्यालय, चिखली** येथे प्रयोगशाळा सहाय्यक (Laboratory Assistant) म्हणून कार्यरत आहेत. या भूमिकेत ते महाविद्यालयातील प्रात्यक्षिक सत्रे (Practical Sessions) अत्यंत कौशल्याने हाताळतात आणि नेटवर्किंगशी संबंधित गुंतागुंतीच्या तांत्रिक कामांची जबाबदारी यशस्वीपणे सांभाळतात.

योगेश काकडे यांची कार्यशैली शिस्तबद्ध असून, प्रशासकीय कामकाजात अचूकता राखण्यावर त्यांचा विशेष भर असतो. आपल्या तांत्रिक कौशल्यांचा आणि अनुभवाचा वापर करून संस्थेच्या प्रगतीत मोलाची भर टाकण्यासाठी ते नेहमीच प्रयत्नशील असतात. केवळ तंत्रज्ञानात न रमता, सहकाऱ्यांना मार्गदर्शन करणे आणि सर्वांना सोबत घेऊन व्यवस्थापन सांभाळणे हे त्यांचे वैशिष्ट्य आहे. आपल्या ज्ञान आणि अनुभवातून समाजासाठी आणि संस्थेसाठी सकारात्मक योगदान देण्यासाठी ते पूर्णपणे वचनबद्ध आहेत.

www.ingramcontent.com/pod-product-compliance
Lightning Source LLC
LaVergne TN
LVHW100256210926
848480LV00003B/933
9798903198580